மாலை நேரத்து விடியல்

மாலை நேரத்து விடியல்

பி. சத்யவதி (பி. 1940)

சமுதாயப் போக்கையும் இலக்கியப் பொறுப்பையும் உணர்ந்த தெலுங்கு எழுத்தாளர். பெண்கள் படும் இன்னல்கள், அவர்கள்மீது திணிக்கப்படும் அடக்குமுறை, அவமானங்கள், சுரண்டல்கள் ஆகியவற்றை எதிர்த்துக் குரல் கொடுப்பதோடு, அதற்கான தீர்வையும் தன்னுடைய படைப்புகளில் குறிப்பிடுவது இவருடைய பாணி. ஆங்கிலப் பேராசியராகப் பணிபுரிந்தவர்.

'சாகித்திய அகாதமி மொழிபெயர்ப்பு விருது', 'குவெம்பு விருது' உள்படப் பல விருதுகள் இவருக்குப் பெருமை சேர்த்துள்ளன.

கௌரி கிருபானந்தன் (பி. 1956)
மொழிபெயர்ப்பாளர்

தாய்மொழி தமிழ், பயிற்றுமொழி தெலுங்கு. நாற்பது வயதுவரையில் தமிழ், தெலுங்கு ஆகிய இரு மொழிகளில் படைப்புகளை வாசித்துவந்தவர். அதற்குப் பின் இலக்கியத்தின் மீது உள்ள ஆர்வத்தால் மொழிபெயர்ப்புத் துறையில் காலடியெடுத்து வைத்தார். 'பூனாச்சி ஒரு வெள்ளாட்டின் கதை', 'ஒரு புளியமரத்தின் கதை', 'அன்பளிப்பு', 'வானம் வசப்படும்' ஆகியவை இவருடைய மொழிபெயர்ப்பில் தெலுங்கில் வெளிவந்த தமிழ் நாவல்கள்.

கொண்டபல்லி கோடேஸ்வரம்மாவின் தன் வரலாற்று நூலின் (ஆளற்ற பாலம்) மொழிபெயர்ப்பு பெரும் கவனத்தைப் பெற்றது. 'மீட்சி' என்னும் கதைத் தொகுப்பிற்கு 2015ஆம் ஆண்டு இவருக்குச் சாகித்திய அகாதமி மொழிபெயர்ப்பு விருது வழங்கப்பட்டது.

பி. சத்யவதி

மாலை நேரத்து விடியல்

தெலுங்கிலிருந்து தமிழில்
கௌரி கிருபானந்தன்

காலச்சுவடு பதிப்பகம்

அன்பார்ந்த வாசகருக்கு,

வணக்கம்.

காலச்சுவடு நூலை வாங்கியமைக்கு நன்றி.

நூலின் உள்ளடக்கம், உருவாக்கம், அட்டைப்படம் இன்ன பிற அம்சங்கள் பற்றிய உங்கள் கருத்துகளையும் ஆலோசனைகளையும் காலச்சுவடு வரவேற்கிறது. தகவல், எழுத்து, வாக்கியப் பிழைகள் தென்பட்டால் கட்டாயம் தெரிவித்து உதவுங்கள். நூல் தயாரிப்பில் கடும் குறைபாடு இருப்பின் மாற்றுப் பிரதி உங்களுக்குக் கிடைக்கக் காலச்சுவடு ஏற்பாடு செய்யும்.

மின்னஞ்சல்: **publisher@kalachuvadu.com**

காலச்சுவடு நாகர்கோவில் அலுவலகத்துக்குக் கடிதம் அனுப்பலாம்.

தங்கள்
எஸ்.ஆர். சுந்தரம் (கண்ணன்)
பதிப்பாளர் – நிர்வாக இயக்குநர்

மாலை நேரத்து விடியல் ♦ சிறுகதைகள் ♦ ஆசிரியர்: பி. சத்யவதி ♦ © பி. சத்யவதி ♦ தெலுங்கிலிருந்து தமிழில்: கௌரி கிருபானந்தன் ♦ மொழிபெயர்ப்புரிமை: கௌரி கிருபானந்தன் ♦ முதல் பதிப்பு: நவம்பர் 2023 ♦ வெளியீடு: காலச்சுவடு பப்ளிகேஷன்ஸ் (பி) லிட்., 669, கே.பி. சாலை, நாகர்கோவில் 629001

காலச்சுவடு பதிப்பக வெளியீடு: 1202

maalai neerattu viTiyal ♦ Short Stories ♦ Author: P. Sathyavathi ♦ © P. Sathyavathi ♦ Translated from Telugu by: Gowri Kirubanandan ♦ Translation Copyright: Gowri Kirubanandan ♦ Language: Tamil ♦ First Edition: November 2023 ♦ Size: Demy 1x 8 ♦ Paper: 18.6 kg maplitho ♦ Pages: 160

Published by Kalachuvadu Publications Pvt. Ltd., 669, K.P. Road, Nagercoil 629001, India ♦ Phone: 91-4652-278525 ♦ e-mail: publications@kalachuvadu.com ♦ Printed at Clicto Print, Jaleel Towers,42 KB Dasan Road, Teynampet Chennai 600018

ISBN: 978-81-19034-28-4

11/2023/S.No.1202, kcp 4779, 18.6 (1) rss

பொருளடக்கம்

ஒரு ராஜா ஒரு ராணி	9
தமயந்தியின் மகள்	20
திருட்டுப் பூனை	33
காந்தாரி	45
சுய அபிமானம்	56
மாலை நேரத்து விடியல்	68
வீடு மெழுகினால் பண்டிகை ஆகிவிடுமா	79
அப்பா	86
பதி பக்தி	98
பங்கு	110
கோமாதா எங்கள்...	122
ஒரு வசுந்தரா	135
பசுக்கள் வீடு திரும்பும் வேளை	149

ஒரு ராஜா ஒரு ராணி

அமெரிக்காவில் இருக்கும் அருணாவுடன் சாட்டிங் செய்துகொண்டே விழுந்து விழுந்து சிரித்துக் கொண்டிருந்தாள் ராதிகா. பக்கத்திலேயே இருந்த மியூசிக் சிஸ்டத்திலிருந்து ஒலித்துக் கொண்டிருந்த பாட்டு தரையை அதிர வைத்துக் கொண்டிருந்தது.

"அரைமணி நேரமாகக் கூப்பிட்டுக் கொண்டே இருக்கிறேன், காதில் விழவில்லையா?" கத்திக்கொண்டே வந்தாள் வசுந்தரா. "பாட்டை நிறுத்திவிட்டு தோசையை சாப்பிட வா. மணி பத்தாகி விட்டது. இன்னும் எப்போ சாப்பிடப்போகிறாய்? ஞாயிற்றுக்கிழமை வந்தாலே எல்லா வேலைகளையும் தாமதப்படுத்தவேண்டுமா என்ன?" என்று மகளைக் கடிந்துகொண்டாள்.

"ஜஸ்ட் ஹாஃபனவர் மம்மீ!" என்றாள் ராதிகா.

"ஹாஃபும் இல்லை ஃபுல்லும் இல்லை. எழுந்து வா. எல்லோரும் சாப்பிட்டாகிவிட்டது. உனக்கு தோசை வார்த்துவிட்டு மாமி சமையல் வேலையை ஆரம்பிக்க வேண்டும். இன்னிக்கு உங்க அப்பாவுக்குத் தயிர்வடை சாப்பிட வேண்டும்போல் இருக்காம். லஞ்சில் உனக்கு என்ன வேண்டும் என்று சீக்கிரமாக சொன்னாய் என்றால் ஒரு வேலை முடிந்துவிடும்"

"ஏதோ ஒன்று செய்யச் சொல்லுங்க மம்மீ" என்று சொல்லிக்கொண்டே உணவு மேஜையின் முன்னால் வந்து உட்கார்ந்தாள் ராதிகா.

சமையல்கார மாமி ராதிகாவின் முன்னால் தேங்காய் சட்னியும், ஆவி பறக்கும் சாம்பார் கிண்ணத்தையும் வைத்துவிட்டு தோசை வார்த்துக்கொண்டு வருவதற்காக சமையலறைக்குள் விரைந்தாள். ஐந்து நிமிடங்களில் தோசைத் திருப்பியின் மீதே தோசையைக் கொண்டுவந்து பரிமாறிவிட்டு, "சாப்பிடும்மா. இது முடிந்த பிறகு இன்னொரு தோசை கொண்டு வருகிறேன்" என்று சொல்லிவிட்டு மறுபடியும் ஸ்டவ் அருகில் போய் நின்று கொண்டாள்.

வசுந்தரா மகளுக்கு எதிரே வந்து உட்கார்ந்துகொண்டாள். "வருகிற வியாழக்கிழமை அன்று உன்னைப் பெண் பார்க்க வரப்போகிறார்கள். புதன்கிழமை மாலை ஆறுமணிக்கு ப்யூட்டி பார்லரில் அப்பாயின்ட்மென்ட் வாங்கியிருக்கிறேன் பேஷியலுக்காக. ஆபீஸிலிருந்து நேராக அங்கே போய்விடு. எந்த டிரெஸ் பொருத்தமாக இருக்கும் என்று இப்பொழுதே பார்த்து வைத்துக்கொள். புடவை கட்டத் தேவையில்லை. நல்ல சுடிதாராகப் பார்த்து எடுத்து வை. சொன்னதெல்லாம் நினைவு இருக்குமா? மறந்தே போய்விட்டேன் மம்மீ என்பாயா? ஒரு மாதமாக சொல்லிக்கொண்டு இருக்கிறேன். இந்த மாதத்தில் ஒரு நாள் லீவுக்காகச் சொல்லிவை என்று."

அம்மா பேசும்போது குறுக்கே பேசுவது, மாற்றுக் கருத்து சொல்வது எதுவுமே சாத்தியம் இல்லை. எல்லாமே ஆணைகள்தான்.

"அப்படியே செய்கிறேன் மம்மி"

"எழுந்திரு. பீரோவில் நல்ல டிரெஸ் என்ன இருக்கு என்று பார்க்கலாம். இல்லாவிட்டால் மாலையில் புதிதாக ஒன்று வாங்கி விடலாம். இப்பொழுதே எழுந்துகொள்ளாதே. மாமி இன்னொரு தோசையை எடுத்து வருகிறாள் பார்" என்றவள், "மறுபடியும் கம்ப்யூட்டர் முன்னாடி உட்கார்ந்துகொள்ளாதே. தோசை சாப்பிட்டு முடித்ததும் ரூமுக்கு வா. கழுத்துக்கும் காதுக்கும் என்ன போட்டுக்கொள்ள வேண்டும், எந்த வளையல்கள் நன்றாக இருக்கும் என்றும் பார்த்து வைப்போம்" என்றாள் வசுந்தரா.

தோசை சாப்பிட்ட தட்டை எடுத்துப்போகச் சொல்லி வேலைக்காரப் பெண்ணிடமும் பிரிஜ்ஜிலிருந்து ஆரஞ்சு சாற்றை எடுத்து ராதிகாவிடம் தரச் சொல்லி சமையல்கார மாமியிடமும் ஒரே நேரத்தில் ஆணைகளைப் பிறப்பித்தாள் வசுந்தரா.

சமையல்கார மாமி கொண்டுவந்த பழச்சாற்றைக் கடகடவென்று குடித்துவிட்டு 'இனி போகட்டுமா?' என்பதுபோல் பார்த்தாள் ராதிகா.

"எழுந்து வா. பீரோவைத் திறந்து பார்ப்போம்" என்று மகளை இழுத்துக்கொண்டு போகாத குறையாக அறைக்குள் தள்ளிக்கொண்டு போனாள் வசுந்தரா. கழுத்திற்கும் காதிற்கும் என்ன போட்டுக்கொள்ள வேண்டும் என்று தானே தேர்வு செய்து, புது சுடிதார் ஒன்றை வெளியில் எடுத்தாள். "இது வெளியிலேயே இருக்கட்டும். இன்னொரு தடவை அயர்ன் செய்து வாங்கி வைக்கிறேன்" என்றவள். "இனி நீ போகலாம்" என்று மகளுக்கு விடுதலை தந்தாள்.

மறுபடியும் அம்மா லஞ்சுக்கு அழைக்கும் வரையில் நிம்மதியாகச் சாட்டிங் செய்யலாம். லஞ்சுக்கு அரைமணி முன்னால் குளியலை ஒப்பேற்றிவிட்டு, சாப்பாட்டுக் கந்தாயத்தை முடித்துவிட்டால் மாலை தேநீர் நேரம் வரையில் அம்மா தன்னைத் தொந்தரவு செய்ய மாட்டாள். ஞாயிறுதானே போகட்டும் என்று விட்டுவிடுவாள் என்று நினைத்தபடி ராதிகா மறுபடியும் கம்ப்யூட்டர் முன்னால் உட்கார்ந்து சாட்டிங்கைத் தொடர்ந்தாள்.

அதற்குள் வசுந்தரா மறுபடியும் உள்ளே வந்து மஞ்சள் நிற ஸ்டிக்கர் காகிதத்தின்மீது 'புதன்கிழமை மாலை ஐந்து மணிக்கு ப்யூட்டி பார்லர், வியாழன் காலை பத்து மணிக்குப் பெண் பார்த்தல்' என்று எழுதி கம்ப்யூட்டர் பக்கத்தில் ஒட்டி வைத்துவிட்டுப் போனாள்.

ராதிகாவுக்குப் பத்து நாட்களுக்கு முன்னால்தான் இருபத்து மூன்று வயது முடிந்தது. நான்கு மாதங்களுக்கு முன்னால்தான் வேலை கிடைத்தது. மூன்று மாதங்களுக்கு முன்னால்தான் இன்ஜினியரிங் பட்டம் கையில் கிடைத்தது. நான்கு மாதங்களுக்கு முன்னாலேயே வேலை கிடைத்தது என்றால் கேம்பஸ் இன்டர்வியூவில் கிடைத்தது என்று அர்த்தம். இப்பொழுது வரன் ஒன்று வந்திருக்கிறது. அம்மாவின் கண்ணோட்டத்தில் ரொம்ப நல்ல இடம்.

"அம்மாவுக்குப் பிடித்திருக்கிறது என்றால் இனி மறுபேச்சு இல்லை" என்றார் அப்பா.

போட்டோவில் பார்க்கப் பையன் நன்றாகத்தான் இருந்தான்.

○

"சதீஷ்! இந்த நான்கு போட்டோக்களையும் பாரேன். இதில் எது பிடித்திருக்கிறது என்று சொல்லு" என்றாள் அம்மா.

"அவர்களுக்கு ஒரே மகள். ரொம்ப பிரில்லியன்ட். உன்னைப் போலவே சிறுவயது முதல் கான்வென்ட் படிப்பு. அதற்குப் பிறகு இன்ஜினியரிங் என்ட்ரன்ஸில் நல்ல ரேங்க்.

கேம்பஸ் இன்டர்வ்யூவிலேயே நல்ல வேலை. முகத்தில் நல்ல களை. எங்களுக்கு இந்தப் பெண்ணை ரொம்ப பிடித்திருக்கிறது"

அம்மாவும் அப்பாவும் ஒரே பெண்ணுக்கு ஓட்டுப் போட்டார்கள்.

"அவர்களுக்கும் சொந்த வீடு இருக்கிறது. அந்தம்மாள் மகளைப் படிக்கவைப்பதற்காகவே வாலண்டரி ரிடையர்மென்ட் வாங்கிக்கொண்டாளாம். அவருக்குப் பென்ஷன் வரும் வேலை. நன்றாகவே செட்டில் ஆகிவிட்டார்கள். நமக்கு வரதட்சணை எதுவும் தேவையில்லை. கல்யாணத்தைக் கிராண்டாக நடத்திக் கொடுத்தால் போதும். என்ன சொல்கிறாய்?" அப்பா கேட்டார்.

சதீஷுக்கு என்ன சொல்வதென்று புரியவில்லை. "உனக்குப் பயாலஜி வேண்டாம். உன்னால படிக்க முடியாது. எம்.பி.சி. அப்ளிகேஷன் வாங்கி வந்திருக்கிறேன். உனக்காக நானே ஃபில் கூட செய்து விட்டேன் பார்" என்று அப்பா சொன்னபோது 'எனக்கு டாக்டராக வேண்டும் என்று ஆசையாக இருக்கு டாடீ' என்று சொல்ல நினைத்தாலும் 'போகட்டும். அதில் சீட் கிடைக்கவில்லை என்றால் அப்பாவுக்குக் கோபம் வரும்' என்று நினைத்து எம்.பி.சி. குரூப்பிலேயே சேர்ந்தான் சதீஷ்.

"மேத்ஸுக்கு உன்னை நரசிம்மன் சார் வகுப்பில் சேர்த்திருக்கிறேன். நாளை முதல் போக வேண்டும்" என்று சொன்ன போது சரி என்று சொன்னான்.

"உங்க மகனுக்கு ஐ.ஐ.டி.யில் சீட் கிடைத்திருக்கிறதாமே" என்று உறவினர்கள் பாராட்டுத் தெரிவித்தபோது "முதலிலிருந்தே வழிகாட்டுதல் எல்லாம் என்னுடையதுதான்" என்றார் அப்பா.

அம்மாவோ படிக்கும் பையன்கள் என்ன சாப்பிட வேண்டும், என்னென்ன உடற்பயிற்சிகள் செய்ய வேண்டும் என்று விடாமல் சொல்லிக்கொண்டே இருப்பாள். ஐ.ஐ.டி. யில் சேர்ந்தாலும், அமெரிக்காவுக்குப் போனாலும் அம்மா, அப்பா காதில் குடியிருக்காத குறையாய் அறிவுரைகள் வழங்கிக்கொண்டே இருந்தார்கள். ஒரே மகன் இல்லையா. அவர்களை எந்த விஷயத்திலும் நோகடிப்பது சதீஷுக்குப் பிடிக்காது. அதோடு அவர்கள் என்ன சொன்னாலும் தன்னுடைய நலனுக்குத் தானே. இப்போழுது தான் இவ்வளவு பெரிய நிலையில் இருக்கிறோம் என்றால் அது அவர்களுடைய ஆசிகள்தானே. சரி, அந்தப் பெண்ணையே பார்ப்போம். இருபத்தி மூன்று வயதாம். போட்டோவில் பார்த்தால் பத்தாம் வகுப்பு படிக்கும் கான்வென்ட் சிறுமியைப்போல் இருந்தாள்.

"வரதட்சணைக்கு என்ன வந்தது? இந்தக் கையால் வாங்கினால் அந்தக் கையால் செலவாகிவிடும். அதெல்லாம் எதுவும் வேண்டாம். நல்ல மேரேஜ் ஹாலாகப் பார்த்து புக் செய்துவிடுங்கள். ஏ.சி. கட்டாயம் இருக்க வேண்டும். கேட்ரிங் நம்பர் ஒன்னாக இருப்பவர்களாகப் பாருங்கள். சீர்வரிசையைப் பற்றி உங்களுக்கே தெரியும். நான் சொல்ல வேண்டியது இல்லை. எங்களுடைய அந்தஸ்துக்குக் குறை வராதபடி பார்த்துக் கொள்ளுங்கள்."

○

நள்ளிரவு நேரத்தில் போன் மணி ஒலித்ததும் பதற்றத்துடன் ரிசீவரை எடுத்தாள் வசுந்தரா.

"அத்தை! ஆனாலும் உங்கள் மகளுக்கு இவ்வளவு திமிர் ஆகாது. ஒரு வார்த்தை சொன்னால் கேட்டுக்கொண்டால்தானே. வீட்டு வேலை எதுவும் தெரியாது என்றால் போகட்டும். கற்றுக்கொள்வோம் என்ற ஆர்வம்கூட இல்லை அவளுக்கு. இனியும் என்னால் சமாளிக்க முடியாது. மூன்று நாட்களாக முகத்தைத் தூக்கி வைத்துக்கொண்டு உட்கார்ந்திருக்கிறாள். இந்தியாவுக்குப் போக வேண்டும் என்றால் சென்னைக்கும் ஹைதராபாதுக்கும் போவதுபோல் உடனே நடக்கக்கூடிய காரியமா?" உரத்த குரலில் சதீஷ் கத்தியபோது வசுந்தராவுக்குத் தூக்கக் கலக்கம் பறந்தோடிவிட்டது.

"அவளிடம் போனைக் கொடு சதீஷ். நான் பேசுகிறேன்" என்றாள்.

மறுமுனையில் அழுகையும் விசும்பல் சத்தமும் கேட்டது. என்ன நடந்து என்று தெரியவில்லை. இந்தக் காலத்துப் பையன்கள் மேலுக்குப் பார்ப்பதற்கு நன்றாகத்தான் இருப்பார்கள். உள்ளே எப்படி என்று யாருக்குத் தெரியும்? ரொம்பத் துன்புறுத்துகிறானோ என்னவோ. வரதட்சணை வேண்டாமென்று சொல்லிக்கொண்டே பத்து லட்சத்திற்கு செலவு வைத்தார்கள். இப்போ ஏதாவது பேசினால் இன்னொரு போனில் கேட்டுக்கொண்டிருப்பானோ.

"இப்போ உங்களுக்கு மணி என்ன?" என்று கேட்டுவிட்டு "சதீஷ் ஆபீசுக்குப் போன பிறகு போனில் கூப்பிடு" என்றாள் வசுந்தரா.

ராதிகாவும் அதேபோல் செய்தாள்.

"நான் என்ன செய்தாலும் சதீஷுக்குப் பிடிக்கவில்லை. அவங்க அம்மா செய்தாற்போல் இல்லையாம். படுக்கையை

உதறிப் போடவில்லை என்பான். அடுப்படி மேடையைத் துடைக்கவில்லை என்று குறை சொல்லுவான். துணிகளை என்னையே வாஷிங் மிஷினில் போடச் சொல்கிறான். நண்பர்களைப் பார்ட்டிகளுக்குக் கூப்பிடுவான். என்னையே சமைக்கச் சொல்கிறான். கைநிறைய சம்பளம் வாங்கிக்கொண்டு நிம்மதியாக இருந்தவளை இப்படி அமெரிக்காவுக்குத் துரத்தி விட்டீங்களே? டிரைவிங் லைசென்ஸ் இல்லை. பப்ளிக் ட்ரான்ஸ்போர்ட் இல்லை. இந்த இடம் வெறும் ஜெயில் மம்மீ" புலம்பினாள் ராதிகா.

"என்ன பேச்சு இது? அங்கே அருணா இல்லையா? சாந்தி இல்லையா? நீ ஒருத்தி மட்டும்தான் வேலையை விட்டுவிட்டு போயிருக்கிறாயா? வீட்டு வேலைகளைக் கொஞ்சமாவது செய்யவில்லையென்றால் எப்படி? கொஞ்சம் பழக்கப்படுத்திக் கொள்."

"மம்மீ! நீங்க என்றைக்காவது என்னைக் காபியாவது கலக்க விட்டிருக்கீங்களா? அட்ஜெஸ்ட் செய்துகொள், பழக்கப் படுத்திக்கொள் என்று புதிதாக சொல்றீங்களே? நீங்கள் எல்லோரும் எனக்கு வேண்டிய விதமாக அட்ஜெஸ்ட் செய்து கொள்வதுதானே வழக்கம்?"

வசுந்தராவுக்குத் தலையைச் சுற்றிக்கொண்டு வந்தது. உடனே சம்பந்தி அம்மாளுக்குப் போன் செய்தாள். அந்த அம்மாள் தன் மகனுக்குப் போன் செய்து "அந்தப் பெண்ணுக்குக் கொஞ்சம் வீட்டு வேலைகளில் ஒத்தாசை செய். அமெரிக்காவில் எல்லோரும் அப்படித்தான் செய்வார்களாமே?" என்றாள்.

"என்னால் முடியாது மம்மீ. நான் ஒரு நாளும் வீட்டு வேலைகளைச் செய்தது இல்லை. இருந்தாலும் வேலைகளைக் செய்துகொண்டு வீட்டிலேயே உட்கார்ந்திருந்தால் ஆபீஸ் வேலையில் எப்படி முன்னுக்கு வர முடியும்? அதோடு இந்த வேலைகள் எல்லாம் செய்யப் பிடிக்காமல்தானே நான் இந்தக் கல்யாணத்திற்கு இவ்வளவு சீக்கிரமாக சம்மதித்தேன். வேலைக்கும் போகாமல், வீட்டு வேலைகளையும் செய்யாமல் இந்த மகாராணி என்ன செய்வாளாம்? உங்களுக்குத் தெரியுமா மம்மீ? பக்கத்தில் டெடிபேர் இல்லாமல் பாப்பாவுக்கு தூக்கம் வராதாம்."

அந்தம்மாள் மறுபடியும் வசுந்தராவிடம் பேசினாள். "மகனிடம் பேசினேன். அவன் ஒரே புலம்பல். உங்க மகள் காபிமேக்கரில்கூடத் தண்ணியை ஊற்ற மாட்டாளாம். எப்போ பார்த்தாலும் கம்ப்யூட்டர் முன்னாலேயே உட்கார்ந்து இருப்பாளாம். உங்கள் மகளுக்கு இந்தியாவில் இருக்கும்

மாப்பிள்ளையாகப் பார்த்திருக்கலாம். வீட்டு வேலைகள் செய்வதற்கு ஒன்றுக்கு இரண்டாக ஆட்கள் கிடைத்திருப்பார்கள்”

“ஆமாம் ஆமாம். சுளையாக இருபதாயிரம் சம்பளம் வாங்கிக் கொண்டிருந்தாள். வேலையை விட்டுவிட்டு அமெரிக்கா வுக்குப் போனாள். இந்தத் தவறெல்லாம் என்னுடையது தான்” என்றாள் வசுந்தரா, கோபத்தை விழுங்கிக்கொண்டே.

இதுவே இந்தியாவிலேயே இருந்திருந்தால் என்னதான் நடக்கிறது என்று பார்த்துவிட்டு வருவதற்காக ஒருநடை போய்விட்டு வந்திருக்க முடியும். வீட்டு வேலைகளைச் செய்து தருவதற்கு ஒரு குட்டிப் பெண்ணையும் கூடவே அனுப்பி வைத்திருக்கலாம். யோசிக்க யோசிக்க வசுந்தராவின் கோபம் முழுவதும் தன் தாயின்மீது திரும்பியது.

ராதிகா பிறந்தபோது ஒத்தாசைக்கு வந்திருந்தாள் அவளுடைய தாய். “கைக்குழந்தையுடன் உன்னால் வேலைக்கு எப்படிப் போக முடியும்? நான் எடுத்துக்கொண்டுபோய் வளர்க்கிறேன். எனக்கு மட்டும் வீட்டில் என்ன வேலை இருக்கிறது? பொழுதும் நன்றாகப் போகும். உனக்கும் நிம்மதியாக இருக்கும். மாப்பிள்ளையிடமும் கேட்டுப்பார்க்கிறேன்” என்றாள்.

அம்மாவுக்கு வீட்டிலும் யாரும் இல்லை. வீட்டு வேலை களுக்கு ஒத்தாசையாக எப்போதும் வீட்டில் ஒரு குட்டிப் பெண் இருப்பாள். கைக்குழந்தையையும் தூக்கிக்கொள்வாள். அம்மாவுக்குச் சிரத்தை அதிகம். கண்ணும் கருத்துமாகக் குழந்தையைப் பார்த்துக்கொள்வாள். எல்லாம் யோசித்துப் பார்த்துவிட்டு, சரி என்று சொன்னாள்.

குழந்தைக்கு ஆறு மாதங்கள் முடியும்வரையில் கூடவே இருந்துவிட்டு, போகும்போது குழந்தையை அழைத்துக் கொண்டு போய்விட்டாள். பத்து வயது ஆகும்வரையில் பேத்தியைத் தானே வளர்த்தாள். தண்ணியைக் குடிக்கணும் என்றால் டம்ளரை எடுத்து மொண்டு கொள்ளணும் என்று கூடத் தெரியாத வகையில், குடித்த டம்ளரை அதன் இடத்தில் வைக்கணும் என்ற தேவையில்லாத விதமாக வளர்ந்தாள் ராதிகா. யாருக்காவது சின்ன ஒத்தாசை செய்யலாம் என்ற நினைப்பு வராத அளவுக்குப் பாட்டியின் செல்லம்.

“நீங்கதான் அவளைக் கெடுத்து வைத்திருக்கீங்க” போனில் தாயின்மீது பாய்ந்தாள் வசுந்தரா.

“நான் வளர்த்தது பத்து வயதுவரையில். நீ வளர்த்தது பதிமூன்று வருடங்கள். நான் வளர்த்தபோது அவள் சிறு குழந்தை. நீ வளர்க்கும்போது அவள் விவரம் தெரிந்தவள்.

நான் ஏன் உன் மகளைப் பார்த்துக்கொண்டேன் தெரியுமா? எனக்கு இல்லாத படிப்பும் வேலையும் உனக்கு இருந்ததால். நீ சுதந்திரமாக வாழணும் என்றும், குழந்தைக்கும் வேலைக்கும் உன்னால நியாயம் வழங்க முடியாது என்பதாலும். சமைக்கத் தெரியவில்லை என்றால் நஷ்டம் எதுவும் இல்லை. முதலில் அவர்கள் இருவருக்கும் நடுவில் சமாதானம் ஏற்படும் விதமாகச் செய். இல்லையா அங்கே போய் சமைத்துப் போடு. நடுவில் என்மீது பாய்வானேன்?" என்றாள் அந்தம்மாள்.

"உனக்குச் சமைத்துப் போட்டு எல்லா வேலைகளையும் செய்யும் பெண்தான் வேண்டும் என்றால் படித்த பெண்ணை ஏன் கல்யாணம் பண்ணிக்கொண்டாய்?" சதீஷின் தாய் சலித்துக்கொண்டாள்.

"எனக்கு என்ன தெரியும்? தொடக்கத்திலிருந்து நீங்கள்தானே எனக்கு என்ன வேண்டுமோ, எப்படி இருந்தால் நான் சுகமாக இருப்பேனோ சொல்லிக்கொண்டு இருக்கீங்க. நீங்கள் சொன்னதை எல்லாம் கேட்டுக்கொண்டேனா இல்லையா? நீங்கள் அந்தப் பெண்ணை செலக்ட் செய்தீங்க. நானும் சரி என்று சொன்னேன். உங்களுக்குத்தான் எல்லாம் தெரியுமே என்று நினைத்துக் கொண்டேன்" என்றான் சதீஷ்.

"முன்னைப்போல் இந்தக் காலத்துப் பெண்களை உனக்கு சமைக்கத் தெரியுமா? வீட்டு வேலைகள் செய்யத் தெரியுமா என்று கேட்பது மரியாதை இல்லை. இருந்தாலும் எத்தனைப் பெண்கள் அமெரிக்காவுக்குப் போய் வேலைகளைக் கற்றுக் கொள்ளவில்லை? இதெல்லாம் எதற்கு? அங்கே இந்தியன் ரெஸ்டாரெண்டுகளும், இந்தியன் க்ரோசரி கடைகளும் நிறையவே இருக்குமாமே? வெளியில் சாப்பிட்டுக்கொள்ளுங்களேன் கொஞ்ச நாட்களுக்கு?" என்றாள் சதீஷின் தாய்.

"நன்றாகத்தான் இருக்கு உங்களுடைய அறிவுரை. சாப்பாடு விஷயம் இருக்கட்டும். வீடு ரொம்ப ஊழலாக இருக்கிறது." எரிச்சலுடன் சொல்லிவிட்டு போனை வைத்துவிட்டான் சதீஷ்.

O

"அவனுடன் எனக்கு கொஞ்சம்கூட ஒத்துப்போகவே இல்லை அருணா. டிபிகல் இந்தியன் மிடில் கிளாஸ் மேல்" என்றாள் ராதிகா.

"எங்கேஜ்மென்ட் முடியும்வரையில் உங்களுக்கு ஒருவரைப் பற்றி ஒருவருக்கு அதிகமாக எதுவும் தெரியாதே, சர்டிபிகேட்ஸ் பற்றி தவிர. பின்னே இப்படித்தான் இருக்கும். போகட்டும், கொஞ்ச நாள் இந்தியாவுக்குப்போய் இருந்துவிட்டு வாயேன்" என்றாள் அருணா.

பி. சத்யவதி

"அதுவும் முடிந்துவிட்டது. கல்யாணத்திற்கு நிறைய செலவு செய்துவிட்டானாம். இப்போ உடனே தன்னால் டிக்கெட்டுக்காகச் செலவு செய்ய முடியாதாம். சொல்லிவிட்டான்."

அருணாவுக்கு என்ன பதில் சொல்வதென்று புரியவில்லை போலும். டெலிபோன் மறுமுனையில் நிசப்தம்.

"நல்ல பிராஜெக்டில் இருந்தவள் நடுவில் வேலையை விட்டுவிட்டு வந்தேன். ரொம்ப இண்டரெஸ்டிங்காக இருந்தது. இன்னும் ஆறு மாதங்கள் போயிருந்தால் நானே பிராஜெக்ட் லீடராகி இருப்பேன். அவன் என்னை வெறும் ஹோம் மேக்கராக பார்க்கிறான். எனக்கு அவனுடன் பிரண்ட்ஷிப் ஏற்படுவது அசாத்தியம் அருணா. அவனுக்கு எதிராளியைப் புரிந்து கொள்ளும் குணம் கொஞ்சம்கூட இல்லை. சின்ன உதவிகூட செய்ய மாட்டான். உனக்குத் தெரியுமா அருணா. என்றைக் காவது சமையல்கார மாமி வராமல் போனாலோ, அம்மா எங்கேயாவது வெளியில் போக நேர்ந்தாலோ அப்பாவும் நானும் வெளியில் சாப்பிட்டுக்கொள்வோம். ஜாலியாக ஏதாவது சினிமாவுக்குப் போவோம்."

"நமக்கு அம்மா, அப்பா சுத்தமாக இருப்பது, அழகான, மிடுக்கான தோற்றத்துடன் காட்சி தருவது, நல்ல ரேங்குகளைப் பெறுவது எல்லாம் கற்றுத் தருவார்கள். பிறந்தநாள் விழாக்களைக் கொண்டாடுவது, நல்ல உணவு தருவது, நல்ல கணவனைத் தேடுவது எல்லாம் செய்வார்கள். சுயமாக யோசிக்கும் தேவை ஏற்படும் விதமாகச் செய்வது, சுதந்திரமாகச் சிந்திக்கும் சக்தியைத் தருவது, பிரச்சினைகள் வந்தால் மிரண்டு போய் விடாமல் எதிர்த்து நிற்கக்கூடிய தன்னம்பிக்கையைத் தருவது... இதெல்லாம் செய்ய மாட்டார்கள். அவர்களுடைய பார்வைக்கு இவையெல்லாம் வரவே வராது. எல்லா ஏற்பாடுகளையும் செய்து தருவது போலவே நமக்காக அவர்களே யோசிக்கவும் செய்வார்கள். சமீபகாலத்தில் இந்தப் போக்கு அதிகமாகிவிட்டது. உங்களுக்கு என்ன தேவை என்று இதுநாள்வரையில் யோசிக்க வேண்டிய அவசியமே வந்ததில்லை. அதுதான் கரையில் விழுந்த மீனைப் போல் துடிக்கிறீங்க. நீங்க இருவரும் போய் கௌன்சிலிங் எடுத்துக் கொள்ளுங்கள். இங்கே இது ரொம்ப சகஜம்"

"என்ன கௌன்சிலிங்கோ என்னவோ. அருணா! உண்மையைச் சொல்ல வேண்டுமென்றால் எங்கள் வீட்டில் நான் ஒரு நாளும் காபி டம்ளரைக்கூட கழுவியதில்லை குறைந்தபட்சம் கொண்டுபோய் சிங்கில்கூடப் போட்டதில்லை. வேலைக்காரப் பெண் கையிலிருந்து காபி டம்ளரை வாங்கிக் கொண்டு

போவாள். இங்கே என்னடாவென்றால் பாத்ரூம்களைக் கழுவவில்லை என்று சதீஷ் ஒரே ரகளை. அந்த வேலைகளை எல்லாம் எப்பொழுதாவது அவனே செய்யலாம் இல்லையா? அந்த வேலைகளிலிருந்து தப்பித்துக்கொள்வதற்காகத்தான் கல்யாணம் செய்துகொண்டேன் என்று கொஞ்சம்கூட வெட்கமே இல்லாமல் என்னிடமே சொல்கிறான்"

"இதோ பார் ராதிகா! என் பேச்சைக் கேள். நீங்க இருவரும் கௌன்சிலிங் எடுத்துக்கொள்ளுங்கள். அவன் வர மாட்டேன் என்று சொன்னால் நீ மட்டுமாவது போய் வா. இல்லாவிட்டால் உனக்கு டிப்ரெஷன் வந்துவிடும்"

❍

"குழந்தையை நான் அழைத்துப்போகிறேன். அவளை உன்னால் வளர்க்க முடியாது. குழந்தையைப் பார்த்துக்கொள்வது எனக்கு ஒன்றும் கஷ்டம் இல்லை. சமையல்கார மாமி, வீட்டு வேலைகளுக்கு வேலைக்காரி, உங்க அப்பா, நான் இத்தனை பேர் இருக்கிறோம். உனக்கு வர்க் பர்மிட் கிடைத்து விட்டதாகச் சொன்னாய் இல்லையா. வேலைக்குப் போ. இல்லை யென்றால் ஏதாவது படி. ஆரம்பத்தில் ஸ்ட்ரெஸ் ஆகிவிட்டது உனக்கு. குழந்தையை நாங்கள் பார்த்துக்கொள்கிறோம், நீ நிம்மதியாக வேலைக்குப் போகலாம். சதீஷ் இப்போ ரொம்ப மாறிவிட்டான். நாமும் பார்த்துக்கொண்டுதானே இருக்கிறோம்" என்றாள் வசுந்தரா, ராதிகாவிடம்.

"இன்னொரு இளவரசியைத் தயார் செய்யுங்கள்." சதீஷ் போனில் சொல்லிக்கொண்டிருந்தான்.

மறுமுனையில் சதீஷின் தந்தை போலும். ஸ்பீக்கர் ஆனில் இருந்தது. அவர் சொல்வதும் கேட்டுக்கொண்டிருந்தது.

"குழந்தையைச் சம்பந்தி அம்மாளுடன் அனுப்பி வை சதீஷ். சில நாட்கள் நாங்களும் பார்த்துக்கொள்கிறோம். இதே ஊர்தானே. முழுவதுமாக அவங்க பொறுப்பிலேயே விட்டு விட மாட்டோம்" என்று சொல்லிக்கொண்டிருந்தார்.

"இந்தப் பக்கம் ஐந்து பேர், அந்தப் பக்கம் ஐந்து பேர். மொத்தம் பத்துப் பேராகச் சேர்ந்து குழந்தையை வளர்க்கப் போறீங்களா? வண்டர்ஃபுல் டாடீ. இப்போதுகூட நாங்கள் என்ன செய்ய வேண்டுமென்றும், எப்படிச் செய்ய வேண்டு மென்றும் சொல்வதை நிறுத்தமாட்டீங்களா? எங்களையும் கொஞ்சம் யோசிக்க விடுங்கள். இப்பொழுதாவது எங்களைச் சுதந்திரமாக, தனித்தன்மையுடன் வாழவிடுங்கள். நல்லது கெட்டது யோசிக்கும் தேவை எங்களுக்கு வரவிடுங்கள்.

யோசிக்கும் வாய்ப்பை எங்களுக்குக்கொடுங்கள்" என்று போனை வைத்துவிட்டான்.

"அதற்காக இல்லை. இரண்டு பேரும் வேலை பார்த்தால் சீக்கிரமாக வீடு வாங்கலாம்." வசுந்தரா மகளிடம் சொல்லிக் கொண்டிருந்தாள்.

"ஏதோ ஒன்று செய்வோம் அம்மா. நீங்க கூலாக இருங்கள். சதீஷ் அவங்க அப்பாவிடம் சொன்னதை கேட்டீங்க இல்லையா?" என்று சொல்லிவிட்டு அங்கிருந்துபோய்விட்டாள் ராதிகா.

"இதென்னது?" வியப்புடன் பார்த்தாள் வசுந்தரா. இதுபோல் எதிர்த்துச் சொன்னது இதுவரையில் இருந்தது இல்லையே?

தமயந்தியின் மகள்

ஞாயிறன்று காலைக் கதிரவன் என் அறைக்குள் நுழையாதவாறு சன்னல் திரைச்சீலையைப் போட்டுத்தான் வைத்திருப்பேன். ஆனால் ஞாயிறு, திங்கள்என்ற பாகுபாடு எதுவும் இல்லாமல், ஆறு மணிக்கே எழுந்துகொண்டு பழைய ஹிந்திப் பாடல்களின் பின்னணியில் காபியை, ஆங்கில, தெலுங்கு நாளேடுகளை, அவற்றின் இணைய இதழ்களை ரசிக்கும் சினேகாவால் என் நீண்ட தூக்கத்தைச் சகித்துக்கொள்ள முடியாது.

“இதுபோல் சோம்பேறியாகத் தூங்கிக்கிட்டு இருந்தால் உன்னைத் தூக்கிவிடுவேன்” என்று இரட்டை வசனங்களை என்மீது வீசுவாள். அதனால் நானும்கூட காலையில் சீக்கிரமாகவே எழுந்துகொண்டு பல் தேய்த்துவிட்டு வருவதற்குள்....

“ஆவோ ஹுசூர்... தும் கோ சிதாரோ லேச் சலூன் (வாயேன் எனது யஜமானியே! உன்னை நட்சத்திர உலகிற்கு அழைத்து செல்கிறேன்)” என்று காபி கோப்பையைப் பக்கத்தில் வைத்தாள்.

“சொல்லுங்கள் ஹுசூர், இன்று தங்களை எங்கே அழைத்துச் செல்லட்டும்?” என்று சினேகா சொல்லிக்கொண்டு இருந்தபோதே சலனமற்ற குளத்தில் கல்லை வீசியதுபோல் போன் ஒலித்தது.

என்னுடைய அத்தை.

‘நீங்க எனக்கு வரன் பார்க்க வேண்டாம் அத்தை’ என்று கோபமாக, கச்சிதமாகச் சொன்ன போதிலும் அத்தை சும்மா இருக்க மாட்டாள்.

“சாமர்லகோடாவிலிருந்து சந்தோஷ் என்ற பையனின் தாய் தந்தைக்கு உன் புரொபைல் மிகவும் பிடித்துவிட்டது. அவர்களிடம் பேசினேன். அந்தப் பையனுக்கும் பிடித்திருக்கிறது. வியாழன் அன்று அவர்களை அழைத்துக்கொண்டு உன்னிடம் வருகிறேன். விடுமுறை எடுத்துக்கொள்” என்று ஆணையைப் பிறப்பித்தாள்.

ஞாயிறுக்கும் வியாழனுக்கும் இடையே நிறைய இடைவெளி இருக்கிறது என்பதால் ஏதாவது சாக்குச் சொல்லி தப்பித்துக் கொள்வோம் என்று நினைத்தேன்.

“ஹெட் மசாஜ்க்காக அழகுநிபுணியை வரச்சொன்னேன். ஒன்பதரை மணிக்கு. அது முடிந்த பிறகு ஊர் சுற்றுவது, சாப்பிடுவது, வாங்குவது, பேசுவது வகைறா வகைறா” என்றாள் பிரிய சிநேகிதி.

எங்கெங்கே ஊர் சுற்றுவோம், எங்கே சாப்பிடுவோம், என்ன வாங்குவோம், யாருக்குப் போன் பண்ணுவோம் என்று பட்டியலிட்டுக்கொண்டிருந்தபோது இன்னொரு கல்...

“நான் உங்களிடம் பேச வேண்டும், எப்போ, எங்கே சாத்தியப்படும் என்று சொல்லுங்கள்”

யாரோ இல்லை. என் புரொபைல் பிடித்துப் போன சாமர்லகோடா சந்தோஷ்.

“என்னைச் சந்திக்க வேண்டாம். பேசவும் வேண்டாம். என் புரொபைல் உங்களுக்குப் பிடித்துவிட்டால் போதுமா? உங்களுடையது எனக்குப் பிடித்திருக்க வேண்டாமா? இருந்தாலும் வியாழன் அன்று எப்படியும் சந்திப்பு இருக்கிறதே. நடுவில் இப்பொழுது இந்தத் திடீர் அனுகிரகம் எதற்கு?”

“மிக முக்கியமான விஷயம். பர்சனலாக பேச வேண்டும் ப்ளீஸ்” என்றான்.

“ஏய்! வரட்டுமே. கொஞ்சம் நேரம் நல்ல பொழுதாகப் போகும். இப்பொழுதே நம் வீட்டிற்கு வருகை தரச்சொல். சீக்கிரமாக முடிவு செய்து விடுவோம். நான்தான் இருக்கிறேனே” என்று சினேகா அறிவுரை வழங்கினாள்.

“சரி” என்று குளவியின் கூட்டை உசுப்பிவிட்டேன்.

சந்தோஷ் பிரம் சாமார்லகோடா என் அளவுக்குப் படித்திருக்கிறான். என்னைப்போலவே நல்லவேலையில் இருக்கிறான். நல்ல ஆடைகளை அணிந்து ‘ப்ரூட்’ நறுமணம் தெளித்துக்கொண்டு (மௌத் வாஷ்கூட கொப்பளித்துவிட்டு)

நறுமணம் கமழ வந்தான். பரஸ்பர சம்பிரதாய குசல விசாரிப்புகள், மரியாதைகள் முடிந்த பிறகு வந்த வேலையை வெளிப்படுத்தினான்.

'தமயந்தி அம்மா உண்மையிலேயே இறந்துவிட்டாளா, அல்லது போய் விட்டாளா?' என்ற மிகப்பெரிய சந்தேகம் அவன் அம்மாவுக்கு நேற்றிரவு திடீரென்று வந்துவிட்டதாம். அப்பொழுது முதல் தொணதொணவென்று நச்சரிப்பாம்!

உண்மையில் அவன் 'போய் விட்டாளா?' என்று சொல்ல வில்லை. எங்கள் ஊரில் எங்கள் உறவினர்கள், அக்கம் பக்கத்தில் இருப்பவர்கள், அவ்வளவாகக் கல்வி அறிவு இல்லாதவர்கள், ப்ரூட் நறுமணம், மௌத் வாஷ் பற்றி தெரியாதவர்கள் பயன்படுத்தி பயன்படுத்தி தேய்ந்துபோன, காலாவதியாகி விட்ட ஒரு வார்த்தையைச் சொன்னான்.

"சாரி சந்தோஷ்... தமயந்தி அம்மா இறந்துபோய்விட்டாள் என்று சொல்லி உங்களை மகிழ்விக்க முடியாது என்னால். சற்று முன் நீங்கள் ஒரு வார்த்தையைப் பயன்படுத்தினீர்கள் இல்லையா! அந்தக் காரியத்தைத்தான் செய்தாள். அந்தத் தமயந்தி அம்மாவின் மகள் நான். சரிதானே. சொல்லுங்கள் உங்கள் வீட்டாரிடம்" என்றேன். அவன் தெளித்துக்கொண்டு வந்த நறுமணம் எனக்கு வயிற்றைப் பிரட்டிக்கொண்டு இருந்தது.

"அது வந்து ... அப்படி எதுவும் இல்லை. நான் என் வீட்டாரை கன்வின்ஸ் செய்துகொள்கிறேன். உங்களைப்பற்றி ஆபீசில், அங்கே இங்கே ரொம்ப நல்லவிதமாகச் சொன்னார்கள். சும்மா கேட்டேன். அவ்வளவுதான்."

"பின்னே நான் உங்களைப் பற்றி ஆபீசிலும், வேறு எங்கேயும் கேட்டுக்கொள்ளவில்லையே? இருந்தாலும் இந்த வேண்டாத கருணை எதற்கு? நம் இருவருக்கும் ஒத்துப் போகாது மிஸ்டர் சந்தோஷ். பெண் பார்த்தல் நிகழ்ச்சி வேண்டாம் என்று சொல்லி விடுங்கள். நான் என் அத்தையிடம் சொல்லி விடுகிறேன்" என்று வணக்கம் தெரிவித்தேன்.

"உன் அத்தையை இங்கே வரவழைத்து விடு. எந்த ரகளையும் இருக்காது. அங்கே உட்கார்ந்து, சும்மா வரன் பார்த்துக்கிட்டு ஊரைக் கூட்டுகிறாள்" என்றாள் சினேகா.

"சரிதான். ஏற்கனவே அவள் மகனும், மருமகளும் அந்தம்மாள் ஏதோ எனக்கு கொள்ளையடித்துக்கொடுத்து விடுகிறாள் என்று வருத்தப்பட்டுக்கிட்டு இருக்கிறார்கள். இங்கே வந்தால் அவளுடைய பணம் மற்றும், நகைகளுக்காக

பி. சத்யவதி

நான் அழைத்து வந்து விட்டேன் என்று சொல்லுவார்கள். ஏற்கனவே அந்தம்மாள் என்னைத் தாய் இல்லாத குழந்தை என்று பறைசாற்றி விட்டாள். உண்மையைச் சொல்லி விட்டால் கதை முடிந்துவிடும் இல்லையா? ஏனோ அவளை நோகடிக்க என்னால் முடியாது. என்னை வளர்த்திருக்கிறாள் இல்லையா”

“அதற்காக நாளுக்கு ஒரு சந்தோஷ் வந்து உன்னை அழ வைத்துக்கொண்டிருந்தால் சும்மா இருந்து விடுவாயா? அது நடக்காத காரியம்” என்றாள் சினேகா.

சந்தோஷ் வார்த்தைகளுக்கு எனக்கு அழுகை ஒன்றும் வரவில்லை.

அதுபோன்றவற்றுக்கு என் கண்ணீர் இப்பொழுது துளிர்க்காது. சிறுவயதில் நிறைய அழுதிருக்கிறேன், ஒருக்கால் இந்த வாழ்க்கைக்குத் தேவையான அளவுக்கு... அதன் பிறகு அழுகையை நிறுத்துவதற்காக நிறைய கஷ்டப்பட்டேன். மதிப்பு வாய்ந்த உத்வேகங்கள், உணர்வுகள் தவிர வேறு எதுவும் கண்ணீருக்குத் தகுதி பெற்றவை இல்லை என்று தெரிந்து கொண்டேன், சமீப காலமாகத்தான். ‘உங்கள் மதிப்பை நிலைநிறுத்திக்கொள்ளச் சொல்லி’ என் அருமை கண்ணீர் நண்பர்களை வேண்டிக்கொண்டேன். இப்பொழுதுதான் என் பேச்சைக் கேட்கத் தொடங்கி இருக்கின்றன. உண்மையில் தமயந்திக்கு ஒரு களங்கத்தைக் கற்பிப்பதற்கு, அதனை எனக்கும் ஒட்ட வைப்பதற்கு, எங்கள்மீது அருவருப்போ, கருணையோ காட்டுவதற்கு இவர்கள் யார்?

சினேகாவை கடவுள் எனக்காகவே உருவாக்கியதுபோல் என் வகுப்புத்தோழி ஆனாள். பிறகு என் கொலீக் ஆனாள். இருவரும் சேர்ந்து ஒரு அபார்ட்மென்ட் எடுத்துக்கொண்டதால் என் சினேகிதி, தத்துவவாதி, வழிகாட்டி எல்லாமாக ஆனாள். அண்ணாவுக்குப் பிறகு அவள்தான் என் மனத்திற்கு நெருங்கிய உறவு. அவள் ஒரு நீர்வீழ்ச்சி. என் நீண்டகால மௌனத்தைக் கரைத்தாள்.

சுருங்கிவிட்டிருந்த என்னை நேராக நிமிர்த்தி வைத்தாள். சிரிக்கக் கற்றுக்கொடுத்தாள். எனக்கும் பாடத் தெரியும் என்று நினைவுபடுத்தினாள். புத்தகங்கள் படிக்கப் பழக்கப்படுத்தினாள்.

சினேகா அழகுநிபுணியிடம் தலையை ஒப்படைத்து விட்டு உட்கார்ந்துகொண்டாள். நானும் கண்களை மூடி அமர்ந்திருந்தேன். என் மனமேடையில் கருப்பும் வெளுப்புமாக வாழ்க்கைக் காட்சிகள்.

சுந்தரியின் வீட்டில் இசை வகுப்பு முடிந்து, வீட்டுக்குத் திரும்பி வந்த அந்த அசுர சந்தியாநேரம், இன்னும் வராண்டாவின் விளக்கு எரியவில்லை. முழுவதுமாகப் பரவாத இருட்டில் அப்பா கோபமாகப் பிரம்பு நாற்காலியில் அமர்ந்திருந்தார். அவர் கையில் ஒரு பேப்பர் இருந்தது. அண்ணா தூணில் சாய்ந்துகொண்டு நின்றவாக்கில் அழுது கொண்டிருந்தான். என்ன நடந்ததென்று அம்மாவிடம் கேட்போம் என்று உள்ளே போனேன். உள்ளே அறைகள் எல்லாமே இருள். சமையலறையும் இருளில் மூழ்கியிருந்தது.

"அம்மா எங்கே போனாள் அப்பா?" என்று கேட்டபோது பதில் சொல்லவில்லை. கையிலிருந்த பேப்பரைக் கூடுமான வரையில் கிழித்துத் துண்டுகளாக்கி குவித்து தீக்குச்சி பற்ற வைத்தார். அண்ணா என்னைக் கட்டிப்பிடித்துக்கொண்டு அழுதான். நானும் அழுதேன். எத்தனை நேரம் ஆனாலும் அம்மா வரவே இல்லை. யாரும் உணவு சமைக்கவில்லை. நாங்கள் அழுதுஅழுது தூங்கி விட்டோம். விடியும்போது சமையலறையில் அத்தை இருந்தாள்.அத்தை என்றால் எனக்குப் பிடிக்காது.

"அம்மா எங்கே போயிருக்கிறாள்?" என்று கேட்டேன்.

"குளத்தில் போய் குதிக்க" என்றாள் அத்தை.

என்னைப் பள்ளிக்குப் போகச் சொல்லி அப்பா கோபித்துக்கொண்டார். அப்பா என்றால் பயம் இருப்பதால் போனேன். வீட்டிற்கு வரும்போது அம்மா இருந்தால் நன்றாக இருக்கும் என்று நினைத்துக்கொண்டே போனேன். இரண்டு... மூன்று ... நான்கு நாட்கள். ஊஹும், அம்மா வரவில்லை. எனக்கு ஜுரம் வந்துவிட்டது. அம்மாவின் தொடுகைக்காக ஏங்கினேன். தூக்கத்தில் அழுதேன். மாத்திரை கொடுக்க வந்த அத்தையின் கையை உதறித் தள்ளினேன். பத்து நாட்கள் கழித்து ஜுரம் குறைந்துவிட்டது. சரியாக வாராமல் சடைகட்டி விட்ட தலைமுடியில் பிலுபிலுவென்று பேன்கள்! கரடுமுரடான சீப்பைக்கொண்டு அத்தை வரட்வரட் என்று வாரிவிட்டாள். தலை முழுவதும் ஒரே எரிச்சல். அத்தை அம்மாவைப்பற்றி வேண்டாத வார்த்தைகளை எல்லாம் சொல்லிக்கொண்டிருந்தாள். வசை பாடிக்கொண்டிருந்தாள். கழியால் அவள் மண்டைமீது போட்டு விரட்டியடிக்க வேண்டும் போல் தோன்றியது.

"எங்கள் வீட்டைவிட்டு வெளியே போ" என்று சீப்பைப் பிடுங்கிக்கொண்டு அவள் கையை நன்றாக கீறினேன். சிவப்புக் கோடுகளிலிருந்து ரத்தம் வந்தது. அத்தை என்னை அடிப்பாள்

என்று நினைத்தேன். அப்பாவிடம் சொல்லி என்னை அடிக்க வைப்பாள் என்று நினைத்தேன்.

ஆனால் எதுவும் சொல்லவில்லை. கண்களைத் துடைத்தபடி என்னை அருகில் இழுத்துக்கொண்டாள். "என்னைப் போகச் சொன்னால் போய் விடுகிறேன். ஆனால் நான் போய்விட்டால் வீட்டில் பெண் துணைக்காக உங்க அப்பா இப்பொழுதே போய் கல்யாணம் செய்துகொள்வான். வருபவள் உனக்கு இது போல் தலை வாரி விடமாட்டாள். பேன் பார்க்க மாட்டாள். நீ எரிந்து விழுந்தாலும் கெஞ்சிக் கூத்தாடி மருந்து மாத்திரை தரமாட்டாள். நீ சின்னவள். பத்து வயதுகூட நிரம்பவில்லை. உனக்கு எதுவும் தெரியாது, ஒன்று மட்டும் உண்மை. உங்க அம்மா இனி வரமாட்டாள். உங்களை விட்டுவிட்டு போய்விட்டாள். உன் அப்பா வரச்சொல்லி அழைத்ததால்தான் வந்தேன், உனக்காக..." என்றாள். அத்தையின் மகன், மருமகள் எங்கேயோ தொலைதூரத்தில் இருந்தார்கள். அத்தை மட்டும் தனியாக விஜயவாடாவில் வசித்து வருகிறாள். அவர்களுடன் அத்தைக்கு ஒத்துப்போகவில்லை என்பாள் அம்மா.

"அம்மா நிஜமாகவே வரவேமாட்டாளா அண்ணா?" என்று கேட்டபோது, ஆமாம் என்றான். என்னைவிட நான்கு வயதுதான் மூத்தவன் என்றாலும் என்னைச் சமாதானப் படுத்தினான். சாப்பிடவில்லையென்றால் கெஞ்சுவான். ஒரு மாதம் கழித்து உடைகளை, புத்தகங்களை எடுத்து வைத்துக்கொண்டு ஹைதராபாத்தில் ஒரு ஹாஸ்டலுக்குப்போய்விட்டான். அப்பாவும் அத்தையும் அனுப்பி வைத்துவிட்டார்கள். ஆண்பிள்ளை நன்றாகப் படிக்க வேண்டுமாம். இங்கே இருந்தால் படிக்க முடியாதாம். அப்பொழுது எனக்கு யாருமே இல்லை என்று எப்படி அழுதிருக்கிறேன்!

நான் பள்ளியைவிட்டு ஓடிவந்து மிகுந்த எதிர்பார்ப்புடன் நேராகச் சமையலறைக்குள் போவேன், அம்மா வந்து விட்டிருப்பாளோ என்று. அம்மா இருக்க மாட்டாள். அழுகை பொங்கி வரும். அத்தை கொடுத்த பாலை குடிக்காமல் அழுது கொண்டே போய் விடுவேன். முதலில் கோபித்துக்கொள்வாள். பிறகு கெஞ்சுவாள். அத்தைக்கும் கண்களில் நீர் தளும்பும். அந்தம்மாளை அழ வைப்பது எனக்கு நன்றாக இருப்பதுபோல் தோன்றும். அத்தைதான் அம்மாவை விரட்டி அடித்திருப்பாளோ என்று அவ்வப்பொழுது சந்தேகம் வரும். ஆனால் அத்தையின் கண்களில் நீரைப் பார்த்த பிறகு வலுகட்டாயமாக பாலைக் குடித்துவிட்டு வராண்டாவில் உட்கார்ந்துகொள்வேன்.

"பாட்டுக் கிளாசுக்குப் போயேண்டி" என்பாள் அத்தை.

பாட்டுக் கிளாஸ் வேண்டவே வேண்டாம். சுந்தரியின் தாய் நல்லவள் இல்லை. அம்மாவைப்பற்றி அத்தையைப்போலவே பேசினாள். அவள் சொல்லித் தரும் பாட்டில் எனக்கு இப்பொழுது விருப்பம் இல்லை. பள்ளியில் ஷட்டில் ஆடுவதை விட்டுவிட்டேன். காலாண்டுத் தேர்வில் எல்லாவற்றிலும் தோல்வியுற்றேன். அப்பாவிடம் பேசுவது குறைவுதான். இருந்தாலும் இப்பொழுது அப்பா யாரிடமும் பேசுவதில்லை. புரோகிரெஸ் கார்ட்டை பார்த்தபோது என்னை அழைத்தார், கோபம் கொள்ளாமல் உட்காரச் சொன்னார்.

நன்றாகப் படித்தால் எவ்வளவு நல்லது என்று எடுத்துச் சொன்னார். எந்த அளவுக்குப் படிக்கிறேனோ அதுவரைக்கும் படிக்க வைப்பதாகச் சொன்னார். அம்மாவை மறந்துவிடச் சொன்னார்.

நான் அப்பாவின் கையைப் பற்றி விசும்பிவிசும்பி அழுதேன். அவருக்கும் அழுகை வந்தது போலும் அங்கிருந்து போய் விட்டார். அத்தை என் முதுகைத் தடவிக்கொடுத்தாள். குடிக்கத் தண்ணீர் கொடுத்தாள். இருந்தாலும் அம்மாவை எப்படி மறக்க முடியும் என்னால்?

உணவை சாப்பிட்டுவிட்டு வெளியில் ஓடும் அவசரத்தில் வாயைக்கூட சரியாக அலம்பிக்கொள்ளாமல் அம்மாவின் புடவைத் தலைப்பைத் தேடுவேன். சுந்தரியின் வீட்டிலிருந்து கொண்டு வந்து, கேட்டுக்குப் பக்கத்தில் நட்ட குண்டு மல்லி செடியில் முதல் கொத்துப் பூ பூத்தபோது குதித்து கும்மாளமிட்டுக் கொண்டே அறைக்குள் சென்று அம்மாவை அழைப்பேன். பள்ளிக்கு போட்டுக்கொள்ளும் ஷூஸ் மாசடைந்துவிட்டால் அம்மா பாலிஷ் போட்டு வைப்பாள் என்று அப்படியே விட்டு விடுவேன். டீச்சர் கடிந்துகொண்டபோது நினைவு வரும், அம்மா இல்லை என்று. அப்பொழுது அழாமல் இருப்பதற்குப் பெரும் முயற்சி செய்தேன்.

அண்ணா எனக்குத் தனிப்பட்ட முறையில் கடிதம் ஒன்று எழுதினான். அங்கே நன்றாக இருப்பதாகத் தெரிவித்தான். நல்ல நண்பர்கள் கிடைத்தார்கள் என்றான். அம்மாவுக்காக அழுதுகொண்டு உட்காராமல் என்னையும் நன்றாகப் படிக்கச் சொன்னான். அவ்வப்பொழுது கடிதங்கள் எழுதுவதாகக் குறிப்பிட்டான்.

ஒருநாள் மறந்துபோய் அத்தையின் புடவைத் தலைப்பில் வாயைத் துடைத்துக்கொண்டேன். அத்தை பின்னால் திரும்பி என் கன்னத்தில் சொடக்குப் போட்டுவிட்டுச் சிரித்தாள். அந்தக் கோடையில் அப்பாவுக்கு மாற்றல் ஆயிற்று. கேட்டு மாற்றல்

பெற்றுக்கொண்டார் என்று அத்தை சொன்னாள். அங்கே இருப்பவர்களிடம் என்னைத் தாயில்லாத குழந்தை என்று சொன்னாள். அதாவது என்னுடைய அம்மா இறந்துவிட்டாள் என்று அர்த்தம். எனக்கு ரொம்பவும் கோபம் வந்துவிட்டது.

"அம்மா செத்துப்போகவில்லை திரும்பவும் வருவாள். இதுபோல் சொன்னால், நான் சும்மா இருக்கமாட்டேன்" என்று அத்தையை வசைபாடினேன். அத்தைக்கு என்னைக் கண்டால் இரக்கமாம். இரக்கப்படுபவர்களுடன் நான் பேச மாட்டேன். புதிய பள்ளிக் குழந்தைகளுடன்கூட எனக்கு நட்பு வேண்டாம். அவர்களும் இரக்கப்பட்டார்கள். எனக்குப் பிடிக்கவில்லை. யாருடைய நட்பும் எனக்கு வேண்டாம். நான் நன்றாகப் படிப்பேன். வகுப்பில் முதலாவது இடத்தில் இருப்பேன் என்று நினைத்துக்கொண்டேன்.

அம்மா இல்லாத வாழ்க்கை பழக்கப்பட்டுக்கொண் டிருந்தது. ஆனால் அம்மாவை மறந்துபோக முடியாது இல்லையா? கண்ணாடியில் பார்த்துக்கொண்டபோதெல்லாம் நினைவுக்கு வருவாள் இல்லையா? என் சுருட்டை முடி, என் புருவங்கள், என் மேனி நிறம் எல்லாமே அம்மாவிடமிருந்து வந்தவைதானே. அன்று நான் மட்டும் பள்ளிக்குப்போகாமல் இருந்திருந்தால் அம்மா போயிருக்க மாட்டாளோ என்னவோ. கேட் அருகில் நின்று கையை ஆட்டிய அம்மா!

அத்தை, நான் அப்பா மூவரும் புதிய ஊருக்குப் புதிய மனிதர்களுக்கு, புதிய பள்ளிக்குப் பழக்கப்பட்டுக்கொண் டிருந்தபோது அப்பா ஒரு வாரம் எங்கேயோ போனார். போகும் முன் ஒரு சங்கிலி, ஒரு ஜோடி வளையல் (அவை அம்மாவுடையவை) அத்தையின் கையில் கொடுத்து எனக்காகப் பத்திரப்படுத்தி வைக்கச் சொன்னார். அத்தை ஏனோ கவலை யுடன் இருப்பதுபோல் தென்பட்டாள். ஊரிலிருந்து அப்பாவுடன் பெண்மணி ஒருத்தி கூடவே வந்தாள், பெரிய சூட்கேசுடன்.

அந்தம்மாளை 'அம்மா' என்று நினைக்கச் சொன்னார் அப்பா. 'நான் செத்தாலும் அப்படி நினைக்க மாட்டேன்' என்று என் மனத்தில் முடிவுசெய்து கொண்டு விட்டேன். ஒருநாள் அத்தை உடைகளை எடுத்து வைத்துக்கொண்டிருந்தாள்.

"எங்கே அத்தை?" என்று நான் கேட்டபோது, "எங்கள் வீட்டிற்கு" என்றாள். நான் அத்தையைக் கட்டிக்கொண்டு, "நானும் வருகிறேன்" என்று அழுதேன். பள்ளிக்கூடம் போய்விடும், வேண்டாம் என்றார் அப்பா. அம்மாவுக்காக, அத்தைக்காக ஏக்கம் கொண்டு திரும்பவும் ஜுரம் வரவழைத்துக்கொண்டேன். செத்துப் போய்விடலாம் என்று தோன்றியது. அத்தை வந்து என்னை

அழைத்துப் போனாள். நானும் அத்தையுடன் ஒட்டிக்கொண்டு விட்டேன். அத்தை என்னைப் பள்ளியில் சேர்த்தாள். சாப்பிட்டு விட்டு கையைத்துடைத்துக்கொள்வதற்கு டவலைத் தேடியபோது புடவைத் தலைப்பை நீட்டினாள்.

தட்டை எடுத்து சிங்கில் போடப் போனால், "நான் இல்லையா?" என்றாள். எனக்குத் தலைவாரிப் பின்னுவதற்கு மென்மையான சீப்பு வாங்கி வந்தாள்.

ஒவ்வொரு வாரமும் பூந்திக்கோட்டை இடித்து தலைக்குக் குளிக்கச் செய்தாள். சினிமாவுக்கு அழைத்துப் போனாள். தன் பக்கத்திலேயே படுக்க வைத்துக்கொண்டாள்.

அப்படியும், நான் தலைக்கு எண்ணெய் வைத்துவிட்ட பிறகு குளிப்பதற்கு அம்மாவின் கைக்குச் சிக்காமல் வீட்டைச் சுற்றி ஓடியதுபோல் அத்தையை ஓட வைக்கவில்லை. சாப்பிட வரச்சொன்னால், 'இதோ வருகிறேன்' என்று வெளியில் ஓடவில்லை. பால் குடித்த டம்ளரை சன்னனில் போட்டு விட்டு விளையாட்டுக்காக அம்மாவுக்குக் கோபம் வரவழைத்தது போல் அத்தைக்கு வரவழைத்தது இல்லை. கோபம் வந்தால் திரும்பவும் அப்பாவிடம், 'அம்மா என்று நினைத்துக்கொள்' என்பவளிடம் அனுப்பி வைத்து விடுவாளோ என்று தோன்றிய தால் அத்தை சொன்னதை அப்படியே கேட்டேன். கெட்டகனவு வந்தாலோ, இடிஇடித்தாலோ, மின்சாரம் போய் விட்ட போதோ அத்தையின் மார்பில் தஞ்சம் புகுந்துகொள்ள நினைத்து அருகில் நகர்ந்து உடனே பின்னால் நகருவேன். அத்தை என்னை அருகில் இழுத்துக்கொள்வாள். 'அம்மா என்று நினைத்துக்கொள்' என்று அப்பா அழைத்து வந்தவள் நினைவுக்கு வந்ததும் அத்தைக்கு மேலும் நெருக்கமாக நகருவேன். அம்மாவின் தொடுகைபோல் இல்லாவிட்டாலும், அத்தையின் தொடுகை பரவாயில்லை என்று தோன்றும் அப்பொழுது.

"தாய் இல்லாத குழந்தையை இவ்வளவு நன்றாக யார் பார்த்துக்கொள்வார்கள்?" என்று எல்லோரும் சொல்லுவார்கள். உண்மைதானே என்று நினைப்பேன். அத்தைக்குக் கோபம் வரவழைக்கக் கூடாது என்று எல்லோரும் சொல்லுவார்கள். உண்மைதானே பின்னே! பள்ளிக்கு அனுப்பி வைக்கிறாள். சொந்த மகள்போல் பார்த்துக்கொள்கிறாள் இல்லையா. அத்தை நல்லவள்தான். ஆனால் அம்மாவை எப்போதும் வசைபாடிக்கொண்டே இருப்பாள். அதுதான் எனக்குப் பிடிக்கவில்லை. ஆனால் அதை வெளியில் சொல்லாமல் இருப்பதற்குக் கற்றுக்கொண்டேன்.

ஸ்கர்ட் பின்னால் படிந்த இரத்தக் கறையை பார்த்துப் பயந்துபோய் வீட்டுக்கு ஓடி வந்து அழுதுகொண்டு இருந்த போது, அத்தை சிரித்து விட்டாள். அந்தக் கறை என்னவென்று விளக்கி விட்டு, "நீ இனிமேல் சும்மாசும்மா அழக்கூடாது. நீ இப்பொழுது பெரியவளாகி விட்டாய். என் தங்கமே!" என்று தேற்றினாள். விழா கொண்டாடி, புத்தாடைகள் வாங்கித் தந்தாலும் அத்தையிடம் எனக்கு அம்மா தென்படவில்லை. ஆனால் அத்தைக்கு என்னை ரொம்பவும் பிடிக்கும். அந்தப் பிரியத்தின் காரணமாகத்தான் நான் உயிருடன் இருக்கிறேன். படித்து வருகிறேன். பரவாயில்லை, அத்தை இருக்கிறாள் எனக்கு என்று தோன்றியது.

எனக்கு ஒரு தம்பி, ஒரு தங்கை என்று அழைத்து வந்தார் அப்பா. அம்மா என்று நினைத்துக்கொள்ளச் சொன்ன அந்தம்மாளும் வந்தாள். அவளை அம்மா என்றும், அவர்களைத் தம்பி, தங்கை என்றும் நான் ஒருநாளும் நினைத்துக்கொள்ள மாட்டேன் என்று மனத்திலேயே நினைத்துக்கொண்டேன். அந்தம்மாள் எனக்கு புத்தாடைகள் கொண்டு வந்தாள். தலையைத் தடவிக்கொடுத்தாள் அந்தம்மாள் எனக்கு மாற்றான் தாய். மாற்றான் தாய்மார்களுக்கு எங்களைக் கண்டால் பிடிக்காது என்று பலபேர் சொல்லி இருக்கிறார்கள், அத்தை உள்பட. அதனால் அந்தம்மாள் எனக்குப் புத்தாடைகள் கொடுத்தாலும், தலையைத் தடவிக் கொடுத்தாலும் எனக்குப் பிடிக்கவில்லை.

❍

"நீங்கள் ஒரு முறை உங்கள் குரல்களால் அவளை அழையுங்கள். குழந்தைகளின் குரல்கள் தாயை அசைக்க வைக்கும். இப்படிச் சொல்லுங்கள், 'அம்மா! நீ இல்லாமல் இருக்க முடியாது, இந்தக் கடல் அலைகள் எங்களைப் பயமுறுத்துகின்றன' என்று அழையுங்கள்" என்று தாய்க்காக மற்றொரு முறை முயற்சி செய்ய வைக்கிறான் மெர்மன்.

"நம் கடல் கர்ப்ப சாம்ராஜ்ஜியத்தில் தங்க சிம்மாசனத் தின் மீது மகாராணிபோல் அமர்ந்து தன் மடியில் சின்னவளை உட்கார வைத்துக்கொண்டு அவளுக்குத் தலைவாரி விட்டது நேற்றுத்தானே. அப்பொழுதுதானே சர்ச் மணி அடித்தது" என்று நினைவுபடுத்திக்கொண்டிருந்தான்.

அனுராதா டீச்சர் எந்தப் பாடம் சொல்லிக் கொடுத்தாலும் அதனுடன் ஒன்றி விடுவாள். தானே மெர்மன் என்பதுபோல், அந்த மனிதப்பெண்மணி தன்னையே விட்டுவிட்டுப் போய்விட்டது போல் தழுதழுக்கும் குரலில் சொல்லிக்

கொண்டிருந்தாள். தந்தையை, குழந்தைகளை விட்டுவிட்டுப் போன அவளைப் பற்றி மெர்மன் சொன்ன வார்த்தைகள்,

"Here came a mortal, but faithless was she."

நான் கேட்டுக்கொண்டிருந்தேன். என் கன்னங்கள் ஈரமாயின. பாடம் இறுதிக் கட்டத்திற்கு வந்தது. இறுதி வரி, "there dewells a loved one, but cruel is she."

டீச்சர் சொல்லிக்கொண்டு இருந்தபோது பெல் அடித்தது. நான் புத்தகங்களை அள்ளிக்கொண்டு ஒரே எட்டில் வெளியேறி ஓட்டமாய் வீட்டுக்கு வந்துவிட்டேன்.

But cruel is she. ஆமாம்! அத்தையுடன் வரும்போது கொண்டு வந்த அம்மாவின் போட்டோவைக் கோபமாகத் தரையில் வீசி எறிந்தேன். திரும்பவும் அந்தப் பேப்பரை எடுத்துப் போய் லாமினேட் பண்ணவைத்து எடுத்து வந்தேன், மறுபடியும் உடைப்பதற்கு வழியில்லாமல். ஆனால் அதனைப் பெட்டி அடியில் போட்டு விட்டேன். நன்றாக அழுதேன்.

அண்ணாவால் நிலை தடுமாறாமல் எப்படி இருக்க முடிகிறது? நான் அம்மாவுக்காக அழுதேன். அவள் என்னுடைய நிழல். கொஞ்சம் நேரம் நீளமாக, கொஞ்ச நேரம் குள்ளமாக, கொஞ்ச நேரம் இல்லவே இல்லாததுபோல் என்னைத் துரத்தும் நிழல். அவள் என் தாய். என்னைத் தாய் இல்லாத குழந்தை ஆக்கிவிட்ட தாய். என் பாலியத்தைக் கண்ணீர்க் கடலாக மாற்றிவிட்ட தாய்.

தமயந்தி அம்மா எங்கே போனாளோ, எதற்காகப் போனாளோ கொஞ்சம்கொஞ்சமாகப் புரியத் தொடங்கிய போது அண்ணனுக்கு எழுதினேன். "அம்மாவுக்கு நம்மைவிட அந்த நபர் மீதுதான் அதிக அன்பா? நம்மைக் கொஞ்சம்கூட நேசிக்கவில்லையா? போகட்டும், நம்மையும் உடன் அழைத்துக் கொண்டு போயிருக்கக் கூடாதா?" என்று.

அண்ணன் கீழ்க்கண்டவாறு பதில் அளித்தான். "அம்மா என்று நினைத்துக்கொள்ளச் சொன்னவளைச் செத்தாலும் அப்படி நினைக்க மாட்டேன் என்று சொன்னாய் இல்லையா? பின்னே அப்பா என்று நினைத்துக்கொள்ளச் சொல்பவரை அப்பா என்று உன்னால் நினைத்துக்கொள்ள முடியுமா? எங்கே இருந்தாலும் நமக்கு இருக்கப் போகிறது ஒரே மனுஷி தானே. வேறுவிதமான யோசனைகளை வைத்துக்கொள்ளாமல் நன்றாகப் படி"

"என் கால்களைச் சுற்றிக்கொண்டு நீ அழுதபோது, உன்னை அழைத்து வரும்போதுகூட இத்தனை காலம் வைத்துக்கொள்வேன்

என்று நினைக்கவில்லை. நாம் இருவரும் இதுபோல் பிணைந்து விட்டோம். வீட்டில் பெண் குழந்தையின் நடமாட்டம் எவ்வளவு உயிரோட்டமாக இருக்கும் என்று எனக்குப் புரிந்தது. உன்னை அழைத்து வந்ததற்கு என் மதிப்பைக் காப்பாற்றி இவ்வளவு தூரத்திற்கு வந்துவிட்டாய். போய் உங்க அப்பாவைப் பார்த்துவிட்டு, ஆசிகளைப் பெற்றுக்கொண்டு வந்து வேலையில் சேர். அவன் உன் தந்தை. அந்தக் குழந்தைகளுக்கு ஏதாவது வாங்கிக்கிட்டு போ. அந்த அம்மாளுக்கும், உங்க அப்பாவுக்கும் உடைகள்...” என்று என்னை அப்பாவிடம் அனுப்பி வைத்தாள்.

அப்பொழுது அப்பாவிடம் கேட்டேன் இறுதி முறையாக, “அம்மா எதற்காக போய் விட்டாள் அப்பா? நீங்க அவளை சரியாக பார்த்துக்கொள்ளவில்லையா? அவள் எழுதி வைத்த கடிதத்தை எதற்காக கிழித்துப் போட்டீங்க? அது இருந்தாலாவது எங்களுக்குத் தெரிந்திருக்கும் இல்லையா?”

என் வயது எனக்குக் கொஞ்சம் துணிச்சலைக் கொடுத்தால், அவர் வயது அவரைக் கொஞ்சம் தளர்வடையச் செய்துவிட்டது போலிருந்தது. சுற்றிலும் பார்த்துவிட்டு, ‘அம்மா’ என்று நினைக்கச் சொன்ன அம்மாள் அங்கே இல்லை என்று உறுதிப்படுத்திக் கொண்ட பிறகு, “நான் பூவுலகத்து மனிதன் அம்மா. அவள் வானுலகத்து மனுஷி. அதனால் இந்த உலகத்தில் இருக்க முடியாமல் போய்விட்டாள். அதைவிட சொல்வதற்கு எதுவும் இல்லை” என்றார்.

வானுலகத்து மனிதன் ஒருவன் அவளை, ‘ஆவோ ஹுஜூர் தும் கோ சிதாரோமே லேச்சலூன்” என்று நட்சத்திர வீதிக்கு அழைத்துச் சென்றுவிட்டான். அங்கேயாவது அவள் தான் விரும்பிய காதலை அடைந்தாளா? எப்படி எனக்குத் தெரியப் போகிறது?

❍

படித்துக்கொண்டிருந்த புத்தகத்தில் ஒன்ற முடியாதபோது, உறக்கம் என்னுடன் கண்ணாமூச்சி ஆடும்போது சரியாக அப்பொழுதுதான் அட்லாண்டிக் கரையிலிருந்து அண்ணன் அழைப்பான். என்னுடன் எப்போது பேசவேண்டும் என்று அவனுக்குத்தான் தெரியும்.

“என்ன விஷயம் அம்மணி?” என்றான்.

“நான் தமயந்தியின் மகளாக இருந்தாலும் பெரியவர்களை கன்வின்ஸ் செய்து என்னைத் திருமணம் செய்துகொள்வதாகச் சொன்னான், சந்தோஷ் பிரம் சாமர்லகோடா. அப்கோர்ஸ்! என் நடத்தைப் பற்றி தீர விசாரித்து தெரிந்துகொண்டுதான் வந்திருக்கிறான்” சொன்னேன்.

"பின்னே என்ன? அனுகிரகம் புரிந்து இருக்கிறான் இல்லையா. சுபம். உன் முகத்தில் திருமணப் பொட்டுடன் தாயின் மச்சத்தையும் வைத்து விட்டு, அந்த மச்சத்தை எப்படி உபயோகப்படுத்திக் கொள்ள வேண்டும் என்று தெரிந்திருப்பவன். நீ உன் வாழ்நாள் முழுவதும் அவனுக்கு நன்றி உடையவளாக இருப்பாய். எப்போதாவது உன் படிப்பு, உன் புத்திசாலித்தனம், உன் வேலை நினைவுக்கு வந்து நீ துள்ளிக் குதித்தால் தாய் என்ற மச்சம் பேப்பர் வெயிட் போல் வேலைசெய்யும்." சிரித்தான்.

நான் திரும்பவும் தொடங்கினேன். "அம்மா நம்மை எப்படி மறந்து போய் விட்டாள் அண்ணா?" என்று.

அவனிடம் அப்படிக் கேட்டு கொஞ்சம் தத்துவ போதனை செய்ய வைத்துக்கொள்வது எனக்குப் பிடிக்கும். என் தேய்ந்து போன கேள்வி, எப்போதும்போல் நிலை தடுமாறாத குரலில் அவன் பதில்...

'மறந்துவிட்டிருப்பாள் என்று எதற்காக நினைக்கிறாய்? நம்மைப்போலவே அவளும் நினைவுபடுத்திக்கொண்டு இருந்திருக்கலாம் இல்லையா? தன் வாழ்க்கையைத் தனக்குப் பிடித்தாற்போல் செதுக்கிக்கொள்ளும் உரிமை அவளுக்கு இருக்கும் இல்லையா அம்மணி. நமக்காக அவளுக்கு வேண்டாத தியாகங்களைக் கற்பிக்கக் கூடாது இல்லையா? அவள் எதற்காக, எந்தச் சூழலில் நம்மை விட்டுப்போனாள் என்று நமக்கு ஒருநாளும் தெரியாது, அவளாகச் சொன்னால் தவிர. இனி விட்டு விடு. எங்கே இருந்தாலும் அவள் நன்றாக இருக்க வேண்டும் என்று விரும்பு"

"பின்னே நான் அனுபவித்து வரும் உளைச்சல்?"

"ஒருக்கால் நம்மிடமே இருந்திருந்தால் அவள் அனுபவித்து இருக்க வேண்டிய உளைச்சல்?"

என்னிடம் பதில் இல்லை. அவளிடம் என்ன பதில் இருக்கிறதோ?!

பி. சத்யவதி

திருட்டுப் பூனை

கரெண்டு போவதற்குள் வீட்டிற்குப் போய்ச் சேர வேண்டும் என்று ஷேர் ஆட்டோவில் ஏறி, பஸ் நிறுத்தத்தில் இறங்கி மிக வேகமாக நடந்து மூச்சிரைக்க எப்படியோ வீட்டை அடைந்த சீதாவுக்கு வராண்டாவில் உட்கார்ந்து டீ குடித்துக் கொண்டிருந்த கணவன் தென்பட்டதும் உயிர் மீண்டு வந்தது. திருமண வீட்டாருடன் பேருந்தில் சென்ற கணவன் வீட்டுக்கு வந்துவிட்டதோடு அல்லாமல், தனக்கும் சேர்ந்து டீ கலந்து வைத் திருந்தான். மெழுகுவர்த்தி, தீப்பெட்டி எல்லாம் தயாராக வைத்திருந்தான். வராண்டாவில் மடக்குக் கட்டில்கூட போட்டு வைத்திருந்தான். அதன் மீது ஒலித்துக்கொண்டிருந்த 'கொலவெறி' (காலர் டோன்) பாடல். அந்த மொபைல் குழப்பத்தை உண்டாக்கிக் கொண்டிருந்த இருட்டில் திருட்டுப் பூனையின் கண்கள்போல் மின்னிக்கொண்டிருந்தது.

"உடைந்துவிட்டது இல்லையா. திரும்பவும் ரிப்பேர் பண்ண வைத்தாயா என்ன?" என்றாள் திடுக்கிட்டபடி.

அவன் அதனை எடுத்து இக்னோர் பட்டனை அழுத்தி, "மெழுகுவர்த்தி ஏற்றி வைத்து டீ சூடு பண்ணி எடுத்து வா. வரும் போது கர்றி பாயிண்டில் பொரியலும், சாம்பாரும் வாங்கி வந்துவிட்டேன். சற்றுநேரம் படுத்துக்கொள் நீ" என்றான்.

"இன்றைக்கு வரமாட்டேன் என்று சொல்லி இருந்தாயே?" என்றாள் சீதா தலைப்பால் வியர்வையை ஒற்றிக்கொண்டே.

"சொன்னேன்தான். எனக்குப் பதிலாக டேவிடை அனுப்பி வைத்தேன் திருமண வீட்டாருக்கு. நான் ஒரு வாரம் லீவ் போட்டு விட்டேன். அந்த விஷயத்தைச் சுவர்ணாவிடம் சொல்லாதே. அவள் போன் சிம்கார்ட்டை இதில் போட்டிருக்கி றேன். கேட்டால் தூக்கி எறிந்துவிட்டேன் என்று சொல்."

மகள் சுவர்ணா இன்னும் வீட்டிற்கு வந்து சேரவில்லை. ஏற்கனவே ஒரு வாரமாக அவள் நடவடிக்கையில் பெரும் மாற்றம் வந்துவிட்டிருந்தது. எது கேட்டாலும் பதில் சொல்லாமல் இருப்பதோடு எரிச்சலடைவது அதிகரித்துவிட்டது. எப்போதும் கவலையுடன் தென்படுகிறாள். சரியாகச் சாப்பிடுவதும் இல்லை. போன் வந்தால் மட்டும் உடனே எடுத்து வெளியில் சென்று அதனுடன் ஒட்டிக்கொண்டு விடுகிறாள். எப்பொழுது கேட்டாலும் செளம்யா என்ற பெண் போன் செய்திருப்பதாகச் சொல்கிறாள். எப்பொழுது கேட்டாலும் யார் வீட்டிற்கோ கம்ப்யூட்டர் படிக்கப் போவதாகச் சொல்கிறாள். கடந்த ஒரு வாரமாக அவள் போக்கு கொஞ்சம்கூட சரியாக இல்லை. சற்று நேரம் வீட்டில் நிலையாக உட்காரச் சொன்னதற்கு இல்லாத குறைகளையெல்லாம் ஒப்பித்தாள்.

"இருட்டுக் கொட்டகையில் உட்கார்ந்துகொண்டு என்ன செய்வது? ஒரு சார்ஜிங் விளக்காவது இல்லையே? எனக்கு கம்ப்யூட்டரில் வேலை இருக்கு. சாரதாவின் வீட்டிற்குப் போய் படித்துவிட்டு வருகிறேன். அதுவும் தவறுதானா? அசல் என்னை எதற்காக இதில் சேர்த்துவிட்டீங்க? ஒரு தையல் மிஷின் வாங்கிக் கொடுத்து இருந்தால் தீர்ந்துவிட்டிருக்கும் இல்லையா? அம்மா கொடுக்கவும் மாட்டாள். பிச்சை எடுத்து சாப்பிடவும் விட மாட்டாள்."

அந்தத் தையல் மூலம்தானே சமீபத்தில் செல்போன் வாங்கிக் கொடுத்திருக்கிறாள். இருபது வயது நிரம்பி விட்ட மகளுக்கு இங்கித ஞானம் இருக்கும் என்று நினைப்பது தங்களுடைய தவறா? வெயில் மழை பாராமல் எப்பொழுதும் 'சார், நீங்கள்' என்ற வார்த்தைகள் தவிர வேறு பேச்சு இல்லாமல் சொந்தட்யூட்டி, எக்ஸ்ட்ரா ட்யூட்டிகள் செய்து களைத்துப்போன அந்தப் பெரிய மனிதனுக்கு நான்கு வார்த்தைகள் கடிந்துகொள்ளத் தகுதி இல்லையா? செளம்யா செளம்யா என்று எப்போதும் போனில் பேசிக்கொண்டு இருந்தால், அந்த செளம்யா யாரென்று தெரிந்துகொள்ள நினைப்பது தவறா? அது தங்கள் கடமை இல்லையா? எதற்காக அவ்வளவு எரிச்சல் அவளுக்கு? எதற்காகக்

பி. சத்யவதி

கவலை தோய்ந்த முகத்துடன் நடமாடுகிறாள்? என்னதான் ஆகிவிட்டது இந்தப் பெண்ணிற்கு? நினைத்துக்கொண்டே காலையில் ஊசியில் நூலைக் கோர்க்கும்போது சடாரென்று விரலில் ஊசி குத்தி விட்டது. அந்த இரத்தத் துளிகளைப் பார்த்த பேபியம்மாள்பதற்றம் அடைந்துவிட்டாள். அந்த இரத்தத் துளிகள் தைக்கும் புடவையின் மீது சிந்தி இருக்குமோ என்று. நல்ல வேளை! தான் வராண்டா கோடியில் வெளிச்சம் நன்றாக வரும் இடத்திற்குச் சென்று மெல்லிய ஊசியில் நூல் கோர்த்து வருவதால் நல்லதாகி விட்டது.

ஆந்திர மாநிலத்தில் தெலுங்கு நாளேடுகளில் தபால் ஸ்டாம்ப் அளவிற்குப் போட்டோக்கள் போட்டு, அதன் மீது 590 என்ற எண் பிரசுரம் செய்திருந்தார்கள். அந்த நாளேடுகளை எல்லாம் வாங்கி பத்திரப்படுத்தி வைத்து, "கணக்குப் பாடத்தில் இவளுக்கு நூற்றுக்கு நூறு மதிப்பெண்கள். நம் மகள் நிச்சயம் இன்ஜினியர்தான்" என்று மகிழ்ச்சியுடன் துள்ளிக் குதித்த தகப்பனின் வேதனை புரியாதா இவளுக்கு?

முந்தாநாள் மதியம் தன்னைக் கண்காணிப்பதற்காக நாற்காலி போட்டுக்கொண்டு உட்கார்ந்து தங்கையுடன் உலக நன்மையைப் பற்றி பேச துவங்கினாள் பேபியம்மாள். குழந்தைகளின் வளர்ப்பைப் பற்றி, அவர்களுடன் கழிக்க வேண்டிய 'குவாலிட்டி' டைம் பற்றி.

"குவாலிடி டைம் என்றால் என்ன மேடம்?" என்றாள். அத்துடன் எல்லை இல்லாத உற்சாகம் வந்துவிட்டது அந்தம்மாளுக்கு. குழந்தைகளுடன் நல்லது பொல்லாதது பற்றி சொல்லிக்கொண்டே, ஒளிமறைவு இல்லாமல் மனம் விட்டுப் பேசிக்கொள்ளும் நேரம்" என்று விளக்கம் சொன்னாள். எல்லோரும் சேர்ந்து உட்கார்ந்து பேசிக்கொள்ளும் சமயம் என்று இருக்கிறதா? காலையில் எழுந்தது முதல், நேரத்தை விற்றுப் பிழைப்பு நடத்தும் மனிதர்களுக்குக் குவாலிடி நேரம் எங்கிருந்து கிடைக்கும்?

"உங்களைப் போன்று படித்தவர்கள் குழந்தைகளுடன் ஜாலியாகப் பேசுவீர்கள் மேடம். படிப்பு இல்லாத தாய்மார் களுடன் பேசுவதற்குக் குழந்தைகளுக்கு எதுவும் இருக்காது. எதுவும் சொல்லவும் மாட்டார்கள். பணத்திற்கும் உணவுக்கும் தவிர பேசுவதற்கு எதுவும் இருக்காது அவர்களுக்கு" என்றாள் சீதா.

"ஏன் இருக்காது? சினிமாக்களைப் பற்றி பேசலாம். அரசியலைப் பற்றி பேசலாம். நல்லது பொல்லாததுகளைப் பகிர்ந்துகொள்ளலாம். பேசணும் என்று நினைத்தால் எது வேண்டுமானாலும் இருக்கும்" என்றாள் அந்தம்மாள்.

“நான் சினிமாவுக்குப்போய் ஒரு வருடமாகிவிட்டது மேடம்! என் மகள் என்னுடன் சினிமாவுக்கு வர மாட்டாள். என் புருஷனுக்கு ஒழியவே ஒழியாது. அந்த நினைப்பும் இருக்காது. டி.வி.யில் பார்க்கலாம் என்றாலும் தூக்கம் வந்துவிடுகிறது. மேலும் சினிமாக்கள் நன்றாக இருப்பதில்லை. எதற்கும் நேரம் இருப்பதில்லை” என்று ஊசியில் நூலைக் கோர்ப்பதற்கு வெளிச்சத்தைத் தேடிப் போனாள். அத்துடன் அந்தப் பேச்சு நின்றுவிட்டது.

மகள் தன்னுடன் பேசுவதையே நிறுத்திவிட்டாள். படிப்பறிவு இல்லாத தாய்க்கு நல்லதுகெட்டது என்ன தெரியும் என்பது அவள் எண்ணமாக இருக்கக் கூடும். ஏதாவது வாங்கிக்கொள்ள வேண்டும் என்றால் மட்டும் கேட்பாள். தந்தைகொண்டு வரும் சம்பளத்தைத் தாயின் கையில்தான் கொடுப்பார் என்பதால் அந்த அளவுக்காவது மதிப்பு. ஒருவேளை அந்த நிர்வாகம் தந்தையின் கையில் இருந்திருந்தால் தன்னிடம் பேச வேண்டிய தேவையே இருக்காதோ என்னவோ!

எப்படி மாறிப் போய்விட்டாள் சுவர்ணா? மாறினால் மாறட்டும். பேசவில்லை என்றால் போகட்டும். ஆனால் அவள் இதுபோல் கவலையுடன் இருந்தால் தனக்கு கொஞ்சம்கூட நன்றாக இல்லை. யாருக்காக இந்த வருத்தம் என்று தோன்றும். மூத்த மகளுக்குச் செய்ததுபோலவே இவளுக்கும் பதினெட்டு வயதிலேயே ஏழைக்கேற்ற எள்ளுருண்டை என்பதுபோல் ஒரு வரனை முடித்து இருந்தால் நன்றாக இருந்திருக்குமோ! அவளுக்கு என்ன குறைவு? திருமணம் ஆனபிறகு மருமகன் அவளைப் பிசியோ தெரபி கோர்ஸ் படிக்க வைத்தான். இருவரும் ஆளுக்குக் கொஞ்சம் சம்பாதித்துக்கொண்டு நன்றாகவே இருக்கிறார்கள். ஐநூற்றுத் தொண்ணூறு மதிப்பெண்கள் வராததால் ஒரு இடத்தில் நின்று தண்ணீர் குடிக்கிறாள். இத்தனை மதிப்பெண்கள் பெற்ற இவள் ஓட்டமாக ஓடி பால் குடிக்க வேண்டும் என்று நினைக்கிறாள். போகட்டும் அதுவும் நல்லதுதான். ஒரு பக்கம் நீரும் இல்லை. மறுபக்கம் பாலும் இல்லை. வைக்கோல் திங்காமல் இருந்தால் நல்லதுதான் என்று சொன்னதற்கு, பெற்றவர்கள் என்ற மரியாதைக்கூட இல்லாமல் வாய்க்கு வந்தபடி ஏசிவிட்டாள்.

அசல் இந்த ரகளை எல்லாம் அவர்கள் மூலமாகத்தான். பள்ளி மதிப்பெண்கள் வந்ததோ இல்லையோ பள்ளிக்கூடத்து முதலாளிகள் டமாரம் அடித்துக்கொண்டார்கள். நாளேடுகளில் போட்டோ வந்ததுமே கார்ப்பரேட் கல்லூரிக்காரர்கள் வந்துவிட்டார்கள். மகளுக்குக் கட்டணம் இல்லாமல் ஐ.டி.யில் சீட் தருவதாகச் சொன்னார்கள். அன்று முதல் எத்தனைத்

தேர்வுகளுக்குக் கட்டணம் செலுத்த வேண்டி இருந்தது? புத்தகங்கள், நோட்டு புத்தகங்கள், பஸ் கட்டணம், துணிமணிகள்!! சீட் வேண்டுமானால் இலவசமாகத் தந்தார்கள். மற்ற விஷயங்கள் பற்றி என்ன? அரிசி விலை ஒரு ரூபாய் என்றால் அரைலிட்டர் பால் பதிமூன்று ரூபாய், ஒரு கிலோ துவரம் பருப்பு எண்பது ரூபாய் என்பதுபோல்!!

"நீ பார்க்கிற வேலைக்கும், உனக்கு வரும் சம்பளத்திற்கும், மூத்தமகள் திருமணத்திற்குச் செய்த கடனுக்கும் இந்தப் பெண்ணை இன்ஜினியர் ஆக்கணும் என்று எப்படி நினைக்கிறாய்?" என்று கேட்டபோது ஆளுயரத்திற்கு எம்பிக் குதித்தான்.

"நீ வாயை மூடு!" என்றான். எம்.செட்டில் அந்தப் பெண்ணுக்கு வந்த ரேங்கிற்கே அவள் அமெரிக்கா விமானத்தில் ஏறி விட்டாற்போல் பூரித்துவிட்டான். ஊரிலிருந்து ரொம்பத் தொலைவு இல்லாத, சற்றுச் சிறந்தது என்று கருதப்பட்ட கல்லூரியிலிருந்து சீட்டும், கட்டணத் தள்ளுபடியும் கிடைத்தன. கல்லூரிக்கு நேரடி பேருந்தும் இருந்தது. பேருந்துக்கு வருடம் முழுவதற்கும் கட்டணம் செலுத்தினான். பணத்தை எங்கிருந்து கொண்டு வந்தாய் என்று கேட்டதற்கு, சீட்டுப் பணத்தை முன் கூட்டியே எடுத்துவிட்டேன் என்றான். 'ஐயோ! எத்தனை நஷ்டம்?' என்றபோது நீ வாயை மூடு என்றான். எப்போதும் அதே வார்த்தைதான். மூத்த மகளுக்கு அத்தனை வரதட்சணை கொடுத்து அந்த வரன் எதற்கு என்றபோதுகூட வாயை மூடச் சொன்னான்.

எப்பொழுதாவது ஸ்டவ்வில் கொஞ்சம் பாலை காய்ச்சுவதோ, குக்கர் வைப்பதோ என்று வேலை செய்துகொண் டிருந்த சின்ன மகள் ஐநூற்றுத் தொண்ணூறு மதிப்பெண்கள் வந்தது முதல் அந்த வேலைகளை எல்லாம் விட்டுவிட்டு அப்பொழுதே இன்ஜினியராகி விட்டாள். அவளுக்கு நேரமே இருப்பதில்லை. காலையில் ஏழரை மணிக்குச் சென்றால் திரும்பவும் இரவு ஏழு மணிக்குத்தான் வருவது. முதலாம் ஆண்டு கையில் லஞ்ச் பாக்ஸ் எடுத்துக்கொண்டு போனாள். இப்பொழுது எடுத்துக்கொண்டு போவதில்லை. எல்லோரும் கேண்டீனில் சாப்பிடுவார்களாம். யாருமே லஞ்ச் பாக்ஸ் கொண்டு வர மாட்டார்கள் என்றாள். கேண்டீனுக்கும் செலவு! செல்லுக்கு மூன்று நாட்களுக்கு ஒரு முறை கார்ட் தீர்ந்து விடும். எல்லாவற்றுக்கும் ஒரே பதில்தான் சொல்லுவாள். "இந்த படிப்புக்கு எல்லாமே தேவைதான்! உங்களால் எதுவும் வாங்கித் தர முடியாது. எல்லாவற்றுக்கும் சிநேகிதிகளைக் கெஞ்ச வேண்டும். நான் செல்லில் சந்தேகங்களைக் கேட்டுத் தெரிந்து கொள்வேன். அவர்கள் கணினியைப் பயன்படுத்துவார்கள். அடுத்த

ஆண்டு நான்கூட லேப்டாப் வாங்கிக்கொள்ள வேண்டியதுதான். இப்பொழுதே சொல்லிவிட்டேன். உங்களால் முடியாது என்றால் படிப்பை நிறுத்திவிடுங்கள்."

"இரண்டு ஆண்டுகள் கஷ்டப்படுவோம் சீதா! எத்தனை அதிர்ஷ்டம் இருந்ததால் நம் மகளுக்கு சீட் கிடைத்திருக்கிறது! லட்சங்கள் கொடுத்து பெண்பிள்ளைகளைப் படிக்க வைக்கிறார்கள். இவள் நன்றாகப் படித்து சீட் வாங்கி இருக்கிறாள்" என்று அப்போதைக்கப்போது தன் வாயை மூட வைத்து விடுவான். அந்த அளவுக்கு நம்பிய நபரை, அவ்வளவு தூரம் உழைக்கும் மனிதனை, எத்தனை கூடுதல் ட்யூட்டிகள் செய்ய முடியுமோ அத்தனையும் செய்து, வியர்வையைத் துடைத்துக் கொள்வதற்குக் கூட ஒய்வு இல்லாமல் காற்றாட விடும் தந்தையை என்ன பேச்சு பேசிவிட்டாள்? எங்கிருந்து வந்தன இந்த வார்த்தைகள் எல்லாம்? யார் கற்றுக்கொடுக்கிறார்கள் இந்தச் சொற்களை? காலையில் இவள் கல்லூரிக்குப் போகப் போகிறாளா? இனி படிக்க மாட்டேன் போ என்று சொல்லப் போகிறாளா? இதுவரையில் செலவு செய்த பணமெல்லாம் சாம்பலில் போட்டது போல்தானா? என்னவோ, சூரியபகவான்தான் சொல்ல வேண்டும் என்று முந்தையநாள் நினைத்தாள்.

சூரியபகவான் வந்தான். மகள் தூங்கி எழுந்து முகம் கழுவினாள். எதுவும் நடக்காதது போல் சாப்பிட்டதாக பெயர் பண்ணிவிட்டு கல்லூரிக்குக் கிளம்பிப் போனாள். கணவன் திருமண வீட்டாரின் பேருந்துடன் ட்யூட்டிக்குச் சென்றான்.

சீதை சீக்கிரமாக சமைத்துவிட்டு இரண்டு கவளம் சாப்பிட்டுவிட்டு பேபியம்மாவின் வீட்டிற்குப் போவதற்காக கிடைத்தால் பஸ், இல்லையென்றால் ஷேர் ஆட்டோவுக்காக நின்றுகொண்டிருந்தாள். இதுநாள் வரையில் பெரிய ஜவுளிக் கடை ஒன்றில் டைலரிங் பிரிவில் இதுபோலவே விலை உயர்ந்த புடவைகளுக்குப் பால்ஸ், நெட் போன்றவற்றை தைத்துக் கொடுத்து வந்தாள். அப்பொழுதுதான் பேபியம்மாள் தன்னைக் கண்டுபிடித்தாள். தனக்கு அவர்கள் கொடுக்கும் பணத்திற்கும், அவர்கள் வசூலிக்கும் பணத்திற்கும் நிறைய வித்தியாசம் இருப்பதைக் கண்டுபிடித்து இருவருக்கும் லாபம் ஏற்படும் ரேட் ஒன்றைப் பேசி, தன்னை அங்கிருந்து கடத்திக்கொண்டு வந்துவிட்டாள். தன் மகளின் திருமண ஆடைகளைக் கவனமாக தைப்பதற்கு வீட்டிலேயே டைலரிங் யூனிட் ஏற்பாடு செய்தாள். அதனால் தனக்கும் கொஞ்சமோ நஞ்சமோ கூடுதல் வருவாய் கிடைத்துக்கொண்டிருந்தது.

தன்னைப் போன்றவர்களுக்கு நிலையான வேலை என்று எதுவும் இருக்காது. எங்கே நான்கு காசு கிடைத்தால் அங்கே! நான்கு காசுகள் நான்கு தேவைகளை உடன் அழைத்துக் கொண்டு வரும். நான்கு தேவைகள் நான்கு மடங்கு விலை உயர்வைக் கூட்டிக்கொண்டு வரும். போகட்டும், பொழுது போக்காக கற்றுக்கொண்ட வேலை தேவைக்கு உதவுகிறது. தான் மட்டும் படித்திருந்தால் எவ்வளவு நன்றாக இருந் திருக்கும் என்று பலமுறை நினைத்து இருக்கிறாள்.

சுவர்ணா இன்னும் வீட்டுக்கு வரவில்லை. வரும்போதே பசியுடன் வருவாள். மின்சாரம் வந்ததுமே குக்கர் வைத்துவிட வேண்டும். காலையில் டிபன்கூட சரியாக சாப்பிடவில்லை.

மணிகள் கோர்த்த பட்டு உடைகள், ஜர்தோஸி காக்கிராக்கள், பட்டுப்பாவாடைகள். அவற்றுக்குச் சாண் அளவுக்கு ஜரிகைக் கரை. நறுமணம் மிகுந்த பினாயிலைக் கொண்டு துடைக்கப்பட்ட தரை. விரிக்கப்பட்ட கம்பளத்தின் மீது இஸ்த்ரி செய்த வெண்மை நிறப் போர்வையின்மீது பரத்திவைக்கப்பட்ட பட்டாடைகள்.

தைக்கும்போது வியர்வை படிந்து ஒரு சொட்டு புடவையின் மீது விழுந்தாலும் கரை படிந்து விடும் இல்லையா. அதனால் சீலிங்பேன் கீழே நகர்ந்து உட்காருவாள் சீதா. இது மணமகளின் நிச்சயதார்த்தப் புடவை. வெங்காய நிறம். ஜாக்கிரதை! அது தாய் வீட்டாரின் புடவை. இளம்நிறம். ஜாக்கிரதை! இது தங்கை கொடுக்கும் புடவை. விலை இருபத்திஐயாயிரம். ஜாக்கிரதை! ஜாக்கிரதை!! ஜாக்கிரதை!!!

இருட்டில் கண்களை மூடி உட்கார்ந்திருந்த சீதாவின் கண்கள் இன்னும் மின்னிக்கொண்டுதான் இருந்தன. கண் முன்னால் மின்னல்கள் ஒளிவீசிக்கொண்டிருந்தன. கண்களை மூடினாலும் திறந்தாலும் மின்னும் கற்கள், மணிகள் தன்னை விட்டு வைப்பதில்லை.

அப்பாடா! மின்சாரம் வந்துவிட்டது!! திடுக்கிட்டு எழுந்து சமையலறைக்குள் ஓடினாள் சீதா. சுவர்ணா வந்துவிட்டாள். புத்தகங்களை மேஜைமீது வீசிவிட்டு...

"போனை என்ன செய்தாய்?" என்றாள் கொஞ்சம் அமைதியாகவே. நேற்றைய தாக்கம் இருக்கவில்லை. வாசலில் தந்தையைப் பார்த்து விட்டதாலோ என்னவோ.

"உடைந்த துண்டுகளை எல்லாம் பொறுக்கி வெளியில் குப்பைத்தொட்டியில் போட்டுவிட்டேன்." சீதாவும் அதே அமைதியுடன் சொன்னாள்.

“சிம்மை யாராவது எறிவார்களா? அது இருந்தால் ஏதோ ஒரு போனை வாங்கிக்கொண்டு பொருத்திக்கொள்ளலாம் இல்லையா?”

“அதெல்லாம் எனக்கு என்ன தெரியும்? காலில் குத்தி விடும், அள்ளி வெளியில் போட்டுவிடு என்றார் உங்க அப்பா. போட்டு விட்டேன்”

ஒரு முட்டாளைப் பார்ப்பது போல் தாயைப் பார்த்து விட்டு குளியலுக்குப் போனாள் மகள். செல் மட்டும் இருந்திருந் தால் இந்த நேரத்திற்குள் எத்தனை முறை ‘கொலைவெறி’ ஒலித்திருக்குமோ? அதுபோகட்டும், சிநேகிதியுடன் பேசுவதற்குத் தொலைவாகப் போவானேன் என்று கேட்டதனால்தானே அவ்வளவு கோபம் வந்துவிட்டது! இப்பொழுது என்ன செய்யப்போகிறாள் என்று பார்க்க வேண்டும்.

எதுவும் நடக்காதது போலவே மூவரும் உண்டு முடித்தார்கள். மகள் பெரிய படிப்பிற்கு வந்ததும் இருக்கும் மூன்று அறை களில் ஒன்றை அவளுக்குக் கொடுத்துவிட்டார்கள். தானும் அவனும் மடக்குக் கட்டிலைப் போட்டுக்கொண்டு முன்னறையில் படுத்துக்கொள்வார்கள். மகளின் படிப்பு கெட்டுவிடும் என்று குறைந்த சத்தத்தில் டி.வி.யை வைத்துக்கொண்டு அருகில் உட்கார்ந்துகொண்டு பார்ப்பார்கள். அவனுக்கு இரவு ட்யூட்டி இருந்தால், தான் ஒருத்தி மட்டுமே டி.வி.யை பார்த்துவிட்டு படுத்துக்கொள்வாள் சீதா. மகள் மட்டும் படிக்கும் நேரம் முழுவதும் செல்லில் பேசிக்கொண்டே இருப்பாள். இன்று டி.வி. பார்க்க வேண்டும் என்று தோன்ற வில்லை. ரொம்ப நேரம் தூக்கம் வராமல் அவஸ்தைப்பட்டு எப்பொழுதோ கண்களை மூடினாள்.

பொழுது விடிந்தது. முகத்தைத் தூக்கி வைத்துக் கொண்டே கல்லூரிக்குப் போனாள் மகள்.

தந்தை மகளைக் கூர்ந்து கவனித்தான். அவள் ஐநூற்றித்தொண்ணூறு மதிப்பெண்கள் வாங்கிய பெண் இல்லை. இன்ஜினியரிங் இரண்டாவது வருட மாணவி. நடை மாறியது. பேச்சு மாறியது. பிளஸ் டூ வில் சேர்ந்தபோது நான்கு டிரெஸ்கள் வாங்கினால், “எதற்காக அப்பா இப்பொழுது அவ்வளவு செலவு?” என்ற மகள் இல்லை. பிறந்த நாளுக்கு ஆயிரத்தி இருநூறு ரூபாய் கொடுத்து தான் விரும்பிய ட்ரெஸ் வாங்கித் தரவில்லை என்று முகத்தைத் தூக்கி வைத்துக்கொண்ட மகள் இவள்! தன் கையிலிருக்கும் கடியாரம், தான் அணிந்துகொள்ளும் உடைகள் எதுவும் பிடிப்பதில்லை இப்பொழுது. தன் தாய் தையல் வேலை செய்பவள் என்றால் தலைகுனிவு. தந்தை பஸ்

டிரைவர் என்றால் தலைகுனிவு. இந்தப் பெண் எதனால் இப்படி மாறிவிட்டாள்? முன்பு இருந்த சுவர்ணா என்னவாகிவிட்டாள்?

சீதாவும் அதையேதான் யோசித்துக்கொண்டு இருந்தாள். குழந்தைகள் மாறுவதற்கு காரணம் பேபியம்மா சொன்னதுபோல் அவர்களுடன் குவாலிடி சமயம் கழிக்காமல் இருப்பதுதானா? இந்தக் காலத்தில் குழந்தைகளுடன் உட்கார்ந்து பொழுது போக்குவதற்கு யாருக்கு சமயம் இருக்கிறது? அப்போதைக்கப் போது பணம் போலவே நேரத்தைக்கூட கடன் வாங்குவது, அட்வான்ஸ் வாங்குவதுபோல்தானே இருக்கிறது, வாழ்க்கை தன்னைப் போன்றவர்களுக்கு!

"உனக்குக் கொஞ்சமாவது மூளை இருக்கிறதா சீதா? உங்கள் தகுதிக்கு அந்தப் பெண்ணுக்கு அந்தப் படிப்பு எதற்கு? திரும்பவும் அவளுக்குக் கல்யாணம் செய்து வைக்க வேண்டும் இல்லையா? இவளைவிட பெரிய இன்ஜினியரை கொண்டு வரவேண்டும் இல்லையா? எங்கிருந்துகொண்டு வருவாய்?" நீட்டி முழக்கிக் கொண்டு சொற்பொழிவு ஆற்றிவிட்டு, நாக்குச் சுட்டுவிடுவது போன்ற சின்ன ஸ்டீல் டம்ளரில் காபி கொடுத்து வழியனுப்பி வைத்தாள் சின்ன நாத்தனார்... வேலை மெனக்கெட்டு அவ்வளவு தூரம் பத்தாயிரம் கடனுக்காகப் போனபோது! இவள் கல்லூரியில் சேர்ந்த சமயம் அது.

சீதாவின் கணவனும், சுவர்ணாவின் தந்தையுமான அவன் ஒரு வாரம் விடுமுறை எடுத்துக்கொண்டு கல்லூரிப் படிப்பு பற்றி, அங்கே இருக்கும் நண்பர்கள் பற்றி, பெண் பிள்ளை களுக்கு ஆண் நண்பர்கள், ஆண் பிள்ளைகளுக்கு பெண் நண்பர்கள் இருப்பது எவ்வளவு மதிப்பிற்கு உரிய விஷயம் என்று தெரிந்தபோது தலையைச் சுற்றிக்கொண்டு வந்தது. தன்னுடைய ஞான சேகரிப்பின் விளைவு ஒரு வார சம்பளம் என்று நினைவுக்கு வந்ததும் அரண்டு போய் விட்டான். பேப்பரில் அவ்வப்பொழுது படித்திருக்கிறான், ரிக்ஷா தொழிலாளியின் மகன் இன்ஜினியர் ஆகிவிட்டான் என்றும், இன்னொரு ஏழையின் மகள் கலெக்டர் ஆகி விட்டாள் என்றும். எப்படி சாத்தியம்? அவர்களின் வியர்வையில் அமுதம், தன்னுடைய வியர்வையில் விஷம் இருக்கிறதா? சீதாவின் இடது கை ஆள்காட்டி விரலைப் பார்த்தான். ஊசி குத்திக் குத்தி சல்லடை யாகி விட்டிருந்தது. இந்தப் பெண் தன் இதயத்தை அதுபோல் சல்லடையாக்கி விடுவாளா? என்னதான் செய்வது என்று நொந்துகொண்டான். ஐநூற்றித் தொண்ணூறு ஏணியின் மேல்படியிலிருந்து, இப்பொழுது இன்ஜினியரிங் இரண்டாவது வருடத்தில் அவள் மதிப்பெண்கள் ஐம்பது சதவீதத்திற்கு இறங்கி விட்டது என்று தெரிந்து வருத்தப்பட்டான்.

“அதெல்லாம் மனப்பாடம் செய்த படிப்பு. இந்தப் படிப்பு வேறு. மனம் லயித்து விஷயத்தைப் புரிந்துகொண்டு படிக்க வேண்டும்” என்றான் தங்கையின் மகன் வாசு. என்ன ஆயிற்று தன் மகளுக்கு? யார் மாற்றிக்கொண்டு இருக்கிறார்கள் அவளை?

மனைவியைப்போல் அவனும் கண்ணீர் வடித்தான். ஒவ்வொரு நாளும் சில நூற்றுக்கணக்கான நபர்களை நலமாகக் கொண்டுபோய் சேர்க்கும் அவனுக்கு, தன் மகள் ஒருத்தியை எப்படி சேர்ப்பது என்று புரியவில்லை. முக்கியமாக தன் மகள், செளம்யா என்று குறிப்பிட்ட நபர் யார் என்று தெரிந்த பிறகு. போனை உடைத்த அன்று எத்தனை பேச்சு பேசி விட்டாள் தன்னை? தாங்க முடியாமல் கன்னத்தில் ஒரு அறை விட்டதற்கு எவ்வளவு ரகளை செய்தாள்? எத்தனை பொய் சொன்னாள்? செளம்யா என்ற கற்பனை பாத்திரத்தை எவ்வளவு அழகாக ஜோடித்து உருவாக்கினாள்? எங்கிருந்து வந்தது இந்தப் புத்திசாலித்தனம்?

“நாளை முதல் கேண்டீனுக்குப் பணம் தர வேண்டாம் அப்பா. கொஞ்சம் மலிவாக இருந்தாலும் சரி ஒரு போன் வாங்கிக் கொடு. கல்லூரி ரொம்ப தொலைவு இல்லையா? எல்லோரிடமும் போன் இருக்க வேண்டும். நான் வீட்டுக்குத் தாமதமாக வருவது பற்றி சொல்வதற்காகவாவது.” காலையில், பூனைபோல் பின்னாலேயே வந்து கேட்டாள்.

“ஆகட்டும். அடிக்கடி உடைப்பதற்கு விலை உயர்ந்தது வாங்குவானேன்? மலிவானதையே வாங்குவோம். இரண்டு நாட்கள் பொறுத்திரு” என்றான் அதே அமைதியான குரலில்.

மாலையில் கல்லூரியிலிருந்து வந்ததும் வராததுமாக அறைக்குள் போய் படுத்துக்கொண்டாள். தினமும் போல் குளித்துவிட்டு படிக்க உட்காரவில்லை. தாயைச் சாப்பாடு போடு என்று கேட்கவில்லை. கட்டில்மீது முடங்கிப் படுத்திருந்தாள். எத்தனை முறை கூப்பிட்டாலும் சாப்பிட வரவில்லை. அழுது கொண்டு இருக்கிறாள் என்று புரிந்தது.

அதற்குள் அவன் சட்டைப் பையில் ‘கொலை வெறி!’ மகள் காதில் விழுந்து விடாமல் வேகமாக தெருப்பக்கம் விரைந்து முனையிலேயே நின்று போனை எடுத்தான். செளம்யா காலிங்... மறுமுனையிலிருந்து குரல்கேட்டது. “போன் தொலைந்து விட்டது என்று பொய் சொல்லுவாயா?” என்று வசவுகள். வேகவேகமாக சொல்ல நினைத்த பத்து வார்த்தைகளையும் ஒப்பித்து விட்டான். நாளைக்குத் தன்னுடன் சேர்ந்து வரச்சொன்ன இடத்திற்கு வரவில்லை என்றால் என்ன நடக்குமோ பார்த்துக் கொள்ளச் சொன்னான். ஒரு பஸ் டிரைவரின் மகளுக்கு

அவ்வளவு திமிரா என்றான். போனை அணைத்து விட்டு வீட்டிற்குள் வந்து விழுந்தான், இன்ஜினியரிங் மாணவியின் பஸ் டிரைவர் தந்தை.

மகள் சாப்பிடவில்லை என்று தானும் சாப்பிடாமல் இருந்தால் சீதாவுக்கு வயிற்றில் எரிச்சல் ஏற்படும். அவன் நீரிழிவு நோய்க்காக மருந்து மாத்திரை சாப்பிட வேண்டும். இரண்டு பேரும் வலுக்கட்டாயமாக சாப்பிட்டு முடித்த பிறகும் மகள் எழுந்து வரவில்லை. அப்பொழுது மனைவியை ஒதுக்குப் புறமாக அழைத்துப் போய் விஷயம் முழுவதையும் சொன்னான். அவள் அழுதாள். அழுதுஅழுது கண்களைப் பாதியாக மூடிக் கொண்டாள். பாதியளவுக்கு மூடிய அந்த கண்கள் முன்னால் சில நிழல்கள் அசைந்தாடின.

“யார் தம்பி நீங்க?” என்றாள் சீதா.

“இவன் இளநீர் சீவும் கத்தியால் உங்கள் மகளின் தலையை வெட்டியவன். இவன் கத்தியால் உங்கள் மகளின் கழுத்தை அறுத்தவன். இவன் பெட்ரோலை ஊற்றி உங்கள் மகளைக் கொளுத்தியவன். இவன் உங்கள் மகளைக் குளத்தில் தள்ளியவன். இவன் உங்கள் மகளைக் கற்பழித்து, தலையணையால் முகத்தை அழுத்திக் கொன்றவன். இவன்...”

அதிர்ந்துபோய் கட்டில் மீது எழுந்து உட்கார்ந்து கொண்டாள் சீதா. வியர்வையால் அவள் உடல் முழுவதும் நனைந்து விட்டிருந்தது. நடுங்கிவிட்டாள். ‘எங்கே என் மகள்?’ என்று சுற்றிலும் பார்த்தாள். அப்பொழுதுதான் சமையலறை யிலிருந்து வந்துகொண்டிருந்தான் அவள் கணவன். கையில் கழி!

“திருட்டுப் பூனை. பால் கிண்ணத்தின் மூடியைத் தள்ளி வாயை வைக்கப் போனது. கழியால் ஒரு அடி கொடுத்தேன். இனி மறுபடியும் வராது. இருந்தாலும் நீ பாலை அலமாரி யில் வைக்காமல் மேடைமீது ஏன் வைத்தாய்?” என்றான். வியர்வையால் நனைந்து விட்ட மனைவியை அவள் அழுகையை, நடுக்கத்தை அவன் கவனிக்கவில்லை.

“போகட்டும். எத்தனை வேலைகளைத்தான் செய்வாய் நீ? காலையில் எழுந்தது முதல் வேலை! வேலை! ஒரே ஓட்டம்! நாளை இந்த ஜன்னலுக்கு இரும்பு வலையைக் கொண்டுவந்து மாட்டி விடுகிறேன். இனி வராது. வந்தால் முதுகில் ஒன்று போடுகிறேன். என்ன நடந்தது? அப்படி நடுங்குகிறாய்? போய் படுத்துக் கொள்” என்றான்.

எதையும் காதில் வாங்கிக் கொள்ளாமல் மகளின் அறைக்குள் ஓடினாள் சீதா. அப்பாடா! இருக்கிறாள், தன் மகள் இன்று

இருக்கிறாள். பின்னே நாளைக்கு? நாளைக்கும், இன்னும் அடுத்தடுத்த நாட்களும் இருப்பாளா? இரண்டு கைகளாலும் முகத்தை மூடிக்கொண்டு சுவர் ஓரமாக சரிந்து அழுது கொண்டிருந்தாள் சீதா.

சிறிது நேரத்திற்குப் பிறகு சமாதானம் ஆனவளாக மகள் பக்கத்தில் முடங்கிப் படுத்துக்கொண்டாள். கொஞ்சம் கண்ணயரும்போது தாயின் மார்பில் தலையை வைத்துக் கொள்வதற்கு முயன்றுகொண்டிருந்தாள் சுவர்ணா. இப்பொழுது விட்டால் திரும்பவும் கிடைக்காது என்பதுபோல் மகளை அழுத்தமாக கட்டிக்கொண்டாள் சீதா.

பி. சத்யவதி

காந்தாரி

கணவன் மிகவும் பிரியமுடன் தனக்கு வாங்கித் தந்த நவீன வீட்டு உபகரணங்களைத் தூசி இல்லாமல் பளிச்சென்று துடைத்து, அதனதன் இடத்தில் அழகாக, கம்பீரமாகக் காட்சி தரும் விதமாக வைத்துவிட்டு, எறும்பு, கரப்பு மற்றும் பல்லி போன்ற ஜீவராசிகளுடன் இடைவிடாமல் போராடி ஜெயித்துவிட்டு, எந்த ஒச்சமும் இல்லாத மகா சாம்ராஜ்ஜியத்திற்கு மகுடம் சூட்டாத மகாராணியாக ஒளி வீசும் சரஸ்வதி, இயற்கை யாக வீசும் காற்றை கொஞ்சம் சுவாசிப்பதற்காக வராண்டாவிற்கு வந்து நின்றாள்.

மங்கி வரும் மாலை வெயில் வெளிச்சத்தில் அப்பொழுதுதான் தண்ணீர் பாய்ச்சப்பட்ட செடி கொடிகள் பசுமையாய் மின்னிக்கொண்டிருந்தன. மாலை நேரத்தில் வீசும் காற்று உடலுக்கும், உள்ளத்திற்கும் புத்துயிர் அளிப்பதுபோல் இதமாக இருந்தது. கேட்டுக்கும் வராண்டாவுக்கும் நடுவில் போடப்பட்ட சிமெண்ட் தரையில் சரஸ்வதியின் மகள் கீதா தன்னுடைய சிநேகிதி ரஷீதாவுடன் ஷெட்டில் விளையாடிக்கொண்டிருந்தாள். ரஷீதா தேர்ந்த விளையாட்டு வீராங்கனையைப் போல் ஆடிக்கொண்டிருக்கையில் கீதா ராக்கெட்டை கூட சரியாக பிடிக்கத் தெரியாமல் திணறிக்கொண்டு இருந்தாள். ரஷீதா கேலி செய்யச்செய்ய கீதாவுக்கு அழுகை ஒன்றுதான் பாக்கியாக இருந்தது. இதை யெல்லாம் பார்த்துக்கொண்டிருந்த சரஸ்வதியின்

முகத்தில் இரத்தம் வேகமாகப் பாய்ந்தது. ஆவேசமாக இரண்டு அடிகள் முன் வைத்தவள் சட்டென்று நின்று பின்னால் திரும்பினாள்.

பாபு வரும் வேளையாகிவிட்டது. நல்ல பசியோடு வருவான். முன்னாடியே தயாரித்து வைத்திருந்த உணவுகள் அவனுக்குப் பிடிக்காது. அவன் வந்து உட்கார்ந்துகொண்ட பிறகு சுடச்சுட ஹோட்டல் தோசை போன்று மெலிதாக, மொறுமொறுவென்று வார்த்துப் போட வேண்டும். கீதா விளையாடிவிட்டு வந்த பிறகு அவளுக்கும் டிபன் தரவேண்டும். அவள் தோசையைச் சாப்பிட மாட்டாள். சப்பாத்திதான் விரும்புவாள். தொட்டுக் கொள்ள சன்னா மசாலாதான் வேண்டும் என்பாள். சரவணன் இரவு நேரத்தில் சாதம் சாப்பிட மாட்டான். சப்பாத்திதான் சாப்பிடுவான். அதற்காக இப்பொழுதே தயாரித்து வைத்தால் அப்படியே வீசியெறிந்து விடுவான். ஆறிப்போன சப்பாத்திகளை மாடுகூட திங்காது என்பான். அதனால் இப்பொழுது கீதாவுக்காகச் சப்பாத்தி, சன்னா தயார் செய்துவிட்டு, பிறகு பாபுவுக்காகத் தோசை வார்க்க வேண்டும். இத்தனை வேலைகளை வைத்துக்கொண்டு வராண்டாவில் நின்றபடி ஆவேசப்பட்டால் எப்படி முடியும்? குழந்தைகளுக்கு வேளாவேளைக்குச் சரியாக உணவு அளிக்க வில்லை என்றால் அவர்களால் நன்றாகப் படிக்க முடியாது. அவர்களுடைய எதிர்காலம், அவள் சரியானபடி சமைத்துப் போடுவதில்தான் இருக்கிறது என்பான் சரவணன். உண்மைதான் போலும் என்று சரஸ்வதியும் நினைத்துக்கொள்வாள்.

“சூப்பர் மணம் ஆண்டீ!” என்று சொல்லிக்கொண்டே சமையலறைக்குள் வந்தாள் ரஷீதா.

“அம்மா எது செய்தாலும் ரொம்ப சூப்பராக இருக்கும். அதான் அப்பாவுக்கு யார் வீட்டுக்குப் போனாலும் எதுவும் பிடிக்காது” என்றாள் கீதா.

சரஸ்வதி பதில் ஒன்றும் சொல்லாமல் மௌனமாக இருவருக்கும் சப்பாத்திகளைப் பரிமாறினாள். அதற்குள் பாபு வந்தான். அவனுக்குச் சூடாக தோசை வார்த்துப் போட்டாள்.

‘அம்மாவாக இருந்தாலும் கேட்டால்தான் கிடைக்கும்’ என்ற சொல்வழக்கு உண்டு. ஆனால் இந்த வீட்டைப் பொறுத்த வரையில் அது உண்மையில்லை. அம்மாவை எதுவும் கேட்கத் தேவையே இல்லை. மனதில் நினைத்துக்கொண்டால் போதும். கண்முன்னே பிரத்யட்சமாகிவிடும். பாபுவுக்கு மட்டும்தான் என்று இல்லை. சரஸ்வதி எல்லோருக்கும் பார்த்துப்பார்த்து செய்வாள்.

மாஸ்டர் ஆப் தி ஹவுஸ் மிஸ்டர் சரவணன்! மாலை ஏழு மணிக்கு வீட்டுக்கு வருவான். கணவன் வந்ததுமே பளபளவென்று தேய்த்து வைத்த ஸ்டீல் டம்ளரில் காய்ச்சி வடிகட்டி பிரிஜ்ஜில் வைத்தத் தண்ணீரைக்கொண்டு வந்து தருவாள். அவன் வரும்போது வீட்டை கண்ணாடியைப்போல் துப்புரவாக, நேர்த்தியாக வைத்திருப்பாள். அப்படி வைத்திருக்கவில்லை என்றால் மனைவியைப் பழிப்பான். சொல்லிக் காட்டுவான். அந்த வார்த்தைகளைக் கேட்டால் ஆரம்பகாலத்தில் சரஸ்வதிக்கு எரிச்சலாக இருக்கும். இப்போது வெறுப்பும் சேர்ந்து கொண்டுவிட்டது.

அதனால் அவன் வாயைத் திறந்து எதுவும் சொல்லத் தேவையில்லாதவாறு நடந்துகொள்வாள். அவன் வந்து சோபாவில் அமர்ந்துகொண்டதும் மின்விசிறியைப் போடுவாள். சூடாகக் காய்ச்சிய பாலில் புதிதாக இறக்கிய டிகாக்‌ஷனைக் கலந்து நுரை ததும்ப சைனா கோப்பையில் காபிகொண்டு வந்து தருவாள். ஒரு நிமிடம் அங்கேயே நிற்பாள். காபியில் எந்தக்குறையும் இல்லையென்று உறுதிப்படுத்திக்கொண்ட பிறகு உள்ளே போவாள். சரவணன் வீட்டுக்கு வரும் நேரத்தில் சரஸ்வதி அழுக்குப் புடவையில், வீட்டு வேலைகளைச் செய்தபடி காட்சித் தரக்கூடாது. தனக்காக உணவு தயாரிப்பதைத் தவிர வேறு எந்த வேலையும் பாக்கி வைத்திருக்கக் கூடாது. எல்லா வேலைகளையும் முடித்துவிட்டு பளிச்சென்று புடவையை உடுத்தியிருக்க வேண்டும்.

எட்டரை மணிக்கு அவன் டி.வி.யைப் போடுவான். அதற்குள் குழந்தைகள் வீட்டுப்பாடத்தை முடித்திருக்க வேண்டும். சரவணன் டி.வி.யைப் பார்க்கும் பொழுது சரஸ்வதி அருகிலேயே அமர்ந்துகொண்டு அவன் செய்யும் விமரிசனங்கள் தனக்குப் பிடித்தாற்போல் முகத்தை வைத்துக்கொள்ள வேண்டும். குழந்தைகளுக்குப் பாடம் சொல்லித் தரவும், ஹோம்வர்க் செய்ய வைக்கவும் ட்யூஷன் மாஸ்டர் இருக்கிறார். குழந்தைகள் ரேங்க் இறங்கிவிடாமல் பார்த்துக்கொள்வது அவருடைய பொறுப்பு.

சரவணன் எல்லா பொறுப்புகளையும் தன் மீதே வைத்துக் கொள்ளாமல் மற்றவர்களிடம் சில வேலைகளை ஒப்படைத்து வந்தான். குழந்தைகளின் கல்வி பற்றிய பொறுப்பு ட்யூஷன் மாஸ்டருடையது என்றால், வீட்டை சுத்தமாக வைத்துக் கொள்வது, நாவிற்கு ருசியாக சமைத்துப் போடுவது, சிக்கனமாக இருப்பது சரஸ்வதியின் பொறுப்பு. குரலை உயர்த்திப் பேசாமல், நண்பர்களை வீட்டுக்கு அழைத்து வராமல், ரகளை செய்து வீட்டை களேபரமாக்காமல், சொன்னபடி கேட்டு நடந்து

மாலை நேரத்து விடியல்

கொண்டு, நன்றாகப் படித்து நல்ல ரேங்க் வாங்குவது குழந்தைகளின் பொறுப்பு. பின்னே சரவணனுக்கு எந்தப் பொறுப்பும் இல்லையா என்றால், தாராளமாக இருக்கு. குழந்தைகளையும் சரஸ்வதியையும் தன் கட்டுப்பாட்டுக்குள் வைத்துக்கொள்வது, வீட்டில் தனக்கு விருப்பமில்லாத காரியங்கள் நடக்காமல் பார்த்துக்கொள்வது, தன்னுடைய ஆதிக்கத்திற்கு எந்தக் குறையும் வராமல் கவனமாக இருப்பது போன்ற தலை சிறந்த பொறுப்புகளை அவன் தனக்காக ஒதுக்கிக்கொண்டான்.

கீதா வீட்டுப் பாடத்தை முடித்துவிட்டு சோபாவில் தாயின் பக்கத்தில் வந்து அமர்ந்துகொண்டாள். பாபுவின் வீட்டுப் பாடம் இன்னும் முடியவில்லை. கணக்குப் பாடத்தில் ஒரு கணக்குச் சரியாக வராமல் அவனை அலைக்கழித்துக் கொண்டிருந்தது. ட்யூஷன் மாஸ்டர் நான்கு நாட்களாக வரவில்லை. பாபு புத்தகத்தை எடுத்துக்கொண்டு தந்தையின் அருகில் சென்றான்.

"என்ன கண்ணா? என்ன வேண்டும்?" அன்பு ததும்பும் குரலில் கேட்டான் சரவணன்.

"இந்தக் கணக்குச் சரியாக வரவில்லை டாடீ" என்றான் பாபு.

இவ்வளவுதானா என்பதுபோல் மகன் கையிலிருந்து அலட்சியமாகப் புத்தகத்தை வாங்கி ஒரு நிமிடம் கூர்ந்து பார்த்தான். கடினமான கணக்குதான் என்று புரிந்தது. முகத்தைக் கம்பீரமாக வைத்துக்கொண்டு "ட்யூஷன் மாஸ்டர் வரவில்லையா?" என்றான் குரலை உயர்த்தி.

"அவருடைய மனைவிக்குப் பிரசவமாகி பெண் குழந்தை பிறந்திருக்கிறதாம். நான்கு நாட்களாக வரவில்லை." சரஸ்வதி பதில் சொன்னாள்.

"நன்றாகத்தான் இருக்கு. மனைவிக்குப் பிரசவம் என்றால் இவர் வராமல் இருப்பானேன்? உனக்குக் கொஞ்சம்கூட பொறுப்பே இல்லை. சம்பளம் மட்டும் கேட்டு வாங்கித் தந்துவிடுவாய். உனக்கென்ன வந்தது? சம்பாதிப்பவனுக்குத் தானே தெரியும்?" என்று சரஸ்வதியின்மீது எரிந்து விழுந்தான். கணக்குப் பாடத்தைப் பற்றி பேச்சே எடுக்கவில்லை. அந்தக் கணக்கு அவனுக்குப் போட வராது என்று சரஸ்வதிக்குத் தெரியும். பாபுவுக்கும் தெரியும் போலும். மெதுவாக அங்கிருந்து நகர்ந்து விட்டான். கணவனுக்கு சூடாக சப்பாத்திகளைச் செய்வதற்காக சரஸ்வதி சமையலறைக்குள் சென்றாள். ஒன்பதரை மணிக்குள் இரவு சாப்பாடு முடிந்துவிட வேண்டும் என்பது சரவணனின் ஆணைகளில் ஒன்று.

“அப்பாவுக்குக் கணக்குப் போடத் தெரியாது கீதா! அதான் அப்படி எரிந்து விழுகிறார். பாடம் சொல்லித் தரமாட்டார். அம்மாவைக் கேட்டால் படித்த படிப்பு மறந்துவிட்டது என்பாள். எப்போ பார்த்தாலும் அம்மாவுக்கு வேலைதான்” பாபு அக்காவிடம் முணுமுணுத்துக்கொண்டிருந்தான்.

குழந்தைகள் சின்ன வகுப்புகளில் இருந்தபோது சரஸ்வதிதான் அவர்களுக்குப் பாடம் சொல்லிக் கொடுத்து வந்தாள். ஆனால் சரவணனுக்கு அது பிடிக்கவில்லை. “இத்தனை வேலைகளை உன்னால் செய்ய முடியாது சரஸ்வதி! ட்யூஷன் மாஸ்டரை ஏற்பாடு செய்கிறேன். அவர் பார்த்துக் கொள்வார். நீ உன்னுடைய வேலைகளை மட்டும் பார்த்தால் போதும்” என்றான். ‘உன்னுடைய வேலைகள்’ என்றால் சமைப்பது, வீட்டை சுத்தம் செய்வது போன்றவை. வேலைக்காரி மட்டம் போட்டு படுத்திய போதெல்லாம் சரவணன் மனைவிக்கு ஏதாவது ஒரு கருவியை வாங்கித் தருவான். “உன்னால் கஷ்டப்பட முடியாது சரசு! நிம்மதியாக இந்த மிஷினில் துணிகளைத் தோய்த்துக்கொள். இந்த வாக்குவம் க்ளீனரால் வீட்டைப் பெருக்கு. கிரைண்டரில் மாவை அரைத்துக்கொள். வேலைக்காரியை எதிர்பார்க்காதே.” அறிவுரை வழங்கினான்.

வண்ணான் சரஸ்வதியைப்போல் துணிகளைச் சுத்தமாக வெளுக்க மாட்டான். வேலைக்காரி சரஸ்வதியைப்போல் வீட்டை நன்றாக பெருக்க மாட்டாள். “நம் வேலைகளை நாமே செய்துகொண்டால்தான் வீடு நன்றாக இருக்கும்” என்று சரவணன் எப்போதும் சொல்லிக்கொண்டே இருப்பான். நாளடைவில் சரஸ்வதிக்கு வீட்டு வேலைகள் தான் செய்தால் தவிர மற்றவர்கள் யார் செய்தாலும் பிடிக்காமல் போய் விட்டது.

அந்த விதமாக சரஸ்வதிக்குக் குழந்தைகளுடைய படிப்புடனும், தன்னுடைய படிப்புடனும், வெளி உலகத்துடனும் உறவு துண்டிக்கப்பட்டுவிட்டது. குடும்பத்திற்காக மட்டுமே வாழும் சரஸ்வதியாக மாறிவிட்டாள்.

“அம்மா! அப்பா அவ்வளவு பெரிய படிப்பு படித்திருக் கிறார் இல்லையா. கணக்குப் போட வரவில்லை என்று பாபு கேட்டால் சொல்லித் தராமல் இருப்பானேன்? அவரைவிட குறைவாகப் படித்திருந்தும் நீ எனக்கு ஒரு தடவை இங்கிலீஷ் கிராமர் சொல்லித் தந்தாயே?”

“தப்பு கண்ணம்மா! அப்படியெல்லாம் பேசக் கூடாது. அப்பா பகல் முழுவதும் கஷ்டப்பட்டு ஆபீசில் வேலை பார்த்து விட்டு வருகிறார் இல்லையா? மறுபடியும் யோசித்துப் பாடம் சொல்லித் தரணும் என்றால் அவருக்குச் சிரமமாக இருக்கும்.

அவ்வளவு பெரிய வேலையில் இருப்பவருக்குக் கணக்குப் பாடம் வராமல் இருப்பதாவது?" என்று சரஸ்வதி மகளுக்குப் பதில் சொல்லியிருக்க வேண்டும்.

ஆனால் இன்று அவளால் அப்படிச் சொல்ல முடிய வில்லை. "அப்பா ரொம்ப உயர்ந்தவர். நம்மை எல்லாம் சுகமாக வைத்திருக்கிறார். எல்லாம் வாங்கித் தருகிறார். அவரை நாம் எப்போதும் மதிக்க வேண்டும். எதிர்த்துப் பேசக் கூடாது. அவர் சொன்ன வேலைகளை வாயைத் திறக்காமல் செய்து முடிக்கணும்" என்று சரஸ்வதி எப்போதும் குழந்தைகளிடம் சொல்லி வந்தாள். அப்படி சொல்லச்சொல்லி ஒருமுறை சரவணன் மனைவியிடம் சொல்லியிருந்தான்.

இன்று ஏனோ அவளால் அப்படிச் சொல்ல முடியவில்லை. கடந்த சில நாட்களாகவே அவள் மனதில் இனம் புரியாத திருப்தியின்மை கொந்தளித்துக்கொண்டிருந்தது. எல்லோரும் படுத்துக்கொண்ட பிறகு பாபுவின் கணக்குப் புத்தகத்தைக் கையில் எடுத்தாள். அவளுக்கும் கல்வி தேவதையான சரஸ்வதிக்கும் தொடர்பு விட்டுப் போய் பதினேழு வருடங்கள் ஆகிவிட்டன.

யோசித்து... யோசித்து பதினேழு வருடங்களுக்கு முன்னால் படித்த படிப்பை நினைவுபடுத்திக்கொள்ள முயன்றாள். இருட்டில் தட்டுத் தடுமாறி வழியைக் கண்டுபிடித்துவிட்டது போல் அரைமணி நேரம் முயற்சி செய்த பிறகு சரஸ்வதி அந்த கணக்கைப் போட்டுவிட்டாள். அதாவது தான் இன்னும் படிப்பை மறக்கவில்லை. ஆமாம், தன்னுடையது ஒப்புக்குச் சப்பாணி படிப்பு இல்லையே. ஆழமான படிப்பு! கணிதத்தை மெயின் பாடமாக எடுத்துக்கொண்டு பட்டப் படிப்பை முடித்திருந்தாள். கல்லூரியில் முதல் இடமும், பல்கலைக்கழகத்தில் நான்காவது இடமும் பெற்றிருந்தாள்.

"நல்ல திறமை இருக்கு. மேலும் படி. முன்னுக்கு வருவாய். எதிர்காலம் நன்றாக இருக்கும்"

கல்லூரி முதல்வர் பரிசு அளித்துக்கொண்டே வாழ்த்துகளை யும், ஆசியையும் வழங்கினாள். ஆனால் அந்த ஆசிகள் பலிக்க வில்லை.

"நன்றாகத்தான் இருக்கு. படித்த வரையில் போதும். இதைவிட அதிகம்படித்தால் உன்னைவிட அதிகம் படித்த மாப்பிள்ளையைத் தேடணும். உனக்கும் வயசு ஏறிக்கொண்டே போகும். வரதட்சணையும் கூடும். என்னால் முடியாதும்மா" தந்தை சொல்லி விட்டார்.

சரவணன் பெண் பார்க்க வந்தான். நிறம் கொஞ்சம் கம்மி. அதனால் என்ன? எந்தக் கெட்ட பழக்கமும் இல்லை. அம்மா அப்பாவுக்கு அடங்கி நடப்பவன். பார்க்கக் கொஞ்சம் அசடு போல் காட்சி தருவான். அது ஒரு குறையா? பட்டணத்தில் அவனுக்கு எவ்வளவு பெரிய வீடு இருக்குத் தெரியுமா? இப்போ அது போன்ற வீடு கட்ட வேண்டும் என்றால் இருபத்தைந்து லட்சமாவது வேண்டும். பெயரும் புகழும் நிறைந்த வம்சம் அவர்களுடையது. அதனால்தான் அவனுடைய அப்பா கொஞ்சமோ நஞ்சமோ பணத்தைச் செலவழித்து மகனுக்கு வேலை வாங்கித் தந்தார். இந்தக் காலத்தில் வேலை கிடைப்பது அவ்வளவு சுலபமா என்ன? நல்ல வேலை, சொந்த வீடு. தந்தைக்குச் செல்வாக்கும் இருக்கிறது. வேறு என்ன வேண்டும்? சரஸ்வதியின் அழகைப் பார்த்து (சுறுசுறுப்பைப் பார்த்து இல்லை) வரதட்சணையைக் கொஞ்சம் குறைத்துக்கொண்டார்கள். ஏதோ ஆசைப்பட்டாள் என்பதற்காகப் பட்டப்படிப்பு வரையில் சொல்லிக் கொடுத்தோம். மேலும் படித்து என்ன செய்யப் போகிறாள்? பெண்ணுக்கு அழகும், பணிவும் முக்கியம். ஜாதகப் பொருத்தமும் நன்றாக அமைந்திருக்கிறது. எப்படியோ மகளைக் கரை சேர்த்தாகி விட்டது. அப்பாடா! நிம்மதியாக மூச்சு விட்டுக்கொண்டார்கள் சரஸ்வதியின் பெற்றோர்கள்.

"சரஸ்வதி! நீயும் உன் கணவனும் சேர்ந்து வெளி ஊர் களுக்குப் போய் விட்டு வாருங்கள். மகாபலிபுரம், சென்னை, காஞ்சிபுரம், திருப்பதி, பெங்களூர் என்று எல்லா இடங்களையும் சுற்றிப் பாருங்கள். வரதட்சணையில் கொஞ்சம் பணம் மிச்சப்பட்டது இல்லையா. இந்தப் பணத்தை எடுத்துக் கொள்" என்று தம்பதிகள் இருவரையும் தேன்நிலவுக்கு அனுப்பி வைத்தார் சரஸ்வதியின் தந்தை.

மகாபலிபுரத்தில் செம்பட்டை முடியும், நீல நிறக் கண்களும் கொண்ட வயலெட் என்ற அமெரிக்கன் இளம் பெண் சரஸ்வதியின் கூந்தலைப் பார்த்து வியப்படைந்தாள். கண்களுக்கு இடப்பட்டிருந்த மையை, கைகளில் மருதாணியின் சிவப்பு நிற டிசைனை, கால்களில் வெள்ளிக் கொலுசை எல்லாவற்றையும் தொட்டுப் பார்த்தாள். அவளும், சரஸ்வதியும் கல் ரதங்களுக்கு முன்னால் நின்றபடி புகைப்படங்களை எடுத்துக்கொண்டார்கள் ரொம்ப நேரம் அளவளாவினார்கள்.

"என்னுடன் நீங்க இருவரும் லஞ்சுக்கு வாங்க." வயலெட் அழைப்பு விடுத்தாள்.

"நான் வர மாட்டேன். வேண்டுமானால் நீ போய்க் கொள்" முகத்தைத் தூக்கி வைத்துக்கொண்டான் சரவணன்.

மாலை நேரத்து விடியல்

தங்களால் வர முடியாமல் போனதற்கு நொண்டி சாக்கு சொல்லிவிட்டு வயலெட்டிடமிருந்து விடை பெற்றுக் கொண்டாள் சரஸ்வதி.

"உனக்கும் வெளிநாட்டு மனிதர்களிடம் மோகம் இருக்கா? இல்லை உனக்குத்தான் இங்கிலீஷ் பேசத் தெரியும் என்று காட்டிக் கொள்ளும் நோக்கமா? அந்த வெளிநாட்டுப் பெண்ணிடம் எதற்காக அப்படி ஈஷிக் கொள்ளணும்?" எரிந்து விழுந்தான் சரவணன்.

அப்பொழுதுதான் சரஸ்வதிக்குப் புரிந்தது. சரவணன் வயலெட்டிடம் "எஸ்... நோ..." என்ற வார்த்தைகளைத் தவிர வேறு எதுவும் பேசவில்லை என்றும் அவனுக்கு ஆங்கிலம் சரளமாகப்பேச வராது என்றும், தான் ஆங்கிலத்தில் பேசுவது அவனுக்குப் பிடிக்கவில்லை என்றும்.

சென்னையில் மெரீனா பீச்சுக்குக் கிளம்பிய போது சல்வார் கமீஸ் உடுத்திக்கொண்டு, தலைக்குக் கிளிப் போட்டு விட்டுக் கூந்தலை அப்படியே விட்டு விட்டாள்.

"இந்த மாதிரி உடைகளை எல்லாம் இனி நீ போட்டுக் கொள்ளக் கூடாது. என் தங்கைகளும் கல்யாணம் ஆன பிறகு விட்டு விட்டார்கள். எங்க அம்மா அப்பா சம்மதிக்க மாட்டார்கள். எனக்கும் பிடிக்காது" என்றான் சரவணன்.

பெங்களூரில் லால்பாக் பார்க்கப் போன பொழுது எதிர்பாராமல் கிரீஷ் கர்னாட் தென்பட்டார். அவரிடம் சரஸ்வதிக்கு மதிப்பும், மரியாதையும் அதிகம். வேகமாக அருகில் சென்று தன்னை அறிமுகபடுத்திக்கொண்டு பேசினாள்.

"இவரை உங்களுக்குத் தெரியாதா? கிரீஷ் கர்னாட்! துக்ளக் என்ற நாடகம் எழுதியிருக்கிறார். சிறந்த நடிகர்."

சந்தோஷத்தில் திக்கு முக்காடிய சரஸ்வதி வேகவேகமாக மூச்சு விட்டுக்கொண்டாள்.

"இன்னும் கல்லூரி மாணவி என்ற எண்ணமா உனக்கு? திருமணம் ஆகிவிட்டது என்ற நினைப்பாவது இருக்கா இல்லையா? இனி நீ கண்ட கண்டவர்களுடன் பேசக்கூடாது. நான் யாருடன் பேசுகிறேனோ அவர்களிடம் மட்டும்தான் நீ பேச வேண்டும்" என்றான் சரவணன் பற்களைக் கடித்துக் கொண்டே.

பப்ளிக் ஃபிகர்ஸ் பற்றிக்கூட அவனுக்குத் தெரியாது போலும். ஹோட்டலுக்குப் போவதற்காகக் கையை நீட்டி டாக்ஸியை நிறுத்தினாள் சரஸ்வதி.

“அதுதான் வேண்டாம் என்கிறேன். ஆண்பிள்ளை நான் இருக்கும்போது உனக்கென்ன அவசரம்?”

தேன்நிலவு முடிந்து விட்டது. சரஸ்வதிக்குக் கணவனின் சுபாவம் புரிந்துவிட்டது. சரவணன் அவளைவிட அதிகமாகப் படித்திருக்கிறான். ஆனால் அந்தப் படிப்பு லஞ்சம் கொடுத்து வேலை வாங்குவதற்குத் தவிர வேறு எதற்கும் லாயக்கு இல்லை. அவனிடம் இருப்பது வெறும் சர்டிபிகேட் மட்டும்தான். சரஸ்வதியைவிட தான் அதிக புத்திசாலியாகவும் திறமை மிகுந்தவன்போலவும் அவளுடைய மெய்காப்பாளன் போலவும் தென்பட வேண்டும் என்பது சரவணனின் விருப்பம்.

போகட்டும் சரஸ்வதி! இப்போது நீ பொறுப்புகள் மிகுந்த இல்லத்தரசி. வீட்டைப்பார்த்துக்கொள். குழந்தைகளைப் பார்த்துக்கொள். எந்தப் பெண்ணுக்கும் வாழ்க்கையில் இதைவிட வேறு என்ன வேண்டும்? இருக்கும் பணத்தில் நிம்மதி யாக வாழணும். பணம் காசு சேர்த்து வைக்கணும். இதுதான் முக்கியம். பைதாகராஸ் தீரம் நினைவில் வைத்துக்கொண்டு என்ன செய்யப் போகிறாய்? உன் குடும்பத்தில் பிரச்சினைகள் வந்தால் அல்ஜீப்ரா தீர்த்து வைக்கப் போகிறதா என்ன? பதினெட்டு வயது முடிந்தால் தவிர பெண்ணுக்குத் திருமணம் செய்து வைக்கக்கூடாது என்று அரசாங்கத்தில் சட்டம் போட்டிருப்பதால் படித்துக்கொண்டே பொழுதைப் போக்கினாய். படிப்பு சொல்லிக்கொடுத்ததற்கு நல்ல மதிப்பெண்கள் பெற்று பெற்றோரின் பெயரைக் காப்பாற்றினாய். பரிசுகளை வாங்கிக் குவித்தாய். அவையெல்லாம் இப்போது தேவையே இல்லை. இனி குழந்தைகளைப் பார்த்துக்கொள். கணவனின் கண்ணசைவின்படி நடந்துகொண்டு அவனுடைய பாராட்டைப் பெற வேண்டும். அதுதான் நீ செய்ய வேண்டியது.

சரவணன் நல்லவன். சரவணன் நல்லவன்தான். அவனுடைய வீட்டில், கால் கோடி பெருமானமுள்ள வீட்டில், மனைவியின் மெடல்களுக்கும் கோப்பைகளுக்கும் ஷீல்டு களுக்கும் இடம் இல்லை என்று மறுத்தவன். பிறந்த வீட்டிலேயே அவை இருக்கட்டும் என்றவன்.

சரவணன் நல்லவன்தான். மனைவியின் அறிவை வண்ணான் மற்றும் பால் கணக்கிற்கு மட்டுமே பயன்படுத்த அனுமதி தந்தவன்.

சரவணன் நல்லவன் இல்லை என்று யார் சொன்னார்கள்? வீட்டுக்கு உபயோகப்படும் எல்லா கருவிகளையும் வாங்கிப் போட்டவன். அந்தக் கருவிகளுக்கும் சமையலறை சாதனங் களுக்கும் நடுவில் அவளை ஓட ஓட விரட்டியவன். இதயத்தில்

எழும் ராகத்தை ரசிக்கத் தெரியாதவன். இதயத்தை தகிக்கச் செய்யும் ராகத்தை இசைப்பவன். மனைவியை காந்தாரியின் நிலைக்குத் தள்ளியவன்!

"அம்மா! காந்தாரி இவ்வளவு முட்டாளாக இருக்கிறாளே? குருட்டுக் கணவனுக்கு வழி காட்ட வேண்டியது போய் தானும் குருட்டுத்தனத்தை வரவழைத்துக்கொண்டிருக்கிறாள். இருவரும் தட்டுத் தடுமாறி கீழே விழுந்து மண்டையை உடைத்துக் கொள்ளவா?"

கல்லூரியில் படிக்கும் நாட்களில் ஒரு தடவை சரஸ்வதி தாயிடம் கேட்டாள்.

"தப்பும்மா. அப்படி எல்லாம் பேசக்கூடாது. அவள் மகா பதிவிரதை. கணவனுக்கு இல்லாத கண் பார்வை தனக்கு எதுக்கு என்று தியாகம் செய்தவள். தட்டுத் தடுமாறி நடந்து போக வேண்டிய தலையெழுத்து அவர்களுக்கு என்ன வந்தது? ராஜ பரம்பரையைச் சேர்ந்தவர்கள். சேடிப் பெண்கள் எல்லா வற்றையும் கையில் கொண்டுவந்து தருவார்கள். அவர்களே வழி நடத்திச் செல்வார்கள்"

மகளின் சார்பில் கன்னத்தில் போட்டுக்கொண்டே அந்தத்தாய்ச் சொன்னாள்.

தியாகமோ, இயலாமையோ, பகையோ . . . எதுவாக இருந்தாலும் பதிவிரதைகளிடமிருந்து இந்த நாட்டைக் காப்பாற்றியாக வேண்டும். இப்படி காலங்காலமாகக் குருட்டுத்தனத்தைத் தொடர்ந்து கொண்டிருந்த காந்தாரியின் கண்கட்டுகள் சமீபகாலமாக சரஸ்வதியின் முகத்தில் சரியாகப் பொருந்தவில்லை. அவற்றை அவிழ்த்துவிட வேண்டும் என்ற பலமான விருப்பம் இதயத்தின் ஆழத்திலிருந்து எரிமலை யாகப் பொங்கி வந்துகொண்டிருந்தது.

"எந்தக் கடவுளோ வந்து சக்குபாய்க்கு இரவோடு இரவாக மாவு அரைத்துக் கொடுத்ததுபோல் எனக்குக் கணக்கைப் போட்டுக் கொடுத்து விட்டார் கீதா."

பாபு சந்தோஷமாக குதித்து கும்மாளம் போட்டுக் கொண்டிருந்தான்.

அன்று மாலையில் ஷெட்டில் ஆடுவதற்காக ரஷீதா மறுபடியும் வந்தாள். "கீதா! இப்படி வா" சரஸ்வதி வராண்டாவில் நின்று கொண்டு அழைத்தாள்.

"இரும்மா" இடத்தைவிட்டு அசையாமலேயே கீதா சிணுங்கினாள். ஆமாம், அம்மா அழைத்தாள் என்றால் ஏதாவது

சாப்பிடுவதற்காகவோ, இல்லை விளையாடியது போதும் உள்ளே போய் படி என்றோ, அதுவும் இல்லை என்றால் அப்பா வரும் நேரமாகி விட்டது, அவர் வரும்போது குதித்து கும்மாளம் போட்டுக்கொண்டிருக்காதே என்று சொல்வதற்காகவோ ... இந்தக் காரணங்கள்தான் இருக்கும் என்பது கீதாவின் எண்ணம்.

சரஸ்வதி மகளின் அருகில் சென்று அவள் கையிலிருந்து ராக்கெட்டை வாங்கிக்கொண்டாள். "இதோ பார். ராக்கெட்டை இப்படி பிடித்துக்கொள்ளணும். ஷெட்டிலை இப்படி அடிக்கணும். சர்வீஸ் இப்படி போடணும்" என்று செயல் முறையில் விளக்கினாள்.

கீதா நம்ப முடியாதவள்போல் தாயின் பக்கம் பார்த்தாள். "என்னுடன் விளையாடுங்கள் ஆண்டீ" ரஷீதா சொன்னாள்.

பதினேழு வருடங்களாக வீட்டு வேலைகளைத் தவிர வேறு எந்த உடற்பயிற்சியும் இல்லாததால் பலூன் போல் ஊதி விட்ட உடல் அவளை ஒரு அடி எடுத்து வைக்க அனுமதிக்க வில்லை. பெரிதாக மூச்சு விட்டுக்கொண்டே தரையில் உட்கார்ந்து விட்ட முன்னாள் ஸ்டேட் பேட்மிண்டன் சாம்பியன் சரஸ்வதியின் விழிகளில் நீர் சுழன்றது.

ஒரு நிமிடம் கழித்து எழுந்து நின்றாள். "நாளை முதல் நானும் விளையாடுவேன்" என்று சொல்லிவிட்டு விருட்டென்று திரும்பி உள்ளே போனாள்.

சுய அபிமானம்

என் கணவரை குணக்குன்று என்றும், என்னை மனைவி போல் அல்லாமல் சிநேகிதியாக பார்த்துக் கொள்வார் என்றும், எல்லா விதத்திலேயும் எனக்கு உறுதுணையாக இருப்பார் என்றும், எனக்காகவே கலியுகத்தில் அவதாரம் எடுத்து வந்த கடவுள் என்றும் என்னுடைய சகஊழியர்கள் மட்டும் அல்லாமல் உற்றார் உறவினர் எல்லோரும் அடிக்கடி சொல்லிக் கொண்டே இருப்பார்கள்.

அவர்கள் அப்படிச் சொல்லும்போது உண்மையிலேயே எனக்குப் பெருமையாக இருக்கும். ஏன் என்றால் கிருஷ்ணமூர்த்தி உண்மையிலேயே மிகவும் நல்லவர்.

பெரும்பாலான ஆண்களுக்கு இருப்பதுபோல் அவருக்குக் குடிப்பழக்கம் இல்லை. சிகரெட்கூட பிடிக்க மாட்டார். ஆபீஸிலிருந்து வரும்போது காய்கறி, மளிகை எல்லாம் வாங்கி வருவார். பேபிக்கு வீட்டுப்பாடம் சொல்லிக்கொடுப்பார். என்றைக்காவது சோம்பல் பட்டுக்கொண்டு நான் ஒழுங்காகச் சமைக்கவில்லை என்றால் ஊறுகாய், தயிருடன் அட்ஜெஸ்ட் செய்துகொள்வார். முக்கியமாக என்னை 'டீ' போட்டு கூப்பிட மாட்டார். நான் அவரை பெயர் சொல்லி அழைத்தாலும் சும்மா இருப்பார்.

அவருடைய எண்ணங்கள், திட்டங்கள் எல்லாம் எனக்கு ரொம்பவே பிடிக்கும். நான் ஆபீஸில் எப்படி வேலை பார்க்கணும் என்று அவர்தான் எனக்கு சொல்லித் தருவார். யாரிடம்

பி. சத்யவதி

எப்படிப் பேச வேண்டுமோ, எப்படி நடந்துகொள்ள வேண்டுமோ அவர்தான் எனக்குக் கற்றுக்கொடுத்தார். அதெல்லாம் கற்றுத் தரவில்லை என்றால் நான் அப்பாவியாக ஏதாவது சிக்கலில் மாட்டிக் கொள்வேன் என்பது அவருடைய கவலை. "சுமதி! நீ வெறும் அப்பாவி. உனக்கு ஒன்றும் தெரியாது" என்று அவர் சொல்லும்போது உண்மையிலேயே என்னுடைய பாரத்தை முழுவதுமாக அவர்மீது போட்டு விட்டு நிம்மதியாக, யோசிக்க வேண்டிய தேவையே இல்லாமல் வாழ்ந்துகொண்டிருப்பதை நினைத்து சந்தோஷமாக இருந்தேன்.

உண்மையிலேயே எனக்கு யோசிக்க வேண்டிய அவசியம் இருக்காது. எனக்காகவும் அவரே யோசிப்பார்.

இதுபோல் எங்களுடைய வாழ்க்கை சந்தோஷமாகப் போய்க் கொண்டிருந்த தருணத்தில், ஒரு நாள் மாலை நேரத்தில் திடீரென்று ரிக்ஷாவிலிருந்து பெரிய சூட்கேசுடன் இறங்கி உள்ளே வந்தாள் வசந்தா. அவளை அடையாளம் கண்டு கொள்வது கொஞ்சம் சிரமமாகத்தான் இருந்தது. அன்று மலர்ந்த மலர்போல் தளதளவென்று இருப்பவள் காய்ந்த சருகுபோல் வாடி இருந்தாள். பல வருடங்களுக்குப் பிறகு சந்தித்துக்கொண்டதில் மகிழ்ச்சி அடைந்தவளாய் அவளை கிருஷ்ணமூர்த்திக்கு அறிமுகப்படுத்தி வைத்தேன்.

இரண்டு பேரும் பெண்கள் மாநிலப் பள்ளியிலும், பிறகு பெண்கள் கல்லூரியிலும் ஒன்றாக சேர்ந்து படித்த விவரத்தைத் தெரிவித்தேன். ஒருக்கால் பிறந்த வீட்டிலிருந்து தன் வீட்டுக்கோ தன் விட்டிலிருந்து பிறந்த வீட்டுக்கோ போகும்போது வழியில் இறங்கியிருப்பாள் போலும். எது எப்படி இருந்தாலும் அவள் இப்படி வந்தது எனக்கு மிகவும் சந்தோஷமாக இருந்தது. நாங்கள் பட்டணத்திற்கு வந்து குடித்தனம் தொடங்கிய பிறகு என் சிநேகிதி என்று சொல்லிக்கொண்டு யாரும் இரண்டு நாட்கள்கூட தங்கியதில்லை, அதுதான்.

இரண்டு பேரும் காபி குடித்துவிட்டு பழைய கதைகளைப் பேசிக்கொண்டிருந்தபோது கேட்டேன். "எங்கேயிருந்து எங்கே போகும்போது இங்கே இறங்கினாய்?" என்று.

"அப்பா வீட்டிலிருந்து கிளம்பி வருகிறேன். நேராக இங்கேதான் வந்தேன். ஏன்? இத்தனை பெரிய சூட்கேசுடன் வந்துவிட்டேன் என்றா?" என்றாள்.

சாதாரணமாக எல்லோரும் பிறந்த வீடு என்றோ அம்மா வீடு என்றோ சொல்லுவார்கள். இப்படி அப்பா வீடு என்று சொல்ல மாட்டார்கள்.

மாலை நேரத்து விடியல்

“நீ பத்து நாட்கள் இருந்தால் நான் சந்தோஷப்பட மாட்டேனா? அப்படிப் பேசாதே” என்றேன். வசந்தாவுடன் இருக்கணும் என்று நான்கு நாட்கள் விடுமுறை எடுத்துக் கொண்டேன். அவள் வந்தது உண்மையிலேயே எனக்குச் சந்தோஷமாக இருந்தது.

கடந்த காலத்து நிகழ்ச்சிகள், கொண்டாட்டங்கள் எல்லாம் நினைவுக்கு வந்து மறுபடியும் பத்து வயது குறைந்து விட்டாற்போல் உணர்ந்தேன். அவ்வப்பொழுது இதுபோல் சிநேகிதிகளை சந்திக்கவில்லை என்றால் சம்சார சாகரத்தில் மூழ்கி, இயந்திரகதியில் வாழ்ந்து, சீக்கிரமாகவே முதுமையை அடைந்து விடுவோம் என்று நினைத்தேன். ஆனால் வசந்தாவைப் பார்த்தால் சந்தோஷமாக இருப்பதுபோல் தென்பட வில்லை. சீரியஸாக இருந்தாள். சிரிக்காமல் பேசவே தெரியாது அவளுக்கு. இன்று சிரிப்பையே மறந்துவிட்டவள்போல் காட்சியளித்தாள்.

அன்று இரவு என் கணவர் கேட்டார். “உன் பிரண்ட் இங்கே இன்னும் எத்தனை நாட்கள் இருப்பாளாம்? பெரிய சூட்கேசுடன் வந்து இறங்கியிருக்கிறாளே?”

அவர் அப்படிக் கேட்டது எனக்கு வருத்தமாக இருந்தது. பதில் சொல்லாமல் மௌனமாக இருந்தேன். அன்று மாலையில் என் அம்மாவும் வந்திருந்தாள். அம்மாவுக்கு உடல்நலம் சரியாக இல்லை. அடிக்கடி காய்ச்சல் வந்துகொண்டிருந்தது.

அம்மா ஊரில் தனியாகத்தான் இருந்து வந்தாள். வீட்டை இரண்டு போர்ஷனாக தடுத்து வாடகைக்கு விட்டிருந்தாள். அந்த வாடகைப் பணத்தில் வாழ்ந்துகொண்டிருந்தாள். அப்பாவின் பிராவிடெண்ட் பணத்தை வங்கியில் போட்டிருந்தாள். அதன் மீதும் வட்டீ கிடைக்கும். பொருளாதாரரீதியாக அம்மாவுக்கு எந்தக் குறையும் இல்லை. ஆனால் தனியாகத்தான் இருந்து வந்தாள்.

“உன் அம்மா உன் அண்ணாவுடன் இருக்காமல் இப்படி தனியாக இருப்பானேன்?” அடிக்கடி என் கணவர் சொல்லிக் கொண்டே இருப்பார். எனக்கும் அவர் சொல்வதுதான் சரி என்று படும். அம்மா எங்கள் வீட்டுக்கு அடிக்கடி வருவாள். வரும் போதெல்லாம் எனக்காக ஊறுகாய், பட்சணம், இனிப்புகள் என்று ஏதாவது கொண்டு வருவாள். பேத்தியைப் பார்க்காமல் அம்மாவால் இருக்க முடியாது. பேத்திக்கும் பாட்டியிடம் நெருக்கம் அதிகம். அம்மா பத்து நாட்களுக்கு மேல் தங்கியிருந்தால் இவருக்குப் பிடிக்காது. அதனால் அம்மா கிளம்பிப் போவதாக சொன்னால் நான் தடுக்க மாட்டேன்.

அவருடன் சண்டை போடுவது, எதிர்த்துப் பேசுவது இதெல்லாம் எனக்குப் பிடிக்காது.

எந்தத் தாய்தான் மகள் வீட்டில் இருப்பாள்? பெற்றோர்கள் இருக்க வேண்டியது மகன்களிடம்தான் என்ற கருத்தை நானும் நம்பினேன்.

"நீ ஆபீசுக்குப் போ சுமதி! எனக்குத் துணையாக அம்மாதான் இருக்கிறாளே? அம்மாவுக்கு நான் துணை. இருவரும் பேசிக் கொண்டிருப்போம்" என்றாள் வசந்தா.

அவள் அப்படிச் சொன்னது எனக்கும் பிடித்திருந்தது.

மாலையில் நான் ஆபீஸிலிருந்து வரும்போது வீட்டை சுத்தப்படுத்தி, ஒழுங்கு படுத்தியிருந்தாள். பேபியைக் குளிப்பாட்டி புது டிரெஸ் மாற்றியிருந்தாள். எனக்கும் சூடாக டிபன் பரிமாறினாள். இரவுக்கான சமையலையும் முடித்துவிட்டிருந்தாள்.

"இதெல்லாம் எதற்காகச் செய்தாய்? நான் வந்து பார்த்துக் கொள்ள மாட்டேனா?" என்றேன் நொந்துகொண்டே.

"இந்த வேலைகள் எல்லாம் எனக்குப் பழக்கப் பட்டவைதான். அங்கே இதைவிட அதிகமாக வேலை செய்வேன்" என்றாள்.

'அங்கே' என்றால் தன்னுடைய வீட்டில்! வசந்தா தவறிப் போய் கூட என்னுடைய வீடு என்று சொல்ல மாட்டாள். அங்கே என்றுதான் குறிப்பிடுவாள்.

சாப்பாடு முடிந்ததும் எல்லோரும் படுத்துக்கொண்ட பிறகு நானும் வசந்தாவும் வராண்டாவில் நாற்காலிகளைப் போட்டுக்கொண்டு அமர்ந்தோம். அவள் என்னிடம் ஏதோ சொல்ல முயற்சிக்கிறாள் என்று புரிந்துகொண்டு அதற்குத் தயாராக இருந்தேன்.

வசந்தா சொல்லத் தொடங்கினாள். ரொம்ப கம்பீரமாக, ஒரு சொட்டுக் கண்ணீர்கூட சிந்தாமல், திடமான குரலில் தன் கதையைச் சொன்னாள். நான் குறுக்கே பேசாமல் கேட்டுக் கொண்டேன். கேட்டுக்கொண்டிருந்த நேரம் முழுவதும் புடவைத் தலைப்பால் கண்ணீரைத் துடைத்துக்கொண்டே இருந்தேன்.

வசந்தா, தான் பட்ட துன்பங்களைச் சொல்லிக்கொண்டே முதுகில் வாங்கிய அடிகளை, கன்றி விட்ட அடையாளங்களை, தூக்கமில்லாத இரவுகளால் கண்களுக்குக் கீழே ஏற்பட்டிருந்த கருவளையங்களைக் காண்பித்தாள். அழுது அழுது உலர்ந்து விட்ட கண்களே அதற்குச் சாட்சியம். இந்த இம்சை எல்லாம் வரதட்சணைக்காக இல்லை.

மனைவியைக் கொஞ்சமாவது துன்புறுத்தவில்லை என்றால் எப்படி என்று இரத்தத்தோடு கலந்து விட்ட குணம் ஒரு பக்கம் என்றால், அவள் மீது சந்தேகம் இன்னொரு பக்கம். மனைவியிடம் கொஞ்சம்கூட அன்பு இல்லை. கருணை இல்லை. நட்புணர்வு அசலுக்கே இல்லை. அப்படி இருக்கும்போது அவளுடைய உடலை மட்டும் எதற்காக உபயோகப்படுத்திக் கொள்ளணும்? ஆனால் அவள்மீது தனக்கு இருக்கும் அதிகாரத்தைக் காட்டிக் கொள்வதற்காக அவளுடைய உடலும் அவனுக்குப் பயன்பட்டது. அப்படிப்பட்ட அவமானங்களிலிருந்தும் அருவருப்பான சூழ்நிலையிலும் இரண்டு குழந்தைகள் இந்த உலகத்திற்கு வந்தார்கள். அந்தக் குழந்தைகளிடம் அவள் பாசத்துடன் நடந்து கொண்டாலும் கணவன் அவர்களை தாயிடம் நெருங்கவிட மாட்டான். அவள் மீது வெறுப்பு ஏற்படும்படி குழந்தைகளை தூண்டிவிட்டான். தினமும் ஒரு பிரச்சனை! தினமும் ஒரு சண்டை! வாழ்க்கை நரகமாகிவிட்டது அவளுக்கு. அங்கே தன்னால் இருக்கு முடியவில்லை என்று அம்மாவிடம் முறையிட்டுக்கொண்டாள். அம்மா அப்பாவிடம் சொன்னாள். பிறந்த வீட்டுக்குப்போன போது அவளை யாரும் வா என்று அழைக்கவில்லை. அம்மா, அப்பா, அண்ணன் மூவருமே வசந்தாவுக்குச் சாமர்த்தியம் போதவில்லை என்று சொன்னார்கள். அடக்க ஒடுக்கமாக இருந்து கொண்டு, நன்றாகச் சமைத்து, மனம் நோகாமல் பணிவிடை செய்து, படுக்கையிலும் அனுசரணையாக இருந்துகொண்டு கணவரை தன் பக்கம் ஈர்த்துக்கொள்ளத் தெரியாத முட்டாள் என்றார்கள்.

கணவர் சொல்லுக்கு அடிபணிந்து, வாயைத் திறக்காமல் இத்தனை வருடங்களும் அப்பாவுடன் குடித்தனம் நடத்தியதால்தான் தானும், தன் குழந்தைகளும் சுகமாக, சந்தோஷமாக இருப்பதாகவும், பிரிந்து போவது, விவாகரத்து பெறுவது போன்ற பிரஸ்தாபனையே தங்கள் வம்சத்தில் இல்லை என்றும் அம்மா திரும்பத்திரும்ப சொன்னாள். கடவுளை நம்பிக்கையுடன் வழிபட்டு கணவனைத் தன் பக்கம் ஈர்த்துக்கொள்ளச் சொன்னாள்.

ஷீரடி சாயிபாபாவின் விபூதியை தினமும் படுக்கும்போது நெற்றியில் இட்டுக்கொள்ளச் சொன்னார்கள். பொறுமையைக் கடைபிடிக்கச் சொன்னார்கள். மதுரை மீனாக்ஷியின் குங்குமத்தை வாங்கித்தந்தார்கள். ஆசாரி மாமாவிடம் அழைத்துச் சென்று தாயத்தைக் கட்டிவிட்டார்கள். அம்மா எனக்காகச் சனிக்கிழமை ஒரு பொழுது இருக்கப் போவதாகவும், என் குடித்தனம் நல்ல படியாக இருந்தால் திருப்பதி வெங்கடாசலபதிக்குக் கல்யாண

உற்சவம் செய்விக்கப்போவதாகவும் வேண்டிக்கொண்டாள். அப்பா அறுநூறு ரூபாய் விலையில் சில்க் புடவை வாங்கி வந்தார். அண்ணன் சினிமாவுக்கு அழைத்துப் போனான். அம்மா மைசூர்பாக்கும் தேங்குழலும் தயாரித்தாள். அண்ணன்கூட வந்து கணவன் வீட்டில் இறக்கிவிட்டுப்போனான். அம்மா சொல்லிக் கொடுத்த பணிவு, பண்பு, அடக்க ஒடுக்கம் எல்லாம் அவள் நிலையை மேலும் தாழ்த்திவிட்டன. துன்புறுத்தல் மேலும் அதிகரித்தது. சந்தேகம் அவனைப் பேயாக மாற்றியது. மறுபடியும் போனாள். இந்தத் தடவை பிறந்த வீட்டுக்கு இல்லை, அப்பாவின் வீட்டுக்கு. மறுபடியும் அதே நீதிபோதனைகள், சொற்பொழிவுகள். இந்த முறை அப்பா கொண்டு விடுவதாக சொன்னார். தேவையில்லை, தனியாகவே போய்க்கொள்கிறேன் என்று சொல்லிவிட்டு கிளம்பி இங்கே வந்துவிட்டாள். இதுதான் அவளுடைய கதை.

"சுமதி! கழுதைக்குப் பொறுமை அதிகம் என்று சொல்வார்கள். கழுதையைவிட அதிகமாகப் பொறுமையைக் கடைப்பிடித்தேன். கழுதையைவிட கேவலமாக நடத்தப் பட்டேன். இனி என்னால் முடியாது. நான் என்ன தவறு செய்தேன் என்று எனக்கு இந்த தண்டனை? செத்தால் தவிர எனக்கு இதிலிருந்து மீட்சி இல்லை. ஆனால் செத்துப்போவதில் எனக்கு விருப்பம் இல்லை. ஏதாவது ஒரு வேலையைத் தேடிக்கொண்டு, என் குழந்தைகளையும் அழைத்து வந்து வாழவேண்டும் என்று தோன்றுகிறது. இந்த விஷயத்தில் நீ எனக்கு உதவி செய்வாய் என்ற எதிர்பார்ப்புடன் இங்கே வந்தேன்" என்றாள்.

"உனக்கு உதவி செய்வது என்னுடைய கடமை வசந்தா! கேட்கவே ரொம்ப கஷ்டமாக இருக்கு. நீ எப்படி சகித்துக் கொண்டாயோ என்னவோ" என்று அவளுக்கு ஆறுதல் சொன்னேன்.

"நம் சிநேகிதிகளில் எல்லோரையும்விட நீ நல்ல நிலையில் இருக்கிறாய். உன் கணவருக்குச் சமமாகச் சம்பாதிக்கிறாய். அவரும் உன்னை நன்றாக நடத்துகிறார். நீதான் ஒரு வழியைக்காட்டி என்னைக் கரை சேர்ப்பாய் என்ற நம்பிக்கையுடன் வந்தேன். எனக்கு ஏதாவது வேலை பார்த்துக்கொடு. குழந்தைகளை அழைத்து வந்து எப்படியாவது வாழ்ந்துகாட்டுகிறேன்" என்றாள்.

"கட்டாயம் செய்வோம். நாளைக்கு எல்லா விஷயங்களை யும் என் கணவரிடம் சொல்கிறேன். அவரே ஒரு வழியைக் காட்டுவார். நீ நிம்மதியாக இரு. வேலை கிடைக்கும் வரையில் இதை உன் வீடாக நினைத்துக்கொள்" என்றேன்.

மறுநாள் காலையில் அவள் முகம் கொஞ்சம் தெளிவு பெற்றிருந்தது. வீட்டு வேலைகளை எல்லாம் இழுத்துப் போட்டுக் கொண்டு செய்தாள். நான் தடுக்கப் போனால் "அங்கே இதைவிட பத்து மடங்கு வேலை செய்தேன். ஆனால் கடுகளவுகூட பரிவு இல்லை. நீ எனக்கு மறுபடியும் புதிதாக உயிரைத் தருகிறாய். உன் நன்றிக்கடனை எப்படி தீர்த்துக்கொள்ளப்போகிறேன்? இந்த வேலைகளைச் செய்வதில் எனக்குக் கஷ்டமே இல்லை. உனக்குத் தெரியாது சுமதி! அங்கே நான் எப்படிப்பட்ட அடிமை வாழ்க்கை வாழ்ந்து வந்தேன் என்று உனக்குத் தெரியாது. ஏதாவது சின்ன குறை வந்தால் வேலையைவிட்டு நீக்கி விடுவார்களோ? அடுத்தவேளை சாப்பாட்டுக்கு என்ன செய்வது என்று நாதியற்றவர்கள் பயந்துகொண்டே ஊழியம் செய்வதுபோல் நான் அங்கே நாள் முழுவதும் உழைத்துக் கொண்டிருந்தேன். இங்கே என் பிரியமான சிநேகிதிக்குக் கொஞ்சம் உதவி செய்கிறேன். மறுக்காதே" என்றாள்.

அன்று மாலை வசந்தியின் கதையை என் கணவரிடம் தெரிவித்தேன். அவள் என்னிடம் எப்படிச் சொன்னாளோ அதே போல் சொன்னேன். ஆனால் அவர் என்னைப்போல் கண்களைத் துடைத்துக்கொள்ளவும் இல்லை. இளகிப்போகவும் இல்லை.

"அதுதானா உன் சிநேகிதி வருகையின் காரணம்? நன்றாகத்தான் இருக்கு. வேலியில் போகிற ஓணானை எடுத்து காதில் விட்டுக்கொண்ட கதையாக நீ இதில் தலையிடாதே. நம்மை சுற்றிலும் இதுபோல் எத்தனையோ விஷயங்கள் நடந்துகொண்டுதான் இருக்கும். இது ஒன்றும் புதுசு இல்லை. இருந்தாலும் பெற்றவர்களுக்கு இல்லாத அக்கறை உனக்கு எதுக்கு? அதனால்தான் நீ வெறும் அப்பாவி என்று சொன்னேன். அவள் சொன்னதை எல்லாம் அப்படியே நம்பிவிட்டாய். இரண்டு கைகளும் சேர்ந்தால்தான் சத்தம். இவள் என்ன செய்தாளோ அவன் அப்படிக் கொடூரமாக நடந்துகொள்வதற்கு? என் பேச்சைக் கேள். நாலு நல்ல வார்த்தைகளைச் சொல்லி உங்க அம்மாவுடன் ஊருக்கு அனுப்பி வை. அவளுடைய அம்மா அப்பா பார்த்துக் கொள்வார்கள்" என்றார்.

நான் திகைத்துப்போய்விட்டேன். கவிழ்ந்து வந்த மழைமேகம் வேகமாக வீசி காற்றுக்கு கலைந்துபோனதுபோல் அவருடைய வார்த்தைகளைக்கேட்டு அதிர்ச்சி அடைந்தேன். முதல்முறையாக அவருடைய சொற்கள் எனக்குக் கசப்பாக இருந்தன. இதுநாள் வரையில் நான் அவரை எதிர்த்து பதில் சொன்னதே இல்லை. எது சொன்னாலும் சரி என்று தலையை அசைப்பது மட்டும்தான் தெரியும். அவரிடம் மேற்கொண்டு என்ன பேசுவது என்று எனக்குத் தெரியவில்லை. வசந்தா

சொன்னது முற்றிலும் உண்மை. பொய் இல்லை. அது அவருக்கும் தெரியும் என்று எனக்குத் தோன்றியது. தெரிந்தும் அவர் இப்படிப் பேசியது எனக்கு அவமானமாக இருந்தது. அம்மா ஜுரத்தோடு வந்திருக்கிறாள். அவளையும் அனுப்பி வைக்கச் சொன்னது என் மனதில் ஈட்டியைப் பாய்ச்சியது.

என் வக்கீல் சிநேகிதி ராஜேஸ்வரியிடம் வசந்தாவைப் பற்றிச் சொன்னேன். அவள் வசந்தாவுக்கு ஏதாவது வேலை பார்த்துத் தருவதாக வாக்குக் கொடுத்தாள். வழக்கம் போல் நான் ஆபீஸிற்கு போய்க்கொண்டிருந்தேன். வசந்தா அம்மாவுடன் பொழுதை போக்கிக் கொண்டிருந்தாள். சொல்லச் சொல்ல கேட்காமல் வீட்டு வேலைகளைத் தானே செய்துகொண்டிருந்தாள்.

வசந்தா வந்து பத்து நாட்களாகிவிட்டன. என் கணவரின் நடவடிக்கைகளில் மாறுதல் ஏற்பட்டதை என்னால் தெளிவாக உணரமுடிந்தது. அடிக்கடி என்மீதும், பேபியின்மீதும் எரிந்து விழத்தொடங்கினார். வசந்தாவை அனுப்பி வைக்கவில்லை என்று அவர் இப்படி நடந்துகொள்வது எனக்குப் புரிந்தது. என்னால் வசந்தாவை அனுப்பி வைக்க முடியாது.

அன்று இரவு எல்லோரும் சாப்பிட்டுக்கொண்டிருந்த போது "என்னுடைய சமையல் எப்படி இருக்கு சொல்லுங்க? கத்தரிக்காய் கறி உங்களுக்குப் பிடிக்குமாமே?" வசந்தா என் கணவரிடம் கேட்டாள்.

"நன்றாக இருக்கு." உணர்ச்சியற்ற முகத்துடன் சொன்னார்.

"உங்கள் வீட்டில் என்னைச் சமையல் வேலைக்கு வைத்துக்கொள்ளுங்களேன். சம்பளம் கொடுக்காவிட்டாலும் பரவாயில்லை. சாப்பாடு போட்டு தங்க இடம் கொடுத்தால் போதும்." பரிகாசமாக சொன்னாள்.

"அதென்ன பேச்சும்மா?" என்று அம்மா சொல்லிக் கொண்டிருந்த போதே "சமையலுக்கு ஆளை வைத்துக் கொள்ளும் அளவுக்கு எங்களுக்கு வசதியில்லை. இரண்டு பேரும் சம்பாதிக்கிறோம் என்று பெயர்தானே ஒழிய எல்லாமே கடன்தான்." முகத்தில் அடித்தாற்போல் சொன்னார்.

என்னால் வசந்தாவின் முகத்தை நிமிர்ந்து பார்க்க முடியவில்லை. ஆமாம்... எங்களுக்கு எல்லாமே கடன்தான். சேர்ந்திருக்கும் சீட்டுகள், வாங்கியிருக்கும் கம்பெனி ஷேர்கள், ரிகரிங் டிபாஜெட்டுகள், இன்ஷூரன்ஸ்... இவையெல்லாம் அவருடைய கண்ணோட்டத்தில் கடன்தான் போலும். சிநேகிதி ஒருத்தி சிக்கலில் மாட்டிக்கொண்டு என்னிடம் வந்து பத்து நாட்கள் தங்கினால் அவருக்கு எல்லாமே கடனாக மாறி

விடும். இவர்தானா என்னுடைய கண்கண்ட தெய்வம்! என்கூட வேலை பார்க்கிறவர்களுக்கும், என் உறவினர்களுக்கும் என்மீது பொறாமை ஏற்படுத்தியவர். என் இதயத்தில் உயர்ந்த இடத்தில் அமர்ந்துகொண்டு ஹீரோ வர்ஷிப் பெற்றுக்கொண்டவர் இன்று இப்படிப் பேசுகிறாரே, ஏன்? நாம் இருவர் ஒன்றுதான் என்று சொல்லி வந்தவர், என்னுடைய சந்தோஷத்தை, என்னுடைய முன்னேற்றத்தை, என்னுடைய நலனை விரும்புகிறவர்களில் முதல் இடத்தில் இருப்பவர், கிளிப்பிள்ளைபோல் எனக்குப் பேசக் கற்றுக் கொடுத்தவர், நடக்கக் கற்றுத்தந்தவர் . . . எல்லாமே இவர்தான். சந்தேகமே இல்லை. என் மனம் முழுவதும் கருமேகங்கள் சூழ்ந்து கொண்டன. மனம் விட்டு அழவில்லை என்றால் அந்தப் பாரத்தை என்னால் சுமக்க முடியாதுபோல் தோன்றியது. சாப்பிட்ட பிறகு அவர் மறுபடியும் சொன்னார்.

"வசந்தாவை அனுப்பி விடு. அவள் இங்கே இருப்பது நல்லது இல்லை. நாளைக்கு லீவ் போட்டு சினிமாவுக்கு அழைத்துப் போ. புடவை ஒன்று வைத்துக்கொடுத்து, உங்க அம்மாவின் துணையோடு அனுப்பி வைத்துவிடு."

"அம்மாவுக்கு ஜுரமாக இருக்கு. இங்கே நான்கு நாட்கள் தங்கிக் கொள்ளணும் என்றுதான் வந்திருக்கிறாள்." எப்படியோ தைரியத்தை வரவழைத்துக்கொண்டு சொல்லிவிட்டேன்.

"உங்க அம்மா மகனிடம் போய் இருக்கலாம் இல்லையா? தனியாக இருப்பானேன் ஊரில்?" என்று சலித்துக்கொண்டார்.

நான் பதில் சொல்லவில்லை. காலையில் காபி போட்டுக் கொண்டே யோசித்துக்கொண்டிருந்தேன். வசந்தாவை என்னால் அனுப்ப முடியாது. அம்மாவையும் அனுப்ப முடியாது. அவருடைய கோபத்தையும் என்னால் தாங்கிக்கொள்ள முடியாது. இதுநாள் வரையில் அவருக்குக் கோபம் வந்து நான் பார்த்ததே இல்லை. கோபம் எதற்காக வரப் போகிறது? இதுநாள் வரையில் அவருடைய இஷ்டத்தை அனுசரித்துதான் நடந்து வந்திருக்கிறேன்.

நான் யோசனையில் ஆழ்ந்திருக்கிருக்கும் போதே வராண்டாவிலிருந்து அன்றைய நாளேடு வந்து என் முகத்தை வேகமாகத் தாக்கியது. அவ்வளவு வேகமாக வீசப்பட்டது என்றால் அதில் ஏதோ சென்சேஷனல் செய்தி இருந்திருக்க வேண்டும்.

ஆம், இருந்தது.

"வசந்தா என்ற பெயர் கொண்ட முப்பது வயதுப் பெண்மணி, திருமணமானவள், மனநிலை சரியில்லாமல் வீட்டை விட்டுப் போய்விட்டாள். ஒல்லியான தேகம், சாதாரண உயரம். தமிழும்,

ஆங்கிலமும் பேசத் தெரியும். விவரம் தெரிந்தவர்கள் கீழ்க் கண்ட முகவரிக்கு தகவல் தெரிவிக்க வேண்டும். பரிசு எதுவும் தரப்பட மாட்டாது."

வசந்தாவின் போட்டோ, கல்யாணத்தின்போது மாலையும் கழுத்துமாக எடுத்துக் கொண்டதில், அவள் இருந்த பகுதி மட்டும்.

"உனக்கு மனநிலை சரியாக இல்லையாமே?" என்று சொல்லிக்கொண்டே பேப்பரை வசந்தாவிடம் நீட்டினேன்.

"ஆமாம். திருமணம் ஆனது முதல் மனநிலை சரியாகத்தான் இல்லை. அந்த ஒரு விஷயத்தில் மட்டும் உண்மையைத்தான் சொல்லியிருக்கிறார்" என்றவள் ஒரு நிமிடம் தாமதித்து, "நான் இங்கே இருப்பதாக கடிதம் எழுதவேண்டாம் என்று உன் கணவரிடம் சொல்லு. அவர் வந்து ரகளை செய்வார். அவருடைய பேச்சை, நடத்தையை உங்களால் தாங்கிக்கொள்ள முடியாது." வேண்டுகோள் விடுப்பதுபோல் சொன்னாள்.

என் மனதில் சுருக்கென்று தைத்தது. வசந்தா இங்கே இருப்பதால் பிரச்சினைகள் வரக்கூடும் என்று நினைக்கிறாரே ஒழிய, அவளை கணவனிடம் அனுப்பி வைக்கச் சொல்லும் அளவுக்கு என் கணவர் அரக்கனாக இருக்க மாட்டார். அவ்வளவு கொடூரமாக யோசிக்கவோ, நடந்துகொள்ளவோ அவருக்குத் தெரியாது என்றுதான் நினைத்தேன். நான்கு நாட்கள் போனால், ராஜேஸ்வரி மூலமாக வசந்தாவுக்கு ஏதாவது வேலை கிடைத்து விட்டால் இந்த பிரச்சினை தானாகவே சரியாகிவிடும். என் கணவரை வசந்தா தவறாகப் புரிந்துகொண்டிருக்கிறாள் என்று நினைத்தேன். அவர் அப்படி எழுதக் கூடியவர் இல்லை.

ஆனால் பேப்பரில் விளம்பரம் வந்த பிறகு அவர் என்னுடன் பேசுவதையே விட்டுவிட்டார். வீட்டில் அவருக்கு எதுவுமே பிடிக்கவில்லை. சமையல் பிடிக்கவில்லை. குழந்தையின் சிரிப்பும், விளையாட்டும் பிடிக்கவில்லை. வீட்டில் பிரைவெஸி குறைந்துவிட்டது அசலுக்கே பிடிக்கவில்லை. தன் பேச்சை யாரும் லட்சியப்படுத்துவதில்லை என்றும், ஆளாளுக்கு இஷ்டம் வந்தது போல் நடந்து கொள்கிறோம் என்றும் குற்றம் சாட்டினார். இத்தனை நாளும் வெறும் அப்பாவி என்றுதான் என்னை நினைத்திருந்தார். நான் பிடிவாதக்காரியாகவும், முட்டாளாகவும் இருப்பது புரிந்துவிட்டது. அதுதான் விஷயம்.

திருமணமானது முதல் என் சம்பளத்தை அவரிடமே கொடுத்துவந்தேன். அவருடைய அனுமதியுடன்தான் புடவை களை, நகைகளை வாங்கிக்கொண்டேன். வீட்டிற்கு எது வேண்டுமென்றாலும் அவர் வாங்கிப் போட்டுக் கொண்டிருந்தார். எனக்கு எந்த குறையும் இல்லை என்று நினைத்திருந்தேன்.

போகட்டும். வசந்தாவை ஏதாவது பெண்கள் விடுதியில் ஒரு மாதத்திற்குத் தங்க வைக்கலாம் என்றாலும் என் கையில் காசு இல்லை. இரண்டு பேரும் சம்பாதித்து வந்தாலும் ஒரு சம்பளம் அப்படியே சீட்டுக் கட்டுவதற்கும், மற்ற சேமிப்புகளுக்கும் போய்விடும். ஒரு சம்பளத்தில்தான் வீட்டுச் செலவுகளைச் சமாளிக்க வேண்டும். அதனால் என் கையில் பஸ்ஸுக்கும், சில்லரை செலவுகளுக்கும் மட்டுமே பணம் இருக்கும். சமீபத்தில் நாங்கள் இடம் வாங்கிய போது பற்றாக்குறை ஏற்பட்டதால் என் நகைகளை வங்கியில் அடகு வைத்து கடன் வாங்கி சமாளித்தேன். இப்போ நகைகளும் என் கைவசம் இல்லை. செலவு செய்யும் ஒவ்வொரு ரூபாய்க்கும் கணக்கு எழுத வேண்டும் என்று அவர் சொல்லுவார். என் கையில் நூறு ரூபாய்தான் இருந்தது. மூன்று நாட்கள் மூன்று யுகங்கள் போல் கழிந்தன.

அன்று காலையில் ஒரு பக்கம் விடியும் போதே வாசலில் ஆட்டோ ஒன்று வந்து நின்றது. அதிலிருந்து இறங்கிய நபர் சாட்சாத் வசந்தாவின் கணவனேதான்! வசந்தாவின் முகத்தைப் பார்க்க முடியாமல் தலையைக் குனிந்து கொண்டேன்.

'அடி பைத்தியக்காரி! உன் திருமண வாழ்க்கை உனக்கு எதுவும் கற்றுத் தரவில்லை. என் தாம்பத்திய வாழ்க்கை எனக்கு மனிதர்களைப் புரிந்து கொள்ளவும், சந்தேகப்படுவதையும் கற்றுத் தந்திருக்கிறது' என்பது போல் பார்வையாலேயே என்னைத் தேற்றினாள் வசந்தா.

வரச்சொல்லி அவன்... மாட்டேன் என்று வசந்தா.

அனுப்பிவிடு என்று இவர், அனுப்ப முடியாது என்று நான்.

சண்டை, கூச்சல், ரகளை, வாயிலிருந்து வரக்கூடாத வார்த்தைகள், கேட்கக்கூடாத வசவுகள்.

"நான்தான் சொன்னேனே? அவன் வெறும் சேரி ஆசாமி" என்றாள் வசந்தா.

வசந்தாவைத் தன்னுடன் அழைத்துப்போவது சாத்தியம் இல்லை என்று தெரிந்ததும் "ஏன்? உன் சிநேகிதியின் கணவன் உன்னையும் வைத்துக்கொள்வதாகச் சொல்லியிருக்கிறானா?" என்றான் விஷம் தோய்ந்த குரலில்.

"முதலில் இந்த இடத்தைவிட்டுப் போய் விடு. இல்லாவிட்டால் போலீஸை கூப்பிடுவேன் ஜாக்கிரதை!" அவனை விரட்டினார் என் கணவர். அதைப் பார்த்து நான் சந்தோஷப்படுவதற்குள் என்னை வசைபாட ஆரம்பித்தார். என் பிடிவாதத்தினால் அவருடைய மரியாதைக்கு இழுக்கு

பி. சத்யவதி

வந்துவிட்டதாகவும், என்னுடைய முட்டாள்தனத்தினால் அவமானம் நேர்ந்துவிட்டதாகவும், இனி மேலாவது தான் சொன்னபடி நடந்துகொள்ளவில்லை என்றால் என்னையும் வீட்டை விட்டு போய்விடச் சொல்லியும் கத்தி கூச்சல் போட்டுவிட்டுக் களைத்துப்போய் நாற்காலியில் சரிந்தார்.

அதற்குள் வசந்தா துணிமணிகளை எடுத்து சூட்கேஸில் வைத்துக்கொள்ளத் தொடங்கினாள். "நீ வேலைக்குப்போய் சுதந்திரமாக இருக்கிறாய் என்றும், நிம்மதியாக வாழ்கிறாய் என்றும், எனக்கு உதவி செய்யக் கூடியவள் நீ ஒருத்திதான் என்றும் நினைத்தேன். இப்படி ஆகிவிட்டதே? என் காரணமாக நீங்கள் இருவரும் சண்டை போட்டுக்கொள்ளாதீங்க" என்றாள்.

வசந்தா என் வேலையை, என் வருமானத்தை மட்டுமே அல்லாமல், என்னையும், என் தனித்தன்மையையும் சவால் செய்துவிட்டாள்.

இப்போ எனக்கு என் கணவரின்மீது கோபம் வரவில்லை. என் இயலாமையை நினைத்து அழுகை வரவில்லை. இத்தனை நாளும் எனக்கு என்ன வேண்டும் என்று தெரிந்து கொள்ளாமல் போனதற்கும், கண்களைத் திறந்து உலகத்தைப் பார்க்க முடியாமல் போனதற்கும் வருத்தம் ஏற்படவில்லை. எனக்கு என் கடமை ஒன்றுதான் நினைவுக்கு வந்தது.

வசந்தாவின் கையைப் பிடித்துக்கொண்டேன். "ரொம்ப அழகுதான்! நீ எங்கேயும் போக வேண்டியதில்லை. நானும் எங்கேயும் போகமாட்டேன். நேரமாகிவிட்டது. சீக்கிரமாக குளித்துவிட்டு வா. ராஜேஸ்வரியிடம் போகலாம். உன்னை வரச் சொல்லியிருக்கிறாள்" என்றேன்.

மாலை நேரத்து விடியல்

வெள்ளை நிற மேகத்துகள்கள் மாலை நேரத்து செவ்வானத்தில் கலைந்து போவதை, வானம் காயம்பட்ட இதயம்போல் சிவப்பாய் மாறியதை, கொஞ்சம்கொஞ்சமாக இருள் கவிழ்ந்து வருவதை அருந்ததி வியப்புடன் பார்த்துக்கொண்டே இருந்தாள்.

கூடத்தில் நடந்துகொண்டிருந்த வாத விவாதங்கள் அவள் காதில் விழுந்து கொண்டுதான் இருந்தன. தங்களுடைய அபிப்பிராயத்தை வெளிப்படையாகச் சொல்வதற்கு அங்கே யாரும் தயங்கவில்லை. அருந்ததியிடம் யாருமே அபிப்பிராயம் கேட்கவில்லை. கேட்டாலும் அவளால் என்ன சொல்ல முடியும்?

"அப்பா அம்மாவால் அமெரிக்காவில் தம்மைப்பொருத்திக்கொள்ள முடியாது. அந்த வாழ்க்கை முறையே வேறு. அங்கே அவர்களுக்குப் பொழுதும் போகாது. இங்கே இருந்தால்தான் நிம்மதியாக இருப்பார்கள்." ரவி சொன்னான்.

"அம்மா ரொம்பவும் தளர்ந்து போய் விட்டாள். சில நாட்களாவது அம்மாவை அழைத்துப் போய் என்னுடன் வைத்துக்கொள்ளணும் என்று நினைக்கிறேன்." கருணா சொன்னாள்.

"பைத்தியம்போல் பேசாதே. இந்த வயதில் அவர்கள் இருவரும் ஒரே இடத்தில் இருப்பதுதான் நியாயம். அம்மாவை நீ அழைத்துப்போய் விட்டால் அப்பாவால் தனியாக எப்படி இருக்க

பி. சத்யவதி

முடியும்? வேளாவேளைக்கு சாப்பாடு, மருந்து, மாத்திரை இதெல்லாம் யார் கவனித்துக்கொள்வார்கள்? அழைத்துப் போவதாக இருந்தால் இரண்டு பேரையும் அழைத்துப் போ. பெரிய வீடாகப் பார்த்துக்கொள். இந்த வீட்டை வாடகைக்குக் கொடுத்துவிடலாம்." ரவி சொன்னான்.

"கஷ்டப்பட்டுச் சம்பாதித்து இந்த வீட்டைக் கட்டியிருக்கிறேன். நான் இங்கேதான் இருப்பேன். யார் வீட்டிற்கும் வர மாட்டேன். ஒன்று என் மகன் வீட்டில் இருக்கணும். இல்லையா, என் வீட்டில் இருக்கணும். நான் போய் கருணாவின் வீட்டில் இருப்பதாவது?" கோபத்தில் கத்தினார் சுவாமிநாதன்.

"என்ன மாமா இப்படிப் பேசறீங்க? கருணா உங்கள் மகள் இல்லையா? ரவி எப்படியோ கருணாவும் உங்களுக்கு அப்படித்தானே?" கருணாவின் கணவன் மோகன் இடையில் புகுந்து சொன்னான்.

"அதெல்லாம் கிடக்கட்டும் தம்பி! உலக நியாயத்தைச் சொன்னேன். என் பெற்றோரை வயதான காலத்தில் என்னிடம் வைத்துக்கொண்டேன். என் மனைவி அவர்களுக்குச் சிசுரூஷை செய்தாள். அதுதான் தர்மம். எனக்கு என்று ஒரு வீடு இருக்கிறது. என் வீட்டில்தான் நான் இருப்பேன். மகளிடம் இருப்பது முறையில்லை." சுவாமிநாதனின் குரல் அழுத்தமாக ஒலித்தது.

கணவர் சொல்லும் நீதி கோட்பாடுகளைக் கேட்டபோது அருந்ததிக்குச் சிரிப்புத்தான் வந்தது.

மருமகள் லதா அருந்ததியையே பார்த்துக்கொண்டிருந்தாள். வாயைத் திறந்து ஒரு வார்த்தைகூட பேசாத அந்த இல்லத்தரசியைப் பார்க்கப்பார்க்க அவளுக்கு வியப்பாக இருந்தது. ரவியை மணம் புரிந்துகொண்ட பிறகு புகுந்த வீட்டில் அவள் தங்கியிருப்பது இதுதான் முதல் தடவை.

தாயைப் பற்றியோ, தந்தையைப் பற்றியோ ரவி அவளிடம் அதிகமாகச் சொன்னதில்லை. கடந்த பத்து நாட்களாக லதா மாமியாரை கவனமாகப் பரிசீலித்துக்கொண்டிருந்தாள்.

"மாமாவையும் நம்முடன் அழைத்துப் போவோம் கருணா." மோகன் சொன்னான்.

"நான் வர மாட்டேன் என்று ஏற்கனவே ஆயிரம் தடவை சொல்லிவிட்டேன்." சுவாமிநாதன் எரிந்து விழுந்தார்.

"அம்மா! நீ எதுவுமே சொல்ல மாட்டேங்கிறாயே ஏன்?" ரவி கேட்டான்.

“சொல்வதற்கு எதுவும் இல்லை” சுருக்கமாகச் சொன்னாள் அருந்ததி.

“தன் சார்பில் வாதாடுவதற்கு மகளைத் தூண்டி விட்டிருக்கிறாள் இல்லையா? இனி வாயைத் திறந்து சொல்ல வேண்டிய அவசியம் என்ன இருக்கு? செய்ய வேண்டியதெல்லாம் செய்துவிட்டு எதுவும் தெரியாததுபோல் உட்கார்ந்திருப்பாள்.” சுவாமிநாதன் வெறுப்புடன் மனைவியை நோக்கினார்.

“இதில் அம்மாவின் பிரமேயம் எதுவும் இல்லை அப்பா. நானாகத்தான் சொன்னேன்.” கருணா சொன்னாள்.

“அவளுடைய பிரமேயம் எதிலேயும் இருக்காது. வெறுமே வேடிக்கை பார்த்துக்கொண்டு உட்கார்ந்திருப்பாள். ‘இந்த வயதில் உங்க அப்பாவும் நானும் ஒரே இடத்தில்தான் இருக்கணும். இங்கேதான் இருப்போம்’ என்று சொல்லலாம் இல்லையா? சொல்லமாட்டாள். இந்தக் குடும்பத்திற்காக நான் எவ்வளவு கஷ்டப்பட்டேன் என்று எனக்குத்தான் தெரியும். ஒண்டி ஆளாக ஒற்றைச் சம்பளத்தில் உங்க எல்லோரையும் வளர்த்து ஆளாக்கினேன். யாருக்கும் கொஞ்சம்கூட நன்றி இல்லை.” சுவாமிநாதனின் குரலில் வெறுப்பும் கோபமும் கலந்திருந்தன.

அருந்ததி எழுந்து சமையலறைக்குள் வந்தாள். சொல்லட்டும்... அப்படியே சொல்லிக்கொண்டு இருக்கட்டும். தனக்கு என்ன வந்தது? தான் எடுத்துக்கொள்ள வேண்டிய முடிவை ஏற்கனவே எடுத்துக்கொண்டாகிவிட்டது. வாழ்க்கையில் தானாக எடுத்துக்கொண்ட முடிவு. ஒருக்கால் கடைசியாகவும் இருக்கலாம்.

உணவு நேரம் நெருங்கும்வரையில் வாதவிவாதங்கள், திட்டங்கள், பேச்சு வார்த்தைகள் நடந்துகொண்டுதான் இருந்தன. சாப்பிடும்போது கத்தரிக்காய் கூட்டில் உப்பு அதிகமாகி விட்டதென்று போர்முழக்கம் தொடுத்தார் சுவாமிநாதன். மனைவி தனக்குச் சாதகமாகப் பேசவில்லை என்ற கோபத்தில்தான் மாமனார் இப்படிக் கத்துகிறார் என்று லதாவுக்கும் புரிந்தது.

“இத்தனை ஐடம்ஸ் இருக்கு இல்லையா? கூட்டை விட்டுவிட்டு மற்றதைச் சாப்பிடுங்களேன்.” சொல்லாமல் லதாவால் இருக்க முடியவில்லை.

“வாழ்நாள் முழுவதும் இப்படித்தான் அட்ஜெஸ்ட் செய்துகொண்டு இவளுடன் வாழ்ந்து வருகிறேன்.” நொந்து கொண்டார் சுவாமிநாதன். குத்திக்காட்டுவதுபோல் கணவர் சொன்னபோதும் அருந்ததி வாயைத் திறக்கவில்லை.

“உங்கள் அம்மா ரொம்ப வித்தியாசமாக இருக்கிறாள். எதிலேயும் பட்டுக்கொள்ளாத சுபாவம். இந்த வீட்டைச் சேர்ந்தவள்போல் இல்லாமல் எங்கிருந்தோ வந்து பத்து நாட்கள் உங்களுக்கு உதவியாக இருந்துவிட்டு திரும்பிப் போகிறவள் போல் தென்படுகிறாள்.” வந்த மூன்றாவது நாளே ரவியிடம் சொன்னாள் லதா.

“அம்மா அப்படித்தான். எப்போதும் எதிலேயும் பட்டுக்கொள்ள மாட்டாள். எதிலேயும் சிரத்தை இல்லை. தன் உடல் நலத்தைப்பற்றிகூட அக்கறை இல்லை. உடம்புக்கு ஏதாவது வந்தால் அப்பாவிடம் திட்டு வாங்கிக்கொண்டு பிறகு டாக்டரிடம் ஓடுவாள்.” ரவி சொன்னான்.

அந்தப் பதிலை லதாவால் ஏற்றுக்கொள்ள முடிய வில்லை. அமெரிக்காவிலிருந்து வரும்போது மாமியாருக்காக நிறைய பொருட்களை வாங்கி வந்தாள். பவழம், முத்துக்கள், நான்ஸ்டிக் பாத்திரங்கள், டின்னர் செட்... அதையெல்லாம் பார்க்கும்போது கூட அருந்ததியின் முகத்தில் மகிழ்ச்சி தென்படவில்லை.

‘இந்தப் பவளம், முத்து நகைகளை அணிந்துகொண்டு, நான்ஸ்டிக் தோசைக்கல்லில் தோசை வார்த்துக்கொண்டு, விருந்தாளிகளுக்கு அமெரிக்கன் டின்னர் செட்டில் பரிமாறிக் கொண்டு... இன்னும் எத்தனை நாட்கள் இருக்கப்போகிறாள் சுவாமிநாதனின் மனைவி?’ என்று அருந்ததி நினைத்துக் கொண்டிருப்பது லதாவுக்குத் தெரியாது.

இருப்பதற்குச் சொந்த வீடு. குழந்தைகள் இருவரும் நன்றாகப் படித்து முன்னுக்கு வந்ததோடு, தங்களுக்குப் பிடித்த நபரை திருமணம் செய்துகொண்டு வாழ்க்கையில் செட்டில் ஆகிவிட்ட இந்தச் சமயத்தில் ஒரு தாய் எவ்வளவு பெருமையாக, சந்தோஷமாக இருக்க வேண்டும்?

லதாவுக்குத் தன்னுடைய தாயின் நினைவு வந்தது. அவளுடைய ஆர்ப்பாட்டம் நினைவுக்கு வந்தது. “என் மகள் அமெரிக்காவிலிருந்து இதையெல்லாம் வாங்கிக்கொண்டு வந்திருக்கிறாள்” என்று முகம் மலர எல்லோரிடமும் பறைசாற்றிக் கொள்வாள். ஐம்பது வயது ஆனாலும் பளிச்சென்று உடுத்திக் கொண்டு, உற்சாகத்துடன் பேசிக்கொண்டு சளைக்காமல் வீட்டு வேலைகளைச் செய்துகொண்டிருப்பாள்.

தாய்க்கும், மாமியாருக்கும் ஒவ்வொரு விஷயத்திலும் பளிச்சென்று தெரியும் வித்தியாசத்தை உணர்ந்த லதா, அதற்கான காரணத்தைப் புரிந்துகொள்ள கடந்த பத்து நாட்களாக முயற்சி செய்துகொண்டிருந்தாள்.

அண்ணாவின் குடித்தனம் டில்லியில். தன்னிடம் வரச்சொல்லி அழைத்தபோது அப்பாவை முந்திக்கொண்டு அம்மாவே பதில் சொல்லிவிட்டாள்.

“நாங்கள் வரமாட்டோம் கண்ணா! இது எங்கள் வீடு. இங்கே நிம்மதியாக இருப்போம். பிடித்ததைச் சமைத்துச் சாப்பிடுவோம். வீடு முழுவதும் புத்தகங்களும், பேப்பருமாகப் போட்டு வைத்தாலும் யாரும் எங்களைக் கேட்க முடியாது. முடிந்தபோது எடுத்து வைப்போம். இது எங்கள் ராஜ்ஜியம். இதற்கு நான்தான் ராணி. உன் வீட்டில் உன் மனைவி எஜமானி. புரிந்ததா?” என்பாள்.

மாமியாரின் முகத்தில் ஒருநாள்கூட மலர்ச்சியைப் பார்க்கவில்லையே? ரவி, கருணாவிடம், தன்னிடம் வாய் நிறையப்பேசிக்கொண்டும் அன்பாக, மதிப்பாக நடந்து கொள்ளும் சுவாமிநாதன் தன் மனைவியை எவ்வளவு இழிவாக நடத்துகிறாரோ, எப்படியெல்லாம் கடிந்துகொள்கிறாரோ லதா பார்த்துக்கொண்டுதான் இருந்தாள்.

அந்த வீட்டில் எந்த முடிவு எடுத்துக்கொள்ளப் பட்டாலும் அது ஒருதலைபட்சம்தான். அதிகாரம் முழுவதும் சுவாமிநாதனுடையதுதான். இறுதி முடிவும் அவருடையது தான். முப்பது வருட தாம்பத்திய வாழ்க்கை அந்த இருவருக்கும் நடுவில் எந்தப் பாசப்பிணைப்பையும் ஏற்படுத்தவில்லை என்றால் லதாவுக்கு வியப்பாக இருந்தது. சுவாமிநாதனின் மகன் ரவி, தனக்கு லேசாக ஜலதோஷம் பிடித்தாலும் கட்டிலை விட்டு இறங்கவிட மாட்டான். காபியைக் கையில் கொண்டு வந்து தருவான்.

அப்படிப்பட்ட ரவி தாயின் அருகில் அமர்ந்து, சேர்ந்தாற் போல் நாலு வார்த்தைகூட பேசவே இல்லையே? தன்னால் அப்படி இருக்கவே முடியாது. இரண்டு வருடங்களுக்குப்பிறகு வீட்டிற்கு வந்தால் அம்மா அப்பாவிடம் பேசுவதற்கு எத்தனை செய்திகள் இருக்கும்? முதலில் அவர்களிடம் உடல்ரீதியான மாற்றங்களை கவனிப்பாள். இளைத்துவிட்டார்களா? தெம்பாகத் திடமாக இருக்கிறார்களா என்று கவனமாகப் பார்ப்பாள். முதலில் அம்மாவின் அருகில் அமர்ந்துகொண்டு தோளில் கையைப் பதிப்பாள். அந்தத் தொடுகை ஒன்றே போதும். ஆனால் ரவி தன்னுடைய அம்மாவின் கையை ஒரு தடவைகூடத் தொட்டதாகத் தெரியவில்லை. குறைந்தபட்சம் காய்கறி நறுக்கும் போதாவது அருகில் அமர்ந்துகொண்டு ஊர்க்கதைகள் பேசவில்லை. கேட்டால் “அம்மா எப்போதும் இப்படித்தான்” என்பான்.

ரவிக்கு தந்தையிடம் பிரியமும் நெருக்கமும் அதிகம். இருவரும் வராண்டாவில் அமர்ந்துகொண்டு எதைப் பற்றி யாவது பேசிக்கொண்டிருப்பார்கள். மகனை நல்ல ஸ்கூலில் சேர்த்து நன்றாக படிக்கவைத்தார். அமெரிக்காவுக்கு அனுப்பி வைத்தார். கேட்ட போது இல்லை என்று சொல்லாமல் வேண்டிய பணத்தைத் தந்தார். லதாவைத் திருமணம் செய்துகொள்வ தாகச் சொன்ன போது சம்மதம் தெரிவித்தார். வரதட்சணை வேண்டாமென்று மறுத்துவிட்டார்.

கருணாவுக்கும் தந்தையிடம் எந்தக் குறையும் இல்லை. அண்ணனுக்குச் சமமாகப் படிக்கவைத்தார். பெண்குழந்தை என்று பாகுபாடு காட்டியதில்லை. மோகனை விரும்புவதாகச் சொன்னபோது முழு மனத்துடன் சம்மதம் தெரிவித்து திருமணம் செய்துவைத்தார்.

"இவ்வளவு நல்லவர் தொட்டதற்கெல்லாம் மனைவியை இப்படி பொசுக்குவானேன்?"

"ஏனோ இருவருக்கும் ஒத்துப்போகவில்லை. தொடக்கத்தி லிருந்தே அம்மா இப்படித்தான். எதையோ தொலைத்து விட்டவள்போல் எப்போதும் கவலையுடன் இருப்பாள். உற்சாகமாக பேசி நான் பார்த்ததில்லை. இருந்தாலும் எங்களுக்கு ஒரு குறையும் வைக்கவில்லை. எங்களை நல்லவிதமாக வளர்த்தாள்." கருணா சொன்னாள்.

அவர்கள் இருவருக்கும் தந்தை நல்லவர்தான். கருணா அடிக்கடிவந்து தாயைப் பார்த்துவிட்டுப் போவாள். தாயின் பின்னாலேயே சுற்றிச்சுற்றி வருவாள். "நானும் கிளம்பிப் போனால் அம்மாவுக்கு மிகவும் கஷ்டமாக இருக்கும்" என்று வருத்தப் பட்டுக்கொள்வாள். அம்மா, அப்பா தன்னிடம் வந்து இருந்தால் நன்றாக இருக்கும் என்பது அவளுடைய விருப்பம்.

அருந்ததி எதுவும் சொல்லவில்லை. அதாவது எங்கே இருந்தாலும் ஒன்றுதான் என்ற அர்த்தமா. இல்லை எப்படியாவது வாழ முடியும் என்ற வைராக்கியமா?

சாப்பாடு முடிந்ததும் அருந்ததி கணவருக்காக வராண்டா வில் நாடா கட்டிலைக்கொண்டுவந்து போடப் போனாள். நாடா கட்டிலாக இருந்தாலும் பழைய தேக்கு மரம் என்பதால் கனம் அதிகம். மாமியார் சிரமப்படுவதைக் கவனித்த மோகன் வாங்கிக்கொண்டு வந்து வராண்டாவில் போட்டான்.

"தினமும் வராண்டாவில்தானே படுத்துக்கொள்ளப் போறீங்க. கட்டிலை இங்கேயே போட்டு வைக்கலாம் இல்லையா?" ரவி சொன்னான்.

மாலை நேரத்து விடியல்

“படுக்கை அழுக்காகிவிடாதா? மேலும் வராண்டாவில் வாசலுக்கு நேராக கட்டிலைப்போட்டு வைப்பதாவது?” சுவாமிநாதன் சொன்னார்.

கட்டில்மீது மெத்தையைப்போட்டு, இஸ்திரி செய்த போர்வையை விரித்தாள். இரண்டு தலையணைகளை வைத்தாள். கட்டிலுக்குப் பக்கத்தில் இருந்த முக்காலியின்மீது தண்ணீர் சொம்பு வைத்து டம்ளரையும் கவிழ்த்துவைத்தாள். கணவர் தினமும் போட்டுக்கொள்ளும் தூக்க மாத்திரையை எடுத்துக் கையில் தந்து டம்ளரில் தண்ணீரையும் கொடுத்தாள்.

“தொரகுனா இடுவண்டி சேவா!” மனதிலேயே தியாகராஜரின் கீர்த்தனையை முணுமுணுத்துக்கொண்டே உதட்டில் புன்முறுவல் தவழ அருந்ததி உள்ளே வந்தாள்.

‘அருந்ததி தன்னைவிட்டு எங்கே போய்விடப் போகிறாள்?’ என்று நினைத்துக்கொண்டே நிம்மதியாகத் தூக்கத்தில் ஆழ்ந்து போனார் சுவாமிநாதன். ஆமாம் அருந்ததியால் எங்கே போக முடியும்?

ஏன் முடியாது? போகப்போகிறாள். இன்றைக்கே . . . இப்பொழுதே...

சற்று நேரம் பொதுவாகப் பேசிக்கொண்டிருந்து விட்டு இளம்ஜோடிகள் தங்களுடைய அறைகளுக்குச் சென்று தூங்கிப் போய் விடுவார்கள். தானும் உறங்கிவிடுவாள். நிம்மதியான உறக்கம். வாழ்நாளில் என்றைக்குமே கிடைத்திராத ஆழமான தூக்கம். யாருக்கும் எந்த கஷ்டமும் இல்லை. யாரும் எங்கேயிருந்தும் சிரமப்பட்டுக்கொண்டு வரவேண்டியதில்லை.

வாழ்க்கையில் பலமுறை தலைதூக்கப்பட்டு நிர்தாட்சண்யமாக அடக்கிவைக்கப்பட்ட விருப்பம் இன்று நிறைவேறப்போகிறது. அருந்ததி எங்கே இருக்க வேண்டும் என்ற கேள்வி இனி இருக்காது. அருந்ததி எங்கே இருக்க வேண்டுமோ, குறைந்தபட்சம் இன்றைக்காவது அருந்ததியே முடிவு செய்வாள்.

அறைக்குள் வந்து ஜன்னல் கதவைத் திறந்தாள். குளிர்ந்த காற்று உடலைத் தழுவியது. உடல் மட்டும்தானே இப்போது இருக்கிறது. அதுதானே இப்போது பாரமாகிவிட்டது. விளக்கை அணைத்துவிட்டு விடிவிளக்கு வெளிச்சத்தில் சுவற்றில் இருந்த திருமண போட்டோவைப் பார்த்தாள். முப்பது வருடங்களுக்கு முந்தைய படம். புகைப்படம் மங்கியிருந் தாலும் அதில் விளக்குச் சுடராக ஒளிவீசும் தன் முகம், கழுத்தில்

பாரமாகத் தொங்கும் பூமாலைக்கு நடுவில் பௌர்ணமி நிலவுபோல் பிரகாசமாக இருந்தது. தூய்மையை வெளிப்படுத்தும் கண்கள்.

முப்பது வருட தாம்பத்திய வாழ்க்கையில் மறக்க முடியாத, கடைசிவரையிலும் நினைவில் வைத்துக்கொள்ளக்கூடிய நினைவுகள் என்ன இருக்கு? இனிய நினைவுகளா? நினைவுகள் இருக்கு. அவற்றை இப்பொழுது நினைத்துப் பார்ப்பானேன்? திருமண போட்டோவுக்குப் பக்கத்தில் கேலண்டரில் இருந்த கருமாரி அம்மனுக்குக் கைகளை ஜோடித்து கண்களை மூடி வணங்கினாள்.

படுக்கையின் கீழே வைத்திருந்த அலமாரியின் சாவிக் கொத்துக்காகத் தேடினாள். கிடைக்கவில்லை. பதற்றத்துடன் நாலு பக்கமும் தேடினாள். மெத்தையை எடுத்து தரையில் போட்டு போர்வையை உதறிப் பார்த்தாள். சாவிக்கொத்துத் தென்படவில்லை. கடைசியில் இப்பொழுதும் தனக்குத் தோல்விதானா? தான் நிம்மதியாக இருப்பதில் கடவுளுக்கும் விருப்பம் இல்லை போலும். ஊஹும்... இப்படியே விடக் கூடாது. எப்படியாவது சாவிக்கொத்தைத் தேடி கண்டுபிடிக்க வேண்டும்.

இந்தச் சாவிக்கொத்துக் கணவருக்குத் தேவையே இல்லை. தன்னுடைய அலமாரியில் புடவைகளைத் தவிர வேறு எதுவும் இருக்காது. பணம், தஸ்தாவேஜுகள், நகைகள், வெள்ளிப் பாத்திரங்கள் எல்லாம் அவருடைய பீரோவில்தான் இருக்கும்.

அசடு, வடிகட்டின முட்டாள், முண்டம் போன்ற பட்டங்களைக் கொண்ட அருந்ததியின் பொறுப்பில் இவை எதுவும் இருக்க நியாயமில்லை. எத்தனை தேடினாலும் சாவிக்கொத்துக் கிடைக்கவில்லை. மாலைவரையிலும் இடுப்பில்தான் இருந்தது. குளிக்கப்போகும் முன் தலையணையின் அடியில் வைத்தாள். நாளை மாலையில் கருணாவின் பயணம். ரவி கிளம்புவதற்கு இன்னும் பதினைந்து நாட்கள் இருக்கிறது.

யாருக்கும் இடைஞ்சல் இருக்கக்கூடாது. இப்போ விளக்கைப் போட்டுக்கொண்டு தேடினால் வீட்டில் எல்லோரும் எழுந்து கொள்வார்கள். பரவாயில்லை. எதையாவது சொல்லி சமாளித்துக் கொள்ளலாம். ஆனால் சாவிக்கொத்து மட்டும் கிடைத்தாக வேண்டும்.

யாரோ கதவைத் தட்டும் சத்தம். யாராக இருக்கும்? கதவைத் திறக்கவில்லை என்றால் மேலும் தட்டிக்கொண்டே இருப்பார்கள். கண்களைத் துடைத்துக்கொண்டு, முகத்தில்

அரும்பிய வியர்வையைப் புடவைத் தலைப்பால் ஒற்றிக்கொண்டு போய்க் கதவைத் திறந்தாள் அருந்ததி.

எதிரே சாவிக்கொத்துடன் லதா!

"சாவிக்கொத்தைத் தருகிறேன். ஆனால் தூக்க மாத்திரை பாட்டிலை மட்டும் தர மாட்டேன். வேண்டுமானால் ஒரே ஒரு மாத்திரையைத் தருகிறேன்." கொஞ்சம்கூட இரக்கம் இல்லாத குரலில் சொன்னாள் லதா.

அருந்ததி பதில் சொல்லவில்லை.

"கோழைகளைக் கண்டால் எனக்குக் கொஞ்சம்கூட பிடிக்காது. உங்களை, உங்களுடைய எண்ணங்களை நான் கவனித்துக்கொண்டுதான் இருக்கிறேன். திடீரென்று இந்த முடிவுக்கு வரக் காரணம் என்ன? எல்லோரையும் விட்டுவிட்டுப் போவானேன்?"

கூண்டில் நிற்க வைத்துக் கேட்பதுபோல் லதா கேட்டாள்.

திடீரென்றா? இன்றைக்குத்தான் வந்த யோசனையா இது? இல்லை இல்லை. இருபத்தெட்டு வருடங்களுக்கு முன் அடுத்த வீட்டுக் கல்லூரி மாணவன் குடிக்கத் தண்ணீர் கேட்டு, தான் கொடுத்தபோது தனக்கும் அந்தப் பையனுக்கும் நடுவில் கள்ளத்தொடர்பு இருப்பதாக கணவன் வாய்க்கு வந்தபடி ஏசி, கன்னத்தில் அறைந்தபோது... அன்றைக்கே வரவில்லையா இந்த யோசனை?

வந்தது. ஆனால் அப்பொழுது வயிற்றில் வளையப் வரும் குழந்தை... இன்னும் பத்துப் பதினைந்து நாட்களில் உலகத்தை எட்டிப் பார்க்கப் போகும் ரவி. போகட்டும், இவர்களுக் கெல்லாம் தண்ணீர் கொடுக்காவிட்டால்தான் என்ன? ஜன்னல் கதவைச் சாத்திவிட்டால் போச்சு.

அன்று மட்டும்தானா. அதற்குப் பிறகும் பலமுறை இந்த யோசனை வந்தது. கொதிக்கக் கொதிக்க காபியை முகத்தில் வீசிய போது, சாப்பிடும் தட்டை மேலே விட்டெறிந்தபோது, பிறந்த வீட்டிற்குப் போய் பத்து நாட்கள் தங்கிவிட்டு வந்தால் படுக்கையறையில் காய்ந்துபோன மல்லிகைச் சரங்கள், காலி கண்டோம் பாக்கெட்டுகளைக் கண்டபோது... எல்லா வற்றையும் சுத்தப்படுத்திவிட்டு, வீட்டை பினாயில் போட்டு கழுவி டெட்டால் போட்டு போர்வைகளைத் துவைத்துக் காயப் போட்டு மறுபடியும் குடித்தனம் செய்ய ஆரம்பித்தபோது... பலமுறை இந்த யோசனை தலைதூக்காமல் இல்லை.

எப்போ அந்த யோசனை வந்தாலும் மலங்கமலங்க விழித்துக்கொண்டு, அப்பாவி முகத்துடன் புடவைத் தலைப்பைப் பிடித்துக்கொண்டு பின்னாலேயே வளையம்வரும் குழந்தைகள். மாற்றாந்தாயின் கொடுமைகள், தாயை இழந்த துக்கத்தில் பாழாகிவிட்ட எதிர்காலம். சாகவிடாமல் எத்தனைத் தடங்கல்கள் இல்லை ஒரு பெண்ணிற்கு? 'இருந்தால் இரு. இல்லாவிட்டால் போய்க்கொள். நான் என் விருப்பம்போல்தான் இருப்பேன்' என்ற கொள்கையை அன்றும் இன்றும் சுவாமிநாதன் கடைப்பிடித்துக் கொண்டுதான் இருக்கிறார்.

அப்படியே போய்விட முடியாமல் கண்ணுக்குத் தெரியாத விலங்குகள் தடுத்துவிட்ட போது, உயிரோடு இருக்க வேண்டிய நிர்ப்பந்தம்.

இன்றைக்குக் குழந்தைகள் பெரியவர்களாகிவிட்டார்கள். சொந்தக் கால்களில் நிற்கிறார்கள். விலங்குகள் விலகிவிட்டன.

காதல், அன்பு, பாசம் போன்ற பந்தங்கள் இருந்தால்தானே வாழ வேண்டும்? சமுதாயத்திற்காக, சம்பிரதாயத்திற்காக ஏற்பட்ட பந்தங்களுடன் தனக்கென்ன வேலை? மேலும் கடமைகள் தன் ஒருத்திக்கு மட்டும்தானா? அவமானங்கள், ஏச்சுபேச்சுகள் நிறைந்த தாம்பத்திய வாழ்க்கையை நினைவுகூர்ந்து பெருமைப்பட்டுக் கொள்வதற்காக இனியும் வாழத்தான் வேண்டுமா?

அவர் நல்ல தந்தையாக இருக்கலாம். ஆனால் நல்ல கணவன் இல்லை என்று இவர்களுக்குத் தெரியாதா? இவர்களுடைய நியாயங்கள், ஆறுதல்கள் தனக்கு எதற்கு? வந்த வேலை முடிந்துவிட்டது. யாருக்கும் எந்தத் தீங்கும் செய்யவில்லை. கண்ணீர் விட்டாலும், அவமானத்தால் குன்றிப்போனாலும் யார் முன்னிலையிலும் அந்த வேதனையை வெளிப்படுத்திய தில்லை. யாருடைய மனநிம்மதியையும் குலைத்ததில்லை. தனக்குள் தானே எரிந்துபோனாள்.

தன் வாழ்க்கையைப்பற்றிய முடிவை யாருடைய கையிலும் விட மாட்டாள். என்ன படிக்கணும் என்று தந்தை முடிவு செய்தார். எதை உடுத்துவது, எப்படிப் பேசுவது, யாரைக் கல்யாணம் செய்துகொள்வது ... இதையெல்லாம் சமுதாயமும், தந்தையும் சேர்ந்து முடிவு செய்தார்கள். எதை சமைக்கணும் என்ன சாப்பிடணும் எப்போ சிரிக்கணும் எப்போ வாயை மூடிக்கொண்டு இருக்கணும் எப்படி வாழணும்... இதையெல்லாம் கணவர் முடிவு செய்தார். எங்கே இருக்கணுமோ, எதற்காக இருக்கணுமோ, எது நியாயமோ இன்று குழந்தைகள் முடிவு செய்கிறார்கள்.

"பேஷ்!" அருந்ததியின் கண்கள் நெருப்புத் துண்டங்களாக ஜொலித்தன. அவமானத்தால் ஏற்பட்ட வெறுப்பு எரிமலையாகக் கொந்தளித்துக்கொண்டிருந்தது. வியர்வையில் கலைந்துபோன குங்குமம் பரவியதில் அவள் முகம் அஸ்தமிக்கும் சூரியன்போல் இருந்தது. சிவப்புப் புடவையில் அருந்ததி தகதகவென்று எரியும் சந்தன மரம்போல் காட்சி தந்தாள்.

லதாவுக்குத் தன் தாயின் நினைவு வந்தது. பௌர்ணமி நிலவின் குளிர்ச்சியை நினைவூட்டும் மலர்ந்த முகம். அம்மாவுக்கு வாழ்க்கையிடம் அளவு கடந்த அன்பு. அதற்கான காரணமும் லதாவுக்குப் புரிந்தது.

அறையில் இறுகிக்கிடந்த நிசப்தம்! யாரும் வாயை விட்டுப் பேசவில்லை. ரொம்ப நேரம் கழித்து ஜன்னல் அருகில் வந்தாள் லதா. தொலைவில் விடியல் சூரியனின் வெளிச்சக் கீற்றுகள்!

மெதுவாக அருந்ததியை நெருங்கி அன்புடன் அணைத்துக் கொண்டாள். பல வருடங்களாக இறுகிப்போயிருந்த துக்கம் அந்த ஸ்பரிசத்தின் வெப்பத்தில் கரைந்து வெள்ளமாக மாறியது.

பி. சத்யவதி

வீடு மெழுகினால் பண்டிகை ஆகிவிடுமா

இல்லத்தரசி ஆவதற்கு முன்னால் ஒரு பெண், படிப்பு, அறிவு, திறமை, நகைச்சுவை உணர்வு, நளினம் எல்லாம் படைத்த பெண்.

பெண்ணின் அழகு, புத்திசாலித்தனம், அவளுடைய தந்தை கொடுத்த வரதட்சிணை, எல்லாம் பிடித்திருந்த படித்திருந்த ஒரு இளைஞன் அந்தப் பெண்ணின் கழுத்தில் மூன்று முடிச்சுகள் போட்டு ஒரு வீட்டிற்கு இல்லத்தரசி ஆக்கிவிட்டு, "இந்தாடி பெண்ணே! இந்த வீடு உன்னுடையது" என்று சொன்னான். அந்த இல்லத்தரசி உடனே தலைப்பை இடுப்பில் செருகிக்கொண்டு, வீட்டை அழகாக மெழுகிக் கோலம் போட்டாள். அந்த இளைஞன் அந்த இல்லத்தரசியை, "நீ வீட்டை மெழுகுவதில் திறமை படைத்தவள். கோலம் போடுவதில் அதைவிட கெட்டிக்காரி. சபாஷ்! கீப் இட் அப்!" என்று ஆங்கிலத்தில் பாராட்டிவிட்டு தோளில் தட்டிக் கொடுத்தான்.

அத்துடன் அந்த இல்லத்தரசி பூரித்துப் போய் வீட்டை மெழுகுவதையே லட்சியமாக தன் வாழ்க்கையைத் தொடர்ந்தாள். தினமும் வீட்டைச் சுத்தமாக மெழுகி வண்ண வண்ண கோலங்களால் அழகுப்படுத்தினாள். அந்த விதமாக அவளது வாழ்க்கை மூன்று கைப்பிடித் துணிகள், ஆறு கோலமாவு டப்பாக்களாகத் தொடர்ந்துகொண்டு இருந்தது.

ஆனால் ஒருநாள் அந்த இல்லத்தரசி வீட்டை மெழுகிக் கொண்டே, 'என் பெயர் என்னவாம்?' என்று நினைத்துக் கொண்டாள். அப்படி நினைத்ததுமே திடுக்கிட்டாள். கையில் இருந்த கைப்பிடித் துணியை, கோலமாவு டப்பாவை அங்கேயே போட்டுவிட்டு, ஜன்னல் அருகில் போய் நின்று, தலையைச் சொறிந்துகொண்டே 'என் பெயர் என்னவாக இருக்கும்? என் பெயர் என்ன?' என்று திரும்பத்திரும்ப யோசித்தாள். எதிர் வீட்டு வாசலில் பெயர்ப் பலகை தொங்கிக்கொண்டு இருந்தது. 'மிசெஸ் எம். சுகாசினி எம்.எ., பி.ஹெச்டி. பிரின்சிபால் எக்ஸ் காலேஜ்' என்று. ஆமாம், அதுபோலவே தனக்கும் ஒரு பெயர் இருக்க வேண்டும் இல்லையா. இப்படி மறந்துபோய் விட்டேனே? வீட்டை மெழுகும் கொண்டாட்டத்தில் பெயரை மறந்துவிட்டேன். இப்போது என்ன செய்வது என்று நினைத்து அந்த இல்லத்தரசி பதற்றம் அடைந்துவிட்டாள். மனம் முழுவதும் கலவரம் நிரம்பிவிட்டது. எப்படியோ அந்த வேளைக்கு வீட்டை மெழுகி முடித்தாள். அதற்குள் வேலைக்காரி வந்தாள். போகட்டும், அவளுக்காவது நினைவு இருக்குமோ என்று, "இந்தாடி பெண்ணே! என் பெயர் என்னவென்று உனக்குத் தெரியுமா?" என்று கேட்டாள்.

"அதென்னம்மா? வீட்டு எஜமானி அம்மாவின் பெயருடன் எங்களுக்கு என்ன வேலை? எங்களைப் பொறுத்தவரையில் நீங்கள் அம்மாதான். குறிப்பிட்ட வெள்ளை மாடி வீட்டில் கீழ் போர்ஷனில் அம்மா என்றால் அது நீங்கள்தான்" என்றாள் அந்தப் பெண்.

'ஆமாம் பாவம்! உனக்கு என்ன தெரியும்?' என்று நினைத்தாள் இல்லத்தரசி.

குழந்தைகள் பள்ளியிலிருந்து மதிய உணவுக்கு வந்தார்கள். 'குழந்தைகளுக்காவது நினைவு இருக்குமோ என்னவோ என் பெயர்' என்று நினைத்தாள் இல்லத்தரசி.

"டேய் குழந்தைகளா! என் பெயர் என்னவென்று உங்களுக்குத் தெரியுமா?" என்று கேட்டாள். அவர்கள் மிகவும் வியப்படைந்து, "நீ அம்மாதான். உன் பெயர் அம்மா. நாங்கள் பிறந்தது முதல் எங்களுக்குத் தெரிந்தது இதுதான். அப்பாவின் பெயருக்குக் கடிதங்கள் வரும். எல்லோரும் அவரைப் பெயர் சொல்லி அழைப்பார்கள். அதனால் எங்களுக்குத் தெரியும். உன் பெயரை நீ ஒருநாளும் எங்களுக்குச் சொன்னது இல்லையே. போகட்டும் உன் பெயருக்குக் கடிதங்கள்கூட வந்தது இல்லை" என்று சொல்லி விட்டார்கள் அவர்கள்.

ஆமாம். தனக்கு யார் கடிதங்களை எழுதுவார்கள்? அம்மா, அப்பா இருக்கிறார்கள். மாதத்திற்கு, இரண்டு மாதங்களுக்கு ஒருமுறை போன் பண்ணுவார்கள். தங்கைகள், அக்காக்கள்கூட அவரவர்களின் வீடுகளை மெழுகுவதில் மூழ்கிப்போய் விட்டார்கள். ஏதாவது திருமணத்தில், விசேஷங்களில் அவர்களைச் சந்தித்த போது புதிய கோலங்களைப் பற்றியோ, சமையல் பற்றியோ பேசிக்கொள்வதுதான் தவிர கடிதப் போக்குவரத்து இருந்தது இல்லை. இல்லத்தரசி ஏமாற்றம் அடைந்தாள். அமைதியின்மை மேலும் கூடியது. தன் பெயரை எப்படியாவது நினைவுக்குக் கொண்டுவர வேண்டும் என்ற தவிப்பு அதிகரித்துவிட்டது.

அதற்குள் அடுத்த வீட்டு அம்மாள் விசேஷத்திற்காக அழைக்க வந்தாள். போகட்டும் அவளுக்காவது நினைவு இருக்குமோ என்று கேட்டபோது, அந்தம்மாள் கிளுக்கென்று சிரித்து விட்டு...

"உங்கள் பெயரை நான் கேட்டது இல்லை. நீங்களும் சொன்னது இல்லை. வலது பக்கத்து வெள்ளை மாடி வீட்டு மாமி. மருந்து கம்பெனி மேனேஜரின் மனைவி என்றோ, இல்லாவிட்டால் சிவப்பாக, உயரமாக இருப்பாளே அந்த அம்மாள் என்று சொல்லிக் கொள்வோம். அவ்வளவுதான்" என்று சொல்லிவிட்டாள் அந்த இல்லத்தரசி.

இனிப் பயன் இல்லை. குழந்தைகளின் நண்பர்கள் மட்டும் என்ன சொல்லிவிடப் போகிறார்கள்? அவர்களைப் பொறுத்தவரையில், கமலாவின் அம்மா என்றோ, ஆண்டீ என்றோ தெரியும். இனி கணவர் ஒருவர்தான் அடைக்கலம். அவருக்குத்தான் நினைவு இருக்க வாய்ப்பு இருக்கிறது.

இரவு உணவு நேரத்தில் கேட்டாள். "என்னங்க? என் பெயரை மறந்துபோய்விட்டேன். உங்களுக்கு நினைவு இருந்தால் சொல்லுங்களேன்?"

கணவர் பெரிதாகச் சிரித்துவிட்டு, "அதென்னது? என்றும் இல்லாத விதமாக இன்று பெயர் பற்றி பேச்செடுக்கிறாய்? கல்யாணம் ஆனது முதல் உன்னை, 'அடியேய்!' என்று அழைப்பது பழக்கமாகிவிட்டது. நீகூட 'அப்படி கூப்பிடாதீங்க. என் பெயர் எனக்கு இருக்கிறது இல்லையா?' என்று சொல்லவில்லை. அதனால் நானும் மறந்துபோய்விட்டேன். இப்போ என்ன வந்துவிட்டது? உன்னை எல்லோரும் மிசெஸ். மூர்த்தி என்று சொல்வார்கள் இல்லையா?" என்றார்.

மாலை நேரத்து விடியல்

"மிசெஸ் மூர்த்தி வேண்டாம். என் உண்மையான பெயர் எனக்கு வேண்டும். இப்போது என்ன செய்வது?" என்றாள் வேதனையுடன்.

"அதற்கென்ன வந்தது? போகட்டும், புதிதாக ஏதோ ஒரு பெயரை வைத்துக்கொண்டுவிடு" என்று அறிவுரை வழங்கினார்.

"நன்றாக இருக்கிறது. உங்கள் பெயர் சத்யநாராயண மூர்த்தி. உங்களை சிவராவ் என்றோ சுந்தரம் என்றோ வைத்துக்கொள்ளச் சொன்னால் சும்மா இருப்பீங்களா? என் பெயர்தான் எனக்கு வேண்டும்" என்றாள்.

"படித்திருக்கிறாய் இல்லையா. சான்றிதழ்கள்மீது பெயர் இருக்கும். அந்த அளவுக்குக்கூட பொதுஅறிவு இல்லை என்றால் எப்படி? போய் பார்த்துக்கொள்" என்று திரும்பவும் அறிவுரை வழங்கினார்.

இல்லத்தரசி சான்றிதழ்களுக்காக உடனே தடாலடியாக வீடு முழுவதும் தேடினாள். பீரோவில் பட்டுப் புடவைகள், ஷிபான் புடவைகள், காட்டன் புடவைகள், அவற்றுக்குப் பொருத்தமான ஜாக்கெட்டுகள், உள்பாவாடைகள், வளையல்கள், மணி மாலைகள், முத்துக்கள், ஹேர் பின்கள், குங்குமச் சிமிழ்கள், சந்தனக் கிண்ணங்கள், வெள்ளித் தட்டுகள், தங்க நகைகள் எல்லாம் நேர்த்தியாக அடுக்கி வைக்கப்பட்டிருந்தன. ஆனால் அவற்றில் எங்கேயும் சான்றிதழ்கள் இருக்கவில்லை.

ஆமாம். திருமணம் ஆன பிறகு இங்கே வரும்போது, தான் அவற்றைக்கொண்டு வரவில்லை.

"ஆமாம். நான் அவற்றை இங்கே கொண்டுவரவில்லை. நான் எங்கள் ஊருக்குப்போய், அந்தச் சான்றிதழ்களைத் தேடி எடுத்து என் பெயரைக் கண்டுபிடித்து இரண்டு நாட்களில் வந்து விடுகிறேன்" என்று கேட்டாள் கணவனிடம்.

"நன்றாகத்தான் இருக்கிறது. பெயருக்காக ஊருக்குப் போக வேண்டுமா என்ன? நீ ஊருக்குப்போய்விட்டால் அந்த இரண்டு நாட்களும் வீட்டை யார் மெழுகுவார்கள்?" என்றார் பிராணநாதர்.

ஆமாம். உண்மைதானே. தான் எல்லோரையும்விட நன்றாக மெழுகுவாள் என்று இத்தனை நாளும் யாரையும் அந்த வேலையை செய்யவிட்டது இல்லை. அவரவர்களின் வேலைகள் அவரவர்களுக்கு இருக்கின்றன. அவருக்கு உத்தியோகம், குழந்தைகளுக்குப் படிப்பு... அவர்களுக்குச் சிரமம் எதற்குப் பாவம் என்று தானே அந்த வேலையைச்

செய்துவந்திருக்கிறாள். அவர்களுக்கு அந்த வேலை செய்யவும் தெரியாது.

ஆனாலும் பெயர் தெரியாமல் எப்படி வாழ்வது?

இத்தனை நாட்களும் அந்த விஷயம் நினைவுக்கு வரவில்லை என்பதால் நடந்துவிட்டது. ஆனால் நினைவுக்கு வந்தபிறகு கஷ்டமாகத்தான் இருக்கிறது.

"இரண்டு நாட்கள் எப்படியாவது சமாளித்துக் கொள்ளுங்கள். நான் போய் என் பெயரைக் கண்டுபிடித்துக்கொண்டு வரவில்லை என்றால் உயிர் வாழ முடியாதுபோல் இருக்கு"என்று கெஞ்சிக் கூத்தாடி கிளம்பினாள் இல்லத்தரசி.

"என்னம்மா? இவ்வளவு அவசரமாக வந்திருக்கிறாய்? மாப்பிள்ளையும், குழந்தைகளும் நன்றாக இருக்கிறார்களா? தனியாக வந்திருக்கிறாயே?" என்று அம்மா, அப்பா அன்புடன் குசலம் விசாரித்தாலும் அதில் கொஞ்சம் சந்தேகத்தையும் ஜோடித்தார்கள்.

வந்த வேலை உடனே நினைவுக்கு வந்ததும், "அம்மா! என் பெயர் என்னவென்று சொல்லுமா?" என்று கேட்டாள் தீனமாக அந்த இல்லத்தரசி.

"அதென்னம்மா? நீ எங்கள் மூத்த மகள். உனக்கு பி.ஏ. வரையிலும் படிப்பு சொல்லிக்கொடுத்து, ஐம்பதாயிரம் வரதட்சணை கொடுத்து கல்யாணம் செய்துவைத்தோம், இரண்டு பிரசவங்களைப் பார்த்தோம். ஒவ்வொரு பிரசவத்திற்கும் ஆஸ்பத்திரி செலவுகளையும் நாங்களே செய்தோம். உனக்கு இரண்டு குழந்தைகள். உன் கணவருக்கு நல்ல வேலை. ரொம்ப நல்லவர்கூட. உன் குழந்தைகள் புத்திசாலிகள்."

"என் வரலாறு இல்லையம்மா. எனக்கு என் பெயர் வேண்டும் அம்மா. போகட்டும். என் சான்றிதழ்கள் எங்கே இருக்கு என்று சொல்."

"என்னமோ அம்மா! சமீபத்தில் அலமாரிகளில் இருந்த பழைய காகிதங்களை, பைல்களை எல்லாம் சுத்தம்செய்து கண்ணாடி சாமான்களை அடுக்கிவைத்தோம். சில முக்கியமான பைல்களை பரண்மீது போட்டுவிட்டோம். நாளைக்குத் தேடச் சொல்கிறேன். இப்போ அவற்றுக்கு என்ன அவசரம்? நிம்மதியாக குளித்துவிட்டு சாப்பிடும்மா" என்றாள் இல்லத்தரசியின் தாயார்.

இல்லத்தரசி நிம்மதியாகக் குளித்துவிட்டு, சாப்பிட்டு முடித்தாள். ஆனால் தூக்கம் வரவில்லை. ஆடிக்கொண்டும், பாடிக்கொண்டும் வீட்டை மெழுகிக்கொண்டும் கோலம்

போட்டுக்கொண்டும் பெயரை மறந்து போய் விட்டதால் இத்தனை கஷ்டங்கள் வரும் என்று ஒருநாளும் நினைத்தது இல்லை.

விடிந்தது. ஆனால் பரண்மீது இருக்கும் பைல்களில் சான்றிதழ்களைத் தேடும் பணி சாத்தியப்படவில்லை. இதற்கு இடையில் இல்லத்தரசி கண்ணில்பட்ட நபர்களை எல்லாம் கேட்டாள். மரத்தை, குளத்தை, தான் படித்த பள்ளியை, கல்லூரியைக் கேட்டுக்கேட்டு... புலம்பித் தவித்து இறுதியில் ஒரு சிநேகிதியைச் சந்தித்து தன் பெயரை சம்பாதித்து விட்டாள்.

அந்த சிநேகிதி தன்னைப்போல் வீட்டை மெழுகுவதையே வாழ்க்கையாக இல்லாமல், வீடு மெழுகுவதை வாழ்க்கையில் ஒரு பகுதியாக வாழ்ந்துகொண்டு, தன் பெயரையும் தன் சிநேகிதிகளின் பெயர்களையும்கூட நினைவில் வைத்துக்கொண்டிருக்கும் நபர்.

அந்தச் சிநேகிதி இவளைப் பார்த்ததும் அடையாளம் கண்டுகொண்டு, “ஹாய் சாரதா! என் அன்பான சாரதா!” என்று உரத்த குரலில் அழைத்தபடி, கட்டி அணைத்துக்கொண்டாள். அப்பொழுது அந்த இல்லத்தரசியை, தாகத்துடன் தவித்து, தொண்டை காய்ந்துபோய் உயிர் போவதற்குத் தயாராகி விட்டவனுக்குப் புதிய மண் கூஜாவில் தண்ணீர் ஸ்பூனால் வாயில் விட்டு உயிர்ப்பித்த விதமாக... உயிர்ப்பித்தாள் அந்த சிநேகிதி.

“நீ சாரதா. நீ நம் பள்ளியில் பத்தாம் வகுப்பில் முதலாவதாக வந்தாய். கல்லூரியில் நடந்த பாட்டுப் போட்டியில் முதலிடம் பெற்றாய். அவ்வப்பொழுது நல்ல நல்ல படங்களைப் போடுவாய். நாம் பத்து பேர் சினேகிதிகள். அவர்கள் எல்லோரையும் அவ்வப்பொழுது நான் சந்தித்துக்கொண்டுதான் இருக்கிறேன். நாங்கள் கடிதங்கள் எழுதிக்கொண்டுதான் இருக்கிறோம். நீ ஒருத்திதான் எங்களுக்குக் கிடைக்காமல் போய்விட்டாய். சொல், எதற்காக அஞ்ஞாதவாசம் செய்கிறாய்?’ என்று கூண்டில் நிற்கவைத்துக் கேட்டாள் அந்தம்மாள்.

“ஆமாம் பிரமிளா! நீ சொன்னது உண்மைதான். நான் சாரதாவேதான். நீ சொல்லும்வரையில் எனக்கு நினைவுக்கு வரவில்லை. என் மூளையில் இருக்கும் அறைகள் எல்லாம் வீட்டை எவ்வளவு அழகாக மெழுக வேண்டும் என்ற விஷயத்தின் மீதுதான் லயித்துவிட்டன. வேறு எதுவும் நினைவில் இல்லை. நீ மட்டும் தென்பட்டிருக்கவில்லை என்றால் எனக்குப் பைத்தியம் பிடித்து விட்டிருக்கும்” என்றாள் சாரதா என்ற பெயர் கொண்ட அந்த இல்லத்தரசி.

சாரதா நேராக வீட்டிற்கு வந்து பரண்மீது ஏறி, பழைய பைல்களைத் தேடி எடுத்து, தன் சான்றிதழ்களை, தான் போட்ட படங்களை, பழைய புகைப்பட ஆல்பங்களைக் கண்டெடுத்தாள். தான் பள்ளியில், கல்லூரியில் ஜெயித்த பரிசுகளைக்கூடத் தேடி எடுத்துவிட்டாள்.

மலையளவுக்குச் சந்தோசத்துடன் வீட்டிற்குத் திரும்பி வந்தாள்.

"நீ இல்லை. வீட்டைப் பார் எப்படி இருக்கிறதோ? சத்திரம்போல் இருக்கிறது. அம்மாடி! நீ வந்துவிட்டாய். இனி எங்களுக்குப் பண்டிகைதான்" என்றார் கணவர்.

"வீட்டை மெழுகினால் மட்டும் பண்டிகையாகிவிடாதுங்க. அது போகட்டும். இனிமேல் என்னை அடியேய் கிடியேய் என்று கூப்பிடாதீங்க. என் பெயர் சாரதா. சாரதா என்று அழையுங்கள். தெரிந்ததா?" என்று பாடலை முணுமுணுத்துக் கொண்டே உள்ளே போனாள்.

எந்த மூலையில் தூசி படிந்து இருக்கிறதோ, எங்கே பொருட்கள் நேர்த்தியாக இல்லையோ என்று மிகவும் தீவிரமாகத் தேடிக்கொண்டு, ஒழுங்கு முறைக்காகத் தவிக்கும் சாரதா, இரண்டு நாட்களாகத் தூசி தட்டாத சோபாவில் நிம்மதியாகச் சாய்ந்து உட்கார்ந்துகொண்டு, தான் கொண்டு வந்த ஓவியங்களைக் குழந்தைகளுக்குக் காண்பித்துக் கொண்டிருந்தாள்.

மாலை நேரத்து விடியல்

அப்பா

அஸ்தமிக்கும் சூரியனை விழுங்கிக்கொண்டிருக்கும் கருத்த மேகங்கள்... ஊதக் காற்று. கோடைக் காலத்தில் இது சகஜம்தான். புயல்காற்று, ஆலங்கட்டி மழை... தூசி.

மாத இறுதியில் அம்மாவும் அவள் சிநேகிதி டாக்டர் மெகருன்னிசாவும் 'முதியோர் இல்லத்தில்' பழுத்த மனிதர்களைத் தரிசனம் செய்துகொண்டு, அவர்கள் கேட்ட சிலவற்றை, கேட்காத சிலவற்றை வாங்கித் தந்து, பேசிவிட்டு, இரத்த அழுத்தம், இதயத் துடிப்பு போன்றவற்றைப் பரிசோதித்து வருவார்கள். நானாவது, என் துணைவன் ரவியாவது அவர்களின் நல்லிதயத்திற்குக் கொஞ்சம் உதவி செய்வதுபோல் காரில் அங்கே அழைத்துப்போய் வருவோம். இது சிலநாட்களாக நடைபெற்றுக்கொண்டிருக்கும் பழக்கம். அந்த ஞாயிறு அன்று நான் போக நினைத்தேன். அதற்கு எனக்கு மட்டுமே தெரிந்த காரணம் ஒன்று இருக்கிறது. ஏற்கனவே மழை வரும் அறிகுறிகள். இப்பொழுது ரவி கிளம்பிப் போனான் என்றால் லேசில் அங்கிருந்து கிளம்பி வர மாட்டான். தினமும் காலை நடைப்பயிற்சியின் போது அறிமுகமான பல பழுத்த மனிதர்களைத் தவிர, அங்கே இருப்பவர்களையும் விட்டு வைக்க மாட்டான்.

நான் காரை எடுத்து வெளியே நின்று கொண்டிருந்தேன். அம்மா இன்னும் மாடியிலிருந்து கீழே இறங்கி வரவில்லை. எதிர் வீட்டில் இருக்கும் மஹதி சமீபத்தில் தன் தந்தையை அழைத்து

பி. சத்யவதி

வந்தாள். அன்று முதல் அந்த குடும்பத்தைப் பார்ப்பது ரவிக்கு விருப்பமான விஷயமாகிவிட்டது. மஹதியின் குழந்தைகள் இருவரும் தாத்தாவுடன் விளையாடுவது, மஹதியின் கணவன் மாமனாரை ஸ்கூட்டரில் ஏற்றிக்கொண்டு பார்க்கில் இறக்கி விட்டு வந்து, திரும்பவும் அவருடைய நடைப்பயிற்சி முடிந்த பிறகு ஸ்கூட்டரில் அழைத்துவருவது, வராண்டாவில் அவர் சாய்வு நாற்காலியில் அமர்ந்து இருந்தபோது மஹதி அவர் தோளைச் சுற்றிலும் கைப் போட்டு ஏதோ பேசி அவரை கலகலவென்று சிரிக்க வைப்பது . . . எல்லாமே ரவிக்குப் பிடிக்கும்.

மஹதியின் தாய் சமீபத்தில் கேன்சர் நோயால் இறந்துவிட்டாள். அப்போது முதல் கெஞ்சிக் கூத்தாடியபிறகு, போன மாதம்தான் மகளிடம் வந்தார் அவர்.

ரவிக்கு 'அப்பா' என்றால் மிகவும் விருப்பம். அவர் களுடைய ஊருக்குப் போனபோதெல்லாம் அவனுடைய தாய் ஒவ்வொரு அறையிலும் வைத்திருக்கும் தந்தையின் புகைப்படங்களைத் துடைத்து, புதிதாகச் சந்தனமாலை வாங்கி அணிவித்துவிட்டு வருவான். தன்னுடைய மேஜைமீதுகூட அவருடைய போட்டோ ஒன்றை வைத்திருக்கிறான். அவ்வப்பொழுது கண்ணாடியில் பார்த்துக்கொண்டு, "எனக்கு எங்க அப்பாவின் ஜாடை கூட வரவில்லை. அப்படியே அம்மாவைப்போல் இருப்பேன்" என்று சொல்லுவான்.

மஹதி குடும்பத்தார் எங்கள் கண் முன்னாலேயே டாக்ஸியில் ஏறிக்கொண்டு எங்கேயோ போனார்கள். அம்மா வந்து காரில் ஏறிக்கொண்டு இருந்தபோது சிறிய எச்சரிக்கை செய்தேன். "நீ மட்டும் சீக்கிரமாகக் கிளம்பவில்லை என்றால் மழையில் மாட்டிக்கொள்வோம்" என்று. மெஹர் சித்தி லேசுப்பட்டவள் இல்லை. அம்மாவைவிட பத்தடி கூடவே பாய்வாள். போகும் வழியில் அவளுக்குக் குறைந்தபட்சம் ஒரு மணி நேரம் ஷாப்பிங் இருக்கும். சாம்யூல் சாருக்குப் போர்வை, அன்னபூர்ணம்மாவுக்காகக் கோடைகாலத்தில் உடுத்துவதற்குக் காட்டன் புடவைகள், வேறு யாருக்கோ ஸ்வெட்டர் பின்னுவதற்கு உல்லன், மற்றொருவருக்கு மருந்துகள், இன்னும் ஒருத்தருக்கு டிரான்ஸிஸ்டர் பேட்டரிகள் . . . எத்தனையோ இருக்கும். பழங்கள், தின்பண்டங்கள் சொல்ல வேண்டியது இல்லை. இருந்தாலும் சரி, எச்சரிக்கைகளை ஒதுக்கிவிட்டு அவர்கள் அடிக்கடி காரை நிறுத்தச்செய்து, அந்தப் பக்கம் போகச்சொல்லி, இந்தப் பக்கம் போகச்சொல்லி, ஆக மொத்தம் டிரங்கை நிரப்பிவிட்டார்கள்.

ஏற்கனவே தூறல் தொடங்கிவிட்டது. அங்கே நர்ஸம்மா, விஸ்வநாதம், கிரிஸ்டோபர் போன்றவர்கள் மெஹர் சித்தியை விட்டால்தானே. ஒருத்தருக்கு வழக்கத்தைவிட அதிக முறை கழிப்பறைக்குச் செல்ல வேண்டியதாகிவிட்டது. இன்னொருத்தருக்கு இரவு முழுவதும் தூக்கம் இல்லை. இன்னொருத்தருக்கு இதயம் அதிகம் துடிப்பதுபோல் தோன்றுகிறது. அவர்களை விடுவித்துக்கொள்வது சித்திக்கு எளிதான காரியம் இல்லை. மருந்துகள்கொடுத்து, பேசி சமாதானம் சொல்லி, தோள்மீது கைப் பதித்து, மறுபடியும் வருகிறேன் என்று கையில் கைவைத்து சத்தியம்செய்து விடை பெறுவதற்குள் இடியும் மின்னலுமாக மழை வந்தேவிட்டது. மதிப்பிற்குரிய இரண்டு நபர்களை இடி, மின்னல்களுக்கு இடையே வீட்டுக்குக் கொண்டுபோய் சேர்ப்பதற்கு எவ்வளவு ஜாக்கிரதையாகக் காரை ஓட்ட வேண்டும்?

மேலும் அம்மா நாளை விடியற்காலையில் விரைவு ரயிலில் விஜயவாடாவுக்குச் செல்ல வேண்டும். அங்கே அம்மாவுக்கு செமினார் இருக்கிறது. மாலையிலேயே பேப்பர்களைத் தயார் செய்து, உடைகளைக்கூட எடுத்து வைத்துக்கொண்டு விட்டாள். அவ்வளவு காலையில் எங்களுக்குத் தொல்லை கொடுக்கக்கூடாது என்று டாக்ஸிக்குக்கூட சொல்லிவிட்டாள். மழை தீவிரமடைந்து வைபர்களுக்கும், கண்களுக்கும் வேலை அதிகரித்துவிட்டது.

வீட்டு வாசலில் காரைவிட்டு இறங்கியதுமே அம்மா உள்ளே ஓடிவிட்டாள். நான் காரை லாக் செய்துவிட்டு உள்ளே வரும்போது, ஹாலில் அமர்ந்து இருந்த நபரைப் பார்த்தேன். எங்கேயோ அறிமுகம் இருந்த முகம்போல் தோன்றியது. ரவிக்குத் தெரிந்தவராக இருக்கக் கூடும். மழை வந்ததால் தங்கி விட்டிருப்பார் என்று நினைத்தபடி உள்ளே போகும்போது அழைத்தான்.

“இவள்தான் வசந்தா” என்று என்னை அறிமுகப் படுத்திக்கொண்டே, “இவர் ராம்மோகன் ராவ், உன் தந்தையாம்” என்றான் எந்த உத்வேகமும் தென்பட்டுவிடாமல், கம்பீரமான குரலில்.

செயல் இழந்தவள்போல் ஒரு நிமிடம் சுவற்றின் மீது சாய்ந்து சுதாரித்துக்கொண்டு உள்ளே போனேன். ஏற்கனவே அம்மா அரிசி களைந்துவிட்டு குக்கரில் வைத்துக்கொண்டிருந்தாள். மூச்சு இரைக்க, “ஹாலில் இருக்கிறார் பார். பெயர் ராம்மோகன் ராவாம். என் தந்தையாம். வந்து அடையாளம் காட்டு. பிறகு

என்ன சொல்வாயோ உன் விருப்பம்." அம்மாவின் கையைப் பற்றி இழுத்தபடி அழைத்துவந்தேன்.

பார்த்தாள். விருட்டென்று திரும்பி சமையலறைக்குள் வந்தாள். மழை பெய்துகொண்டேதான் இருந்தது.

"அவனேதான்!" என்று களைந்த அரிசியில் மேலும் இரண்டு பிடி போட்டுவிட்டு அங்கேயே நாற்காலியில் அமர்ந்து கொண்டாள். அடுப்பு மேடைக்கு மேலே ஜன்னலுக்கு இருந்த சன்ஷேட்மீது பெய்துகொண்டிருந்த மழைத்துளிகள் விளக்கு வெளிச்சத்தில் மணிமாலைகள்போல் மின்னிக்கொண் டிருந்தன. காற்றின் வேகத்திற்கு அடுப்பின் நெருப்பு அலை பாய்கிறது என்று ஜன்னலை சாத்திவிட்டேன்.

நீல நிற ஜீன்ஸ், வெள்ளை டீ ஷர்ட், விலை உயர்ந்தது போல் தென்படும் மூக்குக்கண்ணாடி, நரைத்த தலைமுடி, கொய்யாப் பழம் போன்ற முகம், என்னை அறிமுகம் செய்து வைத்தபோது அவர் செய்த முறுவலுக்கு எதிர்ப்பதமாக நான் முறுவல் செய்யவில்லை. முறுவலிப்பேன் என்று அவரும் எதிர்பார்த்து இருக்க மாட்டார் என்பதால் அவர் முகத்தில் எந்த விதமான ஏமாற்றமும் தென்படவில்லை.

ரவியுடன் என் அறிமுகம் நட்பாக மாறி அது நிலைபெற்று ஒருவரின் தனிப்பட்ட விஷயங்களை ஒருவருக்கொருவர் தெரிந்து கொண்டிருந்தபோது, அவன் "ஐயோ! உனக்கும் அப்பா இல்லையா? நம் வீட்டில் ஒரு அப்பாவாவது இருப்பார் என்று நினைத்தேன்" என்று ரொம்பவும் நொந்துகொண்டான்.

"நீ உங்கள் வீட்டில் ஒவ்வொரு அறையிலும் உங்கள் அப்பாவைப் பார்த்துக்கொண்டு இருப்பாய். எங்கள் 'வீட்டில் அவர் போட்டோகூட இல்லை. எப்படி இருப்பார் என்று கூட தெரியாது. போட்டோ இருந்தாலும், நாங்கள் உன்னைப் போல் அதற்கு மாலைபோட முடியாது. ஏன் என்றால் அவர் உயிருடன்தான் இருக்கிறார். எங்களுடன் இல்லை, அவ்வளவுதான்" என்று சொன்னேன். ரவியின் பெற்றோர் சேர்ந்து வாழ்ந்தது வெறும் மூன்று வருடங்கள் மட்டும்தான். அந்த மூன்று ஆண்டுகளில் அவர் அந்தம்மாளுக்கு வழிபடும் தெய்வம் ஆகிவிட்டார். அவரைப்பற்றி மகனுக்கு எத்தனையோ சிறப்பாகச் சொல்லி இருக்கிறாள். அது மட்டுமே இல்லை, தந்தை இல்லாமல் போவது துரதிர்ஷ்டமான விஷயம் என்றும், அவர் மட்டும் இருந்திருந்தால் மகனை மிகவும் சிறப்பாக முன்னுக்குக் கொண்டு வந்திருப்பார் என்றுச் சொல்லி இருக்கிறாள். அதையெல்லாம் ரவி பொருட்படுத்தியதாகத் தெரியவில்லை.

ஆனால் தந்தை இல்லாமல்போவது ஒரு வட்டத்தில் நான்கில் ஒரு பகுதி இல்லாமல்போவதுபோல் என்று சொல்வான்.

எதிர்பாராமல் வந்த மழை இன்னும் பெய்துகொண்டுதான் இருந்தது. நான் உடைகளை மாற்றிக்கொண்டு வந்து அம்மாவின் பக்கத்தில் இருந்த நாற்காலியில் அமர்ந்துகொண்டேன். பேச்சு வார்த்தை இருக்கவில்லை. அம்மாவின் முகத்தை ஊடுருவிப் பார்த்தேன். எந்த மாற்றமும் தென்படவில்லை.

அம்மா தானே மேஜைமீது நான்கு தட்டுகள் வைத்தாள். ரவி அவரை சாப்பிட அழைத்துவந்தான். அம்மாவும் நானும் மௌனம் வகித்தோம். ரவி அவருக்கு என்ன வேண்டுமென்று விசாரித்தான். உண்டு முடித்தபிறகு விருந்தாளி அறையில் படுக்கையைப் போட்டான். மழை குறையவே இல்லை. அம்மா மாடியில் தன் வீட்டிற்குள் போய்விட்டாள். நாங்கள் குடி இருக்கும் வீடு அம்மாவுடையதுதான். அதில் எங்களை இருக்கச் சொல்லி, தனக்காக மாடியில் இரண்டு அறைகளை ஏற்பாடு செய்துகொண்டாள். தனியாகவே இருந்து வந்தாள். ஒவ்வொருவருக்கும் பிரைவெஸி இருக்க வேண்டும் என்று சொல்லுவாள்.

"அவர் உன்னுடன் பேச வேண்டும் என்று நினைக்கிறார்" என்றான் ரவி.

எழும்பி வந்து கொண்டிருந்த உத்வேகத்தை அடக்கி வைத்து, அவருடன் பேசும் அளவுக்கு எனக்கு ஆர்வம் ஏதுமில்லை என்பதுபோல் வெற்று முகம் வைத்துக்கொண்டு அவர் எதிரில் அமர்ந்தேன்.

அவர் சொன்னார். அந்தம்மாள் இறந்துபோனபிறகு அமெரிக்கன் மருமகள் அங்கே அழைத்துப் போனாள். அங்கே வாழ்க்கை முறை பிடிக்கவில்லை. திரும்பி வந்துவிட்டு பெங்களூரில் ஒரு சீனியர் சிட்டிசன் இல்லத்தில் இருந்து வருகிறார். ஹைதராபாத்தில் ஒரு நண்பனுக்கு உடல்நலம் சரியாக இல்லாமல் போனதால் பார்ப்பதற்காக வந்தவர் பக்கத்திலேயே இருந்த ஹோட்டலில் தங்கினார். என்னையும் தம்பியையும் பார்த்து விட்டுப் போகலாம் என்று வந்திருக்கிறார்.

எனக்கு சிரிப்புவந்தது. இப்பொழுது என் தம்பி இங்கே இருந்திருந்தால் எப்படி செயல்பட்டிருப்பான்! மகாலக்ஷ்மியின் மருமகன் ரவிக்குப் பிராணிகளிடம் இரக்கம் அதிகம். மழையில் வந்த வயோதிகரை அதுபோல் ஒருநாளும் அவமானப்படுத்த மாட்டான். இப்பொழுது அவர் சொன்னவற்றில் சிலது எங்களுக்குத் தெரிந்தவைதான். சில தெரியாதவையும் இருந்தன.

ஆந்திர மாநிலத்தில் உறவினர்கள், நண்பர்கள், நலம் விரும்பிகள், பொறாமைக்காரர்கள், செய்தியாளர்கள் எத்தனையோ பேர். செய்திகளுக்கு நிறம், ருசி, மணம் கூட்டி பரிமாறிக்கொண்டு இருப்பார்கள்.

அவர் சொன்னதை எல்லாம் மௌனமாகப் கேட்டுக் கொண்டேன்.

“நேரமாகி விட்டது. படுத்துக்கொள்ளுங்கள்” என்று எழுந்து வந்தேன்.

திரும்பவும் சிரிப்பு வந்தது. ‘பார்த்துவிட்டுப் போகலாம்’ என்று வந்தார். நல்லதுதான். எப்பொழுது போனவர் திரும்பவும் எப்பொழுது வந்திருக்கிறார்?

அம்மா மாடியில் விளக்கை அணைத்துவிட்டு படுத்துக் கொண்டுவிட்டாள் போலும். அம்மா நினைத்துக்கொண்டிருந்த நிகழ்ச்சி நிரல் எதுவும் நிற்கப் போவதில்லை. எதிர்ப்பாராமல் வந்த இந்த மனிதருடன் அவளுக்கு எந்த சம்பந்தமும் இல்லை. தன் இதய அறைகளை மூடிவிட்டாள். அந்த நபர் சம்பந்தப்பட்ட குறைந்தபட்ச அடையாளங்களைக்கூட அழித்துவிட்டாள். அவர் பற்றிய பேச்சு எங்கள் வீட்டில் என்றுமே வந்தது இல்லை. வெறுப்பும் இல்லை. அன்பும் இருந்தது இல்லை. அதற்காக மன்னிப்பு பிரஸ்தாவனையும் இல்லை. அந்த ஓவியத்தை அழித்துவிட்டாள், அவ்வளவுதான்.

அம்மாவின் வாழ்க்கையில் நடந்த நிகழ்வுகள் தாத்தா சொன்னபோதுதான் எனக்குத் தெரியவந்தன. அம்மா வழி பாட்டிக்கு மாப்பிள்ளையிடம் ரொம்பக் கோபம். அந்தப் பெயரையே தன் முன்னால் எடுக்க வேண்டாம் என்பாள்.

மகாலக்ஷ்மி விஜயவாடா ஸ்டெல்லா கல்லூரி ஹாஸ்டலில் தங்கி, பி.ஏ. ஆங்கிலம் படித்துக்கொண்டிருந்தபோது ஞாயிறு வந்துவிட்டது என்றால் அவளுடைய அப்பா உய்யூரிலிருந்து ஹாஸ்டல் பெண்கள் எல்லோருக்கும் போதுமான அளவுக்கு உளுத்தமாவு லாடு, நாடா போன்ற தின்பண்டங்களைச் சுமந்து கொண்டு வருவார். மகாலக்ஷ்மி சனிக்கிழமை சிநேகிதிகளுடன் ஏலூறு ரோடில் ரவீந்திரா கூல் ட்ரிங்க்ஸ் கடையில் ப்ரூட் சலாட் சாப்பிட்டுவிட்டு, பிரபோதா புக் சென்டரில் மில்ஸ் அண்ட் பூன்ஸ் வாடகைக்கு எடுத்து வருவாள். நவரங் தியேட்டரில் ஆங்கிலப் படங்களை பார்த்துக்கொண்டு சமர்த்தாகப் படித்து முதல் வகுப்பில் தேர்ச்சி பெற்றாள். அவளுடைய அப்பா சுப்பையா மகளுக்கு லட்சணமாக வங்கி அதிகாரி வரன் கொண்டுவந்து அதைவிட சிறப்பாகத் திருமணம் செய்து

வைத்தார். யார்யாரையோ பிடித்து மாப்பிள்ளைக்கு விஜயவாடாவுக்கு மாற்றல் வாங்கித் தந்தார். வாடகைக்கு நல்ல வீட்டையும் பார்த்து அமர்த்தி, அதன் முழுவதும் புத்தம் புதிய சாமான்களால் நிரப்பி வைத்தார். அவளுடைய அம்மா சரோஜா வாரத்திற்கு ஒரு முறை உய்யூரிலிருந்து பேருந்து ஏறி காய்கறி, கோழி முட்டை, இளநீர் சுமந்துகொண்டு வருவாள். வேலைசெய்து தருவதற்கு ஒரு சிறுமியையும் அழைத்துவந்தாள். சுகமாக இருப்பது என்றால் அதுதான், அதிர்ஷ்டம் என்றால் அதுதான் என்று நினைத்து வந்தார்கள் அக்கம் பக்கத்தில் இருப்பவர்கள். ராஜபாட்டையில் பயணம் போன்ற குடித்தனம் இல்லையா, அது! நான்கு வருடங்கள்.

மகாலக்ஷ்மி வராண்டாவில் அமர்ந்து புதிதாக வந்த வார இதழில் தொடர்கதை படித்துக்கொண்டு இருந்தாள். அவளுடைய மூன்று வயது மகள் வசந்தா பாய்மீது அமர்ந்து பொம்மைகளுடன் விளையாடிக்கொண்டிருந்தாள். வயிற்றில் இருந்த பையனுக்கு அத்தனை நேரம் அம்மா அசையாமல் நாற்காலியில் உட்கார்ந்து இருக்கிறாள் என்று கோபம் வந்ததில் அப்படியும் இப்படியும் அசைய ஆரம்பித்தான். சற்று நேரம் எழுந்து நிற்போம் என்று நினைத்தாள் மகாலக்ஷ்மி. அப்பொழுது அவள் கணவன் வங்கியிலிருந்து மூச்சிரைக்க பரபரப்புடன் வந்து,

"லக்ஷ்மி! நான் அவசரமாக ஹைதராபாத் போக வேண்டும். வருவதற்கு ஒரு வாரத்திற்கு மேல் ஆகக்கூடும். நீ அம்மாவைத் துணைக்கு அழைத்துக்கொள்" என்று சொல்லி விட்டு சூட்கேசை கையில் எடுத்துக்கொண்டு போய்விட்டான்.

மகள் காகத்தின் மூலமாகச் செய்தி அனுப்பினால் போதும், அம்மா, அப்பா கிடைத்த பேருந்தில் ஏறிக்கொண்டு வந்து சேர்ந்துவிடுவார்கள். மகாலக்ஷ்மியின் தாய் வந்ததுமுதல் வீட்டை எல்லாம் எடுத்து வைப்பாள். எல்லாம் ஒழுங்குப் படுத்துவாள். பண்டிகைகளுக்குத் துணிமணி வாங்குவாள். வீட்டுச் செலவுகளுக்காக எத்தனை கொடுத்தாலும் மகாலக்ஷ்மி கணவனை என்றுமே பணத்தைப்பற்றி கணக்கு கேட்டது இல்லை. தன் மாமியார் மாமனாரின் பொருளாதார நிலைபற்றி அவளுக்குத் தெரியும். அவர்களுக்கு அனுப்பி வைப்பதில் தனக்கு என்ன ஆட்சேபணை இருக்கப்போகிறது?

ஒரு வாரம் கழிந்த பிறகும் அவன் வரவில்லை. அந்த விஷயம் தாய் நினைவுபடுத்தும்வரையில் மகாலக்ஷ்மி பொருட்படுத்தவில்லை. அவன் அதுபோல் அவ்வப்பொழுது போய்க்கொண்டு இருப்பது வழக்கம்தான். வீட்டு வேலைகள் வழக்கம்போல் நடந்துகொண்டு இருக்கும். குழந்தை விளையாடிக்

கொண்டு இருப்பாள். சினேகிதிகள் போன் செய்வார்கள். படிப்பதற்குப் புத்தகங்கள் இருந்தன. எப்போதாவது பார்ப்பதற்குச் சினிமாக்கள் இருந்தன. வயிற்றில் பையன் தனக்குப் பெரிதாகத் தொல்லை எதுவும் கொடுக்கவில்லை.

"அதென்னது? போனவன் ஒரு போன் பண்ணி இருக்கலாம் இல்லையா? பத்து நாட்களாகிவிட்டது. இங்கே இருக்கும் வங்கியிலிருந்து கேட்டு போன் நம்பர் வாங்கிக்கொள்" என்று தாய் ரகளை செய்தாள்.

படித்துக்கொண்டிருந்த பார்பரா கார்ட்லண்ட் நாவலை பக்கத்தில் வைத்துவிட்டு வங்கிக்குப் போன் செய்தாள் மகாலக்ஷ்மி. அவர்கள் அவள் தலையில் ஒரு பாறாங்கல்லைத் தூக்கிப் போட்டார்கள். அவன் அலுவலக வேலையாகப் போகவில்லை. விடுமுறை எடுத்துக்கொண்டு போயிருக்கிறான். மும்பையிலிருந்து விடுமுறையை நீட்டித்து கடிதம் அனுப்பி இருக்கிறான். அவர்களிடம் மும்பை முகவரி பெற்றுக்கொண்டு, மகாலக்ஷ்மி எழுதிய கடிதங்களுக்குப் பதில் வரவில்லை.

உய்யூரிலிருந்து சுப்பையா வந்தார். விஷயம் தெரிந்து கத்தி கூச்சல் போட்டார். ராம்மோகனின் பெற்றோரிடம் சென்று வாய்க்கு வந்தபடி ஏசிவிட்டு வந்தார். உறவினர்களை, நண்பர்களை, வேண்டியவர்களை, வேண்டாதவர்களை எல்லோரையும் விசாரித்தார். போலீஸ் கேஸ் போடுவதாகச் சொன்னார். சரோஜம்மா மார்பில் அடித்துக்கொண்டாள். "எத்தனை வரதட்சணை கொடுத்தோம் அவனுக்கு" என்று புலம்பினாள். இதற்குள் அவன் தன் வேலைக்கு ராஜினாமா கொடுத்துவிட்டதாகத் தெரியவந்தது.

போலீசில் புகார் கொடுக்க வேண்டாம் என்று வேண்டப்பட்டவர்கள் அறிவுரை வழங்கினார்கள். வயிற்றில் இருக்கும் குழந்தை இந்த உலகிற்கு வரும்வரையில் மகளை மனநிம்மதியுடன் வைத்துக்கொள்ளச் சொன்னார்கள்.

மகாலக்ஷ்மி நாவல்களை, பத்திரிகைகளை ஒதுக்கி விட்டு யோசிக்கத் தொடங்கினாள். செய்தியாளர்கள் செய்திகளைக்கொண்டு சேர்த்தபடி இருந்தார்கள்.

திடீரென்று ஒரு நாள் தந்தையிடம் சொன்னாள். "நமக்கு அவன் வேண்டாம் அப்பா! அவளே வைத்துக்கொள்ளட்டும். அவன் வாழ்க்கையை அவன் வாழட்டும். நம் வாழ்க்கையை நாம் வாழ்வோம்" என்று.

அவ்வளவு கடினமான முடிவை ஏற்றுக்கொள்வதற்கு சுப்பையா, சரோஜா சிறிது காலம் எடுத்துக்கொண்டாலும்

அவர்களுக்கு இந்த உலகத்தில் மகளைத் தவிர வேறு விஷயம் இல்லை என்பதால், கைக்குழந்தையை, முன் குழந்தையை அவர்கள் தோளில் சுமந்து, அவளைப் பல்கலைக்கழகத்திற்கு அனுப்பிவைத்தார்கள். உலகத்தின் வாசல்களைத் திறந்தார்கள். கண்களில் மிரட்சியை போக்கடித்தார்கள். கால்களுக்குத் தெம்பு கொடுத்தார்கள். பேச்சுக்குக் கூர்மை அளித்தார்கள். எண்ணங்களுக்குச் சுதந்திரத்தைத் தந்தார்கள்.

"அப்பா என்றால் என் அப்பாதான்" என்று நினைத்தாள் மகாலக்ஷ்மி.

"திருமணமான நான்கு வருடங்கள் வரையில் அந்த ஆளுக்கு வேறு ஒருத்தியுடன் உறவு இருக்கிறது என்றும், போக்குவரத்து இருக்கிறது என்றும் தெரிந்துகொள்ளாமல் இருந்துவிட்டாய். எவ்வளவு முட்டாளாக இருக்கிறாய்? கொஞ்சம்கூட உனக்கு உலக ஞானம் இல்லை" என்பாள் சரோஜா.

"உன்னையும் அப்பாவையும் எப்படி நம்பினேனோ அவனையும் அதுபோலவே நம்பினேன். நீ அனுசூயா அத்தையைப் பார்த்துவிட்டு வருகிறேன் என்று பந்தரு போவாய். நானும் சரி என்பேன். நீ அங்கே அல்லாமல் வேறு எங்கேயோ போவாய் என்று உன்னை சந்தேகப்படுவேனா? நான் சிநேகிதிகளுடன் எக்ஸ்கர்ஷன் போவதாகக் கேட்டபோது மறுபேச்சு சொல்லாமல் கேட்டதைவிட அதிகப் பணம் கொடுத்து அனுப்பிவைத்தாய். அங்கே அல்லாமல் வேறு எங்கேயாவது போவேன் என்று சந்தேகப்பட்டிருப்பாயா? சந்தேகப்படுவது நமக்குப் பழக்கம் இல்லை. நீங்கள் எப்படியோ, அவனும் அப்படித்தான் என்று நினைத்தேன். இதைத்தான் ஆங்கிலத்தில் டேகிட் ஃபர் கிராண்டட் என்பார்கள். அதுபோல்தான். இனி விட்டுவிடும்மா. மறந்துவிடுவோம்" என்றாள் மகாலக்ஷ்மி.

"திருமணம் செய்துகொண்டு இரண்டு குழந்தைகளுக்குத் தந்தை ஆகி இருப்பவனைத் தற்கொலை செய்துகொள்வேன் என்று பிளாக்மெயில் செய்து கடத்திக்கொண்டுபோவது காதல் என்றால், அப்படிப்பட்ட காதல் நமக்கு வேண்டாம். சிறுவயது முதல் ஒருவருக்கொருவராக வளர்ந்து, தாய் கிணற்றில் குதித்து விடுவதாக மிரட்டினால், வரதட்சணைக்காக இன்னொரு பெண்ணைத் திருமணம் செய்துகொள்வது தாயன்பு என்றால் அதுபோன்ற தாயன்பு நமக்கு வேண்டாம். நமக்குக் காதல்களும் வேண்டாம், மிரட்டல்களும் வேண்டாம். நாம் இதுபோலவே பட்டிக்காட்டு மனிதர்கள் போல் இருப்போம்" என்றாள்.

படிப்பிலிருந்து, வேலையிலிருந்து, குழந்தைகள் வளர்ப்பிலிருந்து, அவர்கள் படிப்புகள், வேலைகளிலிருந்து, தன் வேலை ஓய்விலிருந்து, இப்பொழுது மற்ற பொழுது போக்குகளுக்குத் தன் வாழ்க்கையை மாற்றிக்கொண்டாள் மகாலக்ஷ்மி.

“அவரை உள்ளே அழைத்து உட்கார வைத்ததற்கு அத்தைக்கு கோபம் வருமோ? பாவம்! மழை இல்லையா? பெரியவர்... அத்தைக்குக் கோபம்வராது என்றே நினைத்தேன்” என்று சொல்லிக்கொண்டே உள்ளே வந்தான் ரவி.

“இத்தனை மழையில் நம் வீட்டுக்கு யார் வந்தாலும் இதுபோல்தானே செய்வோம்? கோபம் எதற்கு?” என்றேன்.

“நாளைக்குப் பெங்களூருக்கு விமான பயணச்சீட்டு இருக்கிறது. காலையில் எழுந்ததும் போய்விடுவார். மாடிக்குப் போய் அம்மாவை ஒரு முறை பார்த்துவிட்டு வராமல் போனாயா” என்றான் ரவி.

“அம்மாவை இப்போ டிஸ்டர்ப் செய்வானேன்? காலையிலேயே எழுந்துகொள்ளணும் இல்லையா, அம்மா இதையெல்லாம் லட்சியம் செய்தாற்போல் இல்லை. அவர்கூட அம்மாவிடம் பேச வேண்டும் என்று எதுவும் சொல்லவில்லை. சொல்ல நினைத்ததை எல்லாம் சொல்லி முடித்துவிட்டார். மனதில் பாரம் ஏதாவது இருந்திருந்தால் இறக்கி வைத்து விட்டார்” என்று சொன்ன பிறகு ரவிக்கும் எனக்கும் இடையே உரையாடல் நீடிக்கவில்லை. அவரவர்கள் தூங்கும் முயற்சியில் ஈடுபட்டிருந்தோம். அவர் வார்த்தைகள் செவியில் இன்னும் எதிரொலித்துக்கொண்டிருந்தன.

“மகாலக்ஷ்மி வாழ்க்கையில் நான் ஒரு பகுதி. ஆனால் லலிதாவுக்கு நான்தான் வாழ்க்கையே. தாய் இல்லை. அப்பா இருந்தாலும் ஒன்றுதான். இல்லாவிட்டாலும் ஒன்றுதான். சொத்து இல்லை. வேலைகூட போதும் போதாதது. என்றிலிருந்தோ என்மீது காதல் கொண்டிருந்தாள். நான் மகாலக்ஷ்மியைத் திருமணம் செய்துகொண்டது தவறுதான். என் அம்மாவின் காரணமாக அப்படி நடந்துவிட்டது. நான் இதுபோல் அடிபணிந்து போனது தவறுதான். மகாலக்ஷ்மியுடன் இருந்தபோதும் நான் லலிதாவைப் பற்றிதான் யோசித்து வந்தேன். கடிதங்கள் எழுதி வந்தேன். சந்தித்துவிட்டு வருவேன். அவ்வப்பொழுது பணமும் அனுப்பிவந்தேன். நான் இல்லாவிட்டால் அவள் வாழமுடியாது என்று உறுதியாகிவிட்ட பிறகு, ஒரு முடிவுக்கு வந்தேன். நான் இருவரையும் ஏமாற்றி வருகிறேன். நான் ஒருத்தரைத்தான் தேர்ந்து எடுக்க வேண்டும்.

லலிதா என்னை விட்டுவிடுவதற்கு விரும்பவில்லை. அவள் எழுதும் கடிதங்கள் எல்லாம் குற்றச்சாட்டுடன் நிரம்பி இருக்கும். தற்கொலை பற்றிய பேச்சு இருக்கும். வேறு ஒருத்தனைத் திருமணம் செய்து கொள்ளமாட்டாள். பொருளாதாரரீதியாக நிலைத்திருக்க மாட்டாள். மிகவும் தீனமாக இருப்பாள். மகாலக்ஷ்மிக்கு வாழ்க்கை ஒரு தினசரி நிகழ்ச்சி நிரல். அம்மா, அப்பா, சினேகிதிகள், புத்தகங்கள், குழந்தைகள்... இவற்றுடன் நானும். நான் தாமதமாக வீட்டுக்கு வந்தாலும் பதற்றம் அடைய மாட்டாள். பசித்தால் சாப்பிட்டுவிடுவாள். தூக்கம் வந்துவிட்டால் வேலைக்காரியைக் கதவைத் திறக்கச் சொல்லி தூங்கச் சென்றுவிடுவாள். அவளுக்கு என்மீது அன்பு இல்லை என்று சொல்வதற்காக இல்லை. நான் இல்லாவிட்டாலும் அவளுக்கு எந்தக் குறையும் இருக்காது. அவள் பெற்றோர்கள் அவளைக் கண்ணின் இமைபோல் பார்த்துக்கொள்வார்கள் என்று தோன்றியது. அதனால்தான் எல்லா வெறுப்புகளுக்கும், அவமானங்களுக்கும் தயாராகி லலிதாவைத் தக்க வைத்துக் கொண்டேன். இது தவறாக இருக்கக்கூடும். ஆனால் அதுபோல் செய்துவிட்டேன். அவ்வளவுதான். அதற்கு முழுபொறுப்பும் நான்தான். நான் இப்போது மன்னிப்பு கேட்பதற்காகவோ, என்னைக் குடும்பத்தில் இணைத்துக்கொள்ளச் சொல்லி கேட்கவோ வரவில்லை. ஒரு முறை உங்களைப் பார்த்துவிட வேண்டும் என்று நினைத்துவந்தேன். அவ்வளவுதான். மகாலக்ஷ்மி என்னைத் திட்டினாலும், அவமானப்படுத்தினாலும் ஏற்றுக்கொள்வதற்கு தயாராகத்தான் வந்தேன். இப்படிப் பேசுவதற்கு எனக்கு அனுமதி கொடுத்ததற்கு, ஆதரவு கொடுத்ததற்கு நான் என்றுமே நன்றிக்கடன் பட்டிருப்பேன்." நிதானமாகவும் திடமாகவும் இந்த நான்கு வரிகளை சொன்னார்.

அது இருக்கட்டும். அவரைக் கடினமான சொற்களால் காயப்படுத்த வேண்டும் என்று ஏன் எனக்குத் தோன்றவில்லை? சொன்னதை எல்லாம் உணர்ச்சியற்ற முகத்துடன் கேட்டுவிட்டு வெளியே வந்தேன். மகாலக்ஷ்மியின் வளர்ப்பு காரணமா?

எப்போதோ தூக்கம் வந்துவிட்டது. எழுந்துகொள்ளும் போது அம்மா ஸ்டேஷனுக்குச் சென்றுவிட்டிருந்தாள். அவர் இன்னும் எழுந்துகொண்டாற்போல் இல்லை. பல் தேய்த்தபடி கண்ணாடியில் பார்த்தவள் திடுக்கிட்டேன். அம்மாவுடையது மாநிறம். சுருட்டை முடி. பெரிய கண்கள். சாதாரணமான உயரம். ஐந்துஅடி மூன்று அங்குலம். நான் பழுத்த கொய்யாப்பழ நிறம், மென்மையான தலைமுடி, நல்ல உயரம். ஐந்தடி ஆறு அங்குலம்.

"சீக்கிரம் ஆகட்டும். அவர் கிளம்புகிறார். காபி கொடுத்து விட்டேன். ஹோட்டல் வரையில் சென்று இறக்கிவிட்டு வருகிறேன்" என்றான் ரவி.

"வருகிறேன் அம்மா" என்று தோளில் தட்டிக்கொடுத்து விட்டுப் பின்னால் திரும்பிப் பார்க்காமல் காரில் ஏறிக் கொண்டார் அவர். தவறோ சரியோ செய்த காரியத்திற்குப் பொறுப்பை ஏற்றுக்கொண்டார். விளைவுகளைத் திடமாக ஏற்றுக்கொண்டார். என் கண்களை நேராகப் பார்ப்பதற்குத் தயங்கவில்லை. அம்மாவிடம் பேசவில்லை. அவளை ஏறெடுத்துப் பார்க்கவில்லை, பேசவில்லை என்றாலும் முகத்தில் எந்த எண்ணத்தையும் வெளிப்படுத்தவில்லை. அம்மாவுடன் பேசுவதற்கு முயற்சி செய்யவில்லை.

எனக்கு நினைவு தெரிந்தபிறகு அவர் உருவம் எப்படி இருக்கும் என்று தெரியாது. இனிமேல் கண்ணாடியில் பார்த்துக் கொள்ளும் போதெல்லாம் நினைவுக்கு வருவார் போலும்.

பதி பக்தி

"இந்தாடி மங்கை! அய்யா நாளை மறுநாள் மாலை போட்டுக்கொள்கிறார். நீ நாளை காலையில் சீக்கிரமாக வந்து, ஒட்டடை அடித்து வீட்டைக் கழுவ வேண்டும். இந்த நாற்பது நாட்களும் நீ முதலில் எங்கள் வீட்டுக்கு வந்து காலையிலேயே வீடு பெருக்கித் துடைக்க வேண்டும்."

அய்யாவின் 'மாலை' பற்றித் தெரியும். அது போட்டுக்கொள்வதற்கு முன் அவர் செய்யும் அட்டூழியமும் தெரியும். மாலை போட்டுக்கொண்ட பிறகு அவருக்கு நடக்கும் 'ராஜோபசாரமும்' தெரியும். அம்மாவின் பரபரப்பு, களைப்பு எல்லாம் தெரியும்.

"நாளைக்கு வீடு முழுவதும் சுத்தமாகி விட வேண்டும்" என்று மற்றொரு முறை எச்சரித்தாள் அந்தம்மாள்.

எது எப்படி இருந்தாலும் அவர் 'தீட்சை எடுத்துக் கொண்ட நாளில் அந்த வீடு உண்மையிலேயே கோவில்மாதிரி இருக்கும். வீட்டில் காலடி எடுத்து வைத்ததுமே லில்லி, ரோஜாப் பூக்களின் நறுமணம். ஊதுவத்தி நறுமணமும் சேர்ந்து கோவிலுக்குள் இருப்பது போலவே இருக்கும். தனக்குக் கொஞ்சம் என்ன, அதிகமாகவே வேலை இருக்கும்.

"நாளைக்கு மருந்துக் கம்பெனி அய்யா தீட்சை எடுத்துக்கொள்கிறாராம். அம்மா வீடு கழுவச் சொல்லி இருக்கிறாள். சீக்கிரம் போக வேண்டும்." வீட்டுக்கு வந்ததும் மாமியார் கிழவியிடம் சொன்னாள் மங்கை.

பி. சத்யவதி

“என்ன தீட்சை?” என்றாள் கிழவி.

“ஐயப்பா தீட்சை, கருப்புத் துணி கட்டுவார்களே, அது”

“அம்மாடி! அது ரொம்பத் தொலைவில் இருக்கிறதாமே. ரொம்ப செலவாகுமாமே?”

“ஆனால் மட்டும் என்னவாம்? அவர்களுக்கு என்ன குறைச்சல்? ஏற்கனவே நான்கு வருடங்களாக போய்கிட்டு இருக்கிறார்” என்று அடுப்படிக்குச் சென்றாள் மங்கை.

மாமியாருக்கு இரவு நேரத்தில் கண் சரியாகத் தெரியாது. காலை நேரத்தில் கொஞ்சம் பொங்கி குழந்தைகளுக்குப் போடுவாள். இரவு நேரத்தில் ட்யூட்டி தன்னுடையது.

“இந்த வருடம் நம் ரமேசுகூட மாலை போட்டுக் கொள்கிறானாம். சிவப்புத் துணி மாலை, பவானி மாலை” என்றாள் கிழவி.

“என்னது? ரமேசு மாலை போட்டுக்கப் போறானா? உன்னிடம் சொன்னானா?”

“ஊம். காலையில் சாப்பிடும்போது சொன்னான். நல்லதுதானே. இந்தக் குடி கிடி எல்லாம் நின்றுவிடும்” என்றாள் கிழவி பற்களை வெளியில் காட்டி இளித்தபடி.

“நடக்கும்போது பார்த்துக்கொள்ளலாம்” என்று வேலையில் ஈடுபட்டாள் மங்கை.

வீட்டில் சுவாமிக்கு ஒரு தனி அறை, நல்ல மண்டபம், அறைக்கு மணிகளால் ஆன கதவு, சுவாமி விக்கிரகங்கள் எல்லாம் வெள்ளியில். அப்படிப்பட்டவர்கள் மாலை போட்டுக்கிட்டாலும் நன்றாக இருக்கும். தங்கள் வீட்டில் அறையாவது மண்டபமாவது? எப்படிச் செய்யப் போகிறான் ரமேசு?

இரவு பத்து மணிக்கு வந்தான். நாற்றமும் வழக்கம் போல்தான், உளறலும் வழக்கம்போல்தான். செய்த காய்கறி பிடிக்காது. கத்துவது, சண்டை போடுவது . . . மாலை போட்டுக்கிட்டால் நல்லதுதான்.

காலையில் எழுந்ததுமே, “அடியேய் மங்கை! அடுத்த வெள்ளிக்கிழமை நானும் என் நண்பர்களும் பவானி மாலை போட்டுக் கொள்வதாக இருக்கிறோம்” என்றான் முடிவு செய்து விட்டாற்போல்.

‘போட்டுக்கொண்டபோது பார்த்துகிட்டால் போச்சு!’ என்று மனதில் நினைத்தபடி, “சரி ஆகட்டும்” என்று பிளாஸ்டிக் கூடையை எடுத்துக்கொண்டு வேலைக்குக் கிளம்பினாள்.

மாலை போட்டுக்கொண்டது அய்யாதான் என்றாலும், பூஜை ஏற்பாடுகள் எல்லாம் அம்மாதான் செய்ய வேண்டும். சுவாமி படங்களுக்குப் பூ வைக்க வேண்டும். விளக்கில் எண்ணெய் விட்டுத் திரியை எண்ணெய்யில் நனைத்து வைத்திருக்க வேண்டும். ஊதுபத்திகளை ஸ்டாண்டில் குத்தி வைத்து தீப்பெட்டி தயாராக வைத்திருக்க வேண்டும் ஆரத்தி தட்டில் கற்பூரம் இருக்க வேண்டும். நைவேத்தியம் செய்வதற்குப் பழங்கள், பால் பக்கத்தில் வைத்திருக்க வேண்டும். அவர் ஏதேதோ புத்தகங்கள், அரைமணி நேரம்போல் படித்துவிட்டு, மணி அடித்து ஆரத்தி எடுப்பார். இதற்கு இடையில் உணவு மேஜைமீது சுடச்சுட டிபன் தயாராக இருக்க வேண்டும்.

ஆரத்தி கொடுக்கும்போது வீட்டில் எல்லோரும் அங்கே ஓடிவந்து கண்களில் ஒற்றிக்கொண்டு விபூதியை இட்டுக் கொள்ள வேண்டும்.

அவர் கருப்பு நிற ஆடைகளை அணிந்துகொண்டுதான் அலுவலகம் செல்வார். செருப்பு அணிந்துகொள்ள மாட்டார். இருந்தாலும் என்ன? காரில் காலை கீழே வைக்கப் போகிறாரா? இதையெல்லாம் செய்யணும் என்றால் ரமேசால் முடிகிற காரியம்தானா? செருப்பு இல்லாமல் தெருவில் நடக்கணும் என்றால் எவ்வளவு கஷ்டம்?

'நமக்கு என்ன வந்தது? அந்தத் தொல்லைகள் எதுவாக இருந்தாலும் அவன்தானே அனுபவிக்கப்போகிறான்' என்று நினைத்துக்கொண்டாள். ஒரு பக்கம் ரமேசு மாலை போட்டுக் கொள்ளப்போகிறான் என்றால் 'எப்படி நடக்கும்?' என்றும் இருக்கிறது. இன்னொரு பக்கம் 'நன்றாகத்தான் இருக்கும்' என்றும் தோன்றுகிறது. இதற்கு இடையில் சிரிப்பும் வந்தது. தன்னிடம் அவன் ஏதாவது கேட்டானா? 'மங்கை! எனக்கு மாலை போட்டுக்கொள்ளணும்போல் இருக்கு. உனக்கு இஷ்டம்தானா? உன் உத்தேசம் என்ன?' என்று.

அசல் எந்த விஷயத்திலும் கேட்க மாட்டான். போன வருடம் இதுபோலவே... குழாயும் ஓரளவுக்கு வசதியாகவும் இருந்த வீட்டில் குடியிருந்தபோது, வீட்டுக்காரனுடன் சண்டை போட்டுக்கொண்டு உடனடியாக வீட்டை மாற்றிவிட்டான். 'இந்த வீடு உனக்குப் பிடித்திருக்கிறதா?' என்று கேட்டானா? இந்த வீட்டில் தண்ணீர் வசதி இல்லை. கஷ்டமோ நஷ்டமோ வெளியிலிருந்து தண்ணீர் சுமந்துகொண்டு வந்துதான் ஆக வேண்டும். பெரும்பாலான ஆண்கள் காவடி சுமந்து தண்ணீர் கொண்டுவந்து வைத்துவிட்டு வேலைக்குப் போவார்கள். ரமேசுக்கு அந்தப் பழக்கம் அறவே இல்லை. வந்த புதிதில்

அழுது புலம்பினாள். இப்பொழுது பழகிவிட்டது. தன் அழுகை காரணமாகவோ, அல்லது அக்கம் பக்கத்துக்கு வீட்டு ஆண்கள் கொண்டு வருவதாலோ என்னவோ எப்பொழுதாவது காவடியைத் தோளில் சுமப்பான். அதற்குள் கிழவி புலம்பித் தள்ளிவிடுவாள். "பார்த்துப் பார்த்து... ஜாக்கிரதை" என்று.

மங்கைகூட தன்னுடைய சிறிய வீட்டைச் சுத்தமாகப் பெருக்கி, துடைத்துக் கோலம் போட்டாள். வேலைசெய்யும் வீடுகளில் யாரையோ கெஞ்சி மாவிலை எடுத்துவந்து தோரணம் கட்டினாள். ஒன்றரை அறையில் பாதி அறையை ரமேசு பீடத்தை வைத்துக்கொள்வதற்குப் புடவையைக் குறுக்கே தொங்க விட்டுத் தயார் செய்தாள். அந்தச் சுற்றுவட்டாரத்தில் ஏற்கனவே மாலை போட்டுக்கொண்டவர்கள், போட்டுக்கொள்ளப் போகிறவர்கள், அவர்களைச் சேர்ந்த அம்மாக்கள், அக்காக்கள், மனைவிமார்கள், அண்ணிமார்கள் மங்கைக்கு வேண்டிய அளவுக்கு அறிவுரைகள், நன்மைகள் சொல்லிக்கொடுத்தார்கள்.

'இது ரமேசு மாலை போட்டுக்கொண்டாற்போல் இல்லை. நானே போட்டுக் கொண்டாற்போல் இருக்கு' என்று நினைத்துக் கொண்டாள்.

"இந்தாடி மங்கை! நாளையிலிருந்து ரமேசை தள்ளு வண்டியில் விற்கும் இட்லி, தோசை சாப்பிட வேண்டாம் என்று சொல்லு. குளித்துவிட்டு சுத்தபத்தமாக வீட்டிலேயே சமைத்துப்போட வேண்டும்." சித்தி ஒருத்தி சொன்னாள்.

"இன்று முதல் ரமேசு 'உன் கணவன் ரமேசு' இல்லை. சாட்சாத் கடவுள்! தெரிந்ததா? சிரத்தையாகச் சமைத்துப்போடு. புண்ணியம் வந்து சேரும்" என்றாள் அண்ணி ஒருத்தி.

"வக்கணையாக மட்டனும் சிக்கனும் சாப்பிட்டுப் பழக்கம் இல்லையா! வாய்க்கு ருசியாகக் காய்கறி பண்ணிப் போடு" என்றாள் அக்காள் ஒருத்தி.

குளத்தில் குளித்துவிட்டுச் சிவப்பு ஆடைகளை உடுத்தி, கழுத்தில் ருத்ராட்ச மாலையுடன், நெற்றியில் சந்தனப் பொட்டுடன் அவன் வீட்டுக்கு வந்ததுமே நிறையப் பேர் அவன் கால்களில் விழுந்து வணங்கினார்கள். தானும் வணங்கினாள்.

"இன்னிக்கு என்ன டிபன் செய்துத் தரப்போகிறாய்?" கேட்டான் ரமேசு.

இந்த டிபன் கிபன் செய்வது தனக்குக் கொஞ்சம்கூடப் பழக்கமே இல்லை. ரமேசு எங்கேயாவது தள்ளு வண்டியிலோ, சிறிய ஓட்டலிலோ தனக்கு வேண்டியதைச் சாப்பிட்டுவிடுவான்.

தனக்கு எந்த எஜமானி அம்மாளோ கொடுத்துவிடுவாள். கிழவிக்கு டிபன் பற்றிய கவலை இல்லை. காலையில் கொஞ்சம் பழையதைம் சாப்பிட்டு விடுவாள். குழந்தைகள் இருவருக்கும் கொஞ்சம் பால் குடிக்கச் செய்து தான் வேலைக்குப் போய் விட்டால், சாதம் வடித்து அவர்களுக்குப் போடுவாள். சாட்சாத் கடவுளான ரமேசு இரவு மீந்து போன சாதத்தை எப்படிச் சாப்பிடுவான்? தவறு இல்லையா? மாலை போட்டுக்கொண்ட ரமேசு நண்பர்களின் மனைவிமார்கள் கூட டிபன்களை செய்யத் தொடங்கிவிட்டார்கள்.

“இந்த வேளைக்கு ரமேசுக்கு நான் அனுப்பிவைக்கிறேன். நாளை முதல் ஏற்பாடு செய்துகொள்” என்று மாலை போட்டுக் கொண்ட ஒருவனின் மனைவி கொஞ்சம் இரக்கம் காட்டினாள்.

அதற்கு முதல் நாளே ரமேசு கடைத்தெருவுக்குச் சென்று நான்கு ஜோடி சிவப்பு ஆடைகள், இரண்டு டவல்கள், இரண்டு போர்வைகள், ஒரு பாய் வாங்கி வந்தான்...

‘மற்றவர்கள் பயன்படுத்தியவற்றை தான் பயன்படுத்தக் கூடாது’ என்று.

“மாலையில் உழவர் சந்தைக்குப் போய் வீட்டுக்கு வேண்டியவை எல்லாம் வாங்கி வருகிறேன். பணம் கொடு” என்றாள் மங்கை.

“என்னிடம் ஏது பணம்? இருந்த ரூபாய் போட்டு நேற்று துணிமணி வாங்கி வந்துவிட்டேன் இல்லையா. நீயே எப்படியாவது சமாளித்துக்கொள்” என்றான்.

‘பவானி’ யுடன் (மாலை போட்டுக்கொண்டவர்களைப் பவானி என்றுதான் குறிப்பிட வேண்டும்) வாதம் புரியக்கூடாது என்று, “ஆகட்டும்” என்றாள். உழவர் சந்தைக்குப்போய் காய்கறி, பூக்கள், சாம்பிராணி, பழங்கள், தேங்காய், கற்பூர வில்லைகள், உளுந்து, இட்லி ரவை, பாம்பே ரவை, கோதுமை மாவு எல்லாம் வாங்கிவந்தாள். அப்படியே கடைத்தெருக்குப் போய் இட்லி குக்கர் ஒன்றையும் வாங்கிவந்தாள்.

மாலை போட்டுக்கொண்டவர்கள், அவர்களுடன் பேசுபவர்கள்கூட பொய் பேசக்கூடாதாம். அதனால் தான் அவ்வப்பொழுது பத்திரப்படுத்தி வைத்திருந்த பணத்தைக் கொண்டுதான் வாங்கி வந்தேன் என்று உண்மையைச் சொல்லி விட்டாள். சாதாரணமாக இருந்தால் கடன் வாங்கிக்கொண்டு வந்தேன் என்று சொல்லி இருப்பாள்.

ரமேசு இரவு நேரத்தில் சாதம் சாப்பிடக் கூடாதாம்.

காலையில் டிபன், மதியம் சாப்பாடு, இரவு மறுபடியும் டிபன். அந்த டிபன் வகைகளை எத்தனைச் சாப்பிட்டாலும் சாதத்திற்கு ஈடாகாது என்று மறுபடியும் ஒரு குறை.

மங்கை தினமும் ஆறுமணிக்கு எழுந்து, வாசலைப் பெருக்கி, தண்ணீர் சுமந்து கொண்டுவந்து நிரப்பி, பாலைக் காய்ச்சி குழந்தைகளுக்குக் கொடுத்துவிட்டு வேலைக்குப் போய் விடுவாள். வீட்டுக்குத் திரும்பி வரும்போது மணி பன்னிரண்டு ஆகிவிடும். இதற்கு இடையில் மாமியார் கிழவி குழந்தைகளுக்குச் சாதம் போட்டுவிட்டு குளிப்பாட்டிவிடுவாள். தான் வீட்டுக்கு வந்த பிறகு துணிகளைத் துவைத்துவிட்டு, ரமேசுக்காக ஏதாவது காய் சமைப்பாள். தானும் மாமியாரும் வீட்டு எஜமானிகள் கொடுத்த காய்கறி, குழம்புடன் சாப்பிட்டுவிடுவார்கள். ரமேசுக்கு அவை பிடிக்காது. மூன்று நான்கு நாட்களுக்கு ஒருமுறை மீனோ, மட்டனோ வேண்டும். மாலையில் தினமும் குவார்ட்டர் இருக்க வேண்டியதுதான். இப்பொழுது மங்கையின் நிகழ்ச்சி நிரல் மாறி விட்டது.

நாலரை மணிக்கெல்லாம் எழுந்துகொள்ள வேண்டும். ரமேசு குளத்தில் குளித்துவிட்டு வருவதற்குள் தானும் குளித்துவிட்டு பூஜைக்கு வேண்டிய ஏற்பாடுகளைச் செய்ய வேண்டும். டிபன் தயாரிக்க வேண்டும். அத்துடன் அவனுக்கு மதியத்திற்கு வேண்டிய காய்கறி சமைத்து வைக்க வேண்டும். இப்பொழுது அவன் பன்னிரண்டு மணிக்கு வீட்டுக்கு வந்து சாதம் சாப்பிட்டு விட்டுப் போகிறான். தான் வேலையிலிருந்து வந்த பிறகு மறுபடியும் குளிக்க வேண்டும். ஏன் என்றால் அழுக்கு உடைகளைத் துவைப்பாள். குப்பையை வெளியில்கொண்டுபோய் கொட்டுவாள். அந்த உடைகளுடன் பவானிக்கு உணவு பரிமாறக்கூடாது இல்லையா! அடிக்கடி குளிப்பதால் தோய்க்க வேண்டிய துணிகள் மலையாகக் குவிந்துவிடும். வீட்டில் பீடம் வைத்தது முதல் மாமியார் கிழவி கூட புடவை மாற்றுகிறாள். கைக்குழந்தை இன்னும் படுக்கையை நனைத்துக்கொண்டுதான் இருக்கிறாள். இனி ரமேசின் ஆடைகளை தனியாகத் துவைக்க வேண்டும். எல்லாவற்றையும் காயப்போட வேண்டும். அது முடிந்த பிறகு மறுபடியும் வேலைக்குப்போக வேண்டும். வேலையிலிருந்து திரும்பி வந்ததுமே ரமேசுக்கு டிபன் என்ன செய்வது என்ற யோசனை! தினமும் ஒன்றையே சாப்பிட்டால் அவனுக்குச் சலிப்பு ஏற்படும் இல்லையா!

எஜமானியம்மாவாக இருந்தால் ஏதேதோ பண்ணிக் கொண்டே இருப்பாள். அவற்றின் பெயர்கூட தனக்குத் தெரியாது. அய்யாவுக்காகத் தனியாக சமைக்கிறாள் இல்லையா.

ஒருநாள்கூட 'உன் புருஷனுக்கு எடுத்துக்கிட்டுப் போ' என்று கொடுத்தது இல்லை. அய்யா சாப்பிடாமல் தரக்கூடாதாமே.

அவர் சாப்பிடும் வரையில் தான் எங்கே இருக்கப் போகிறாள்?

"எப்படி செய்தீங்க அம்மா?" என்று கேட்டால் புத்தகத்தைப் பார்த்து செய்தேன் என்பாள். கேஸ் அடுப்பு, மிக்ஸி எல்லாம் இருந்தால் எத்தனை மாயாஜாலம் வேண்டுமானாலும் செய்யலாம்.

ஒரு வாரம் போவதற்குள் முன்பு இருந்த உற்சாகம் வடிந்து விட்டது மங்கைக்கு. ரமேசு மட்டும் நன்றாகவே இருந்தான். இப்பொழுது 'குடி' இல்லையே! வயிறு நிரம்ப சாப்பிடுகிறான். பீடி பிடிப்பதில்லையே! அருகில் வந்தாலே கற்பூர வாசனை மணக்கிறது. இதுபோல் என்றாவது சுத்தம் சுகாதாரத்துடன் தன் அருகில் வந்திருக்கிறானா? எப்பொழுதும் குடி நாற்றத்துடன்தான் குடித்தனம். தான் எவ்வளவு சுத்தமாக இருந்தாலும், பூக்கள் வைத்துக்கொண்டாலும் என்ன பயன்? அவனிடம் பீடி, குடி நாற்றம்தானே. பவானியைப் பற்றி இப்படி யோசித்தால் கண் பார்வை போய்விடும் என்று கன்னத்தில் போட்டுக்கொண்டு கும்பிட்டுக்கொண்டாள்.

கற்பூரம், சென்ட் வாசனை இல்லாவிட்டால் போகிறது. கள் நாற்றமும், பீடி நாற்றமும் இல்லாவிட்டால் போதும். கொண்டு வந்த பொருட்கள் எல்லாம் கண்மூடித் திறப்பதற்குள் தீர்ந்து விட்டன. அஞ்சிக்கொண்டே பணம் கேட்டாள்.

"என்னிடம் எங்கே இருக்கிறது பவானி. நானும் அவ்வப் பொழுது பூக்கள், தேங்காய் வாங்கி வருகிறேன் இல்லையா. நீயே ஏதாவது பார். உன் பெட்டியில் இன்னும் ஏதாவது இருக்குமோ என்னவோ" என்றான்.

'ஆமாமாம். நீ சம்பாதித்ததை எல்லாம் என்றாவது என்னிடம் கொடுத்து இருக்கிறாயா? கொடுத்திருந்தால் இதுபோல் நான்கைந்து வீடுகளில் பாத்திரம் தேய்த்து, அந்த வேலை இந்த வேலை என்று செய்து குடித்தனத்தைச் சமாளித்துக் கொண்டுவர வேண்டிய தேவை என்ன? குளிர்காலத்திற்கு நான்கு போர்வைகள் வாங்குவோம் என்று நினைத்தாலும், குழந்தைகளுக்குப் பழைய புடவைதான் போர்த்திவிடுகிறேன்' என்று சொல்ல நினைத்து ஆவேசத்துடன் நிமிர்ந்தாள் மங்கை. உடனே அவன் முகத்தில் புன்முறுவல், நெற்றியில் சந்தனப் பொட்டு, கழுத்தில் ருத்ராட்ச மாலை பார்த்ததுமே கட்டுப்படுத்திக்கொண்டு...

"இனி கடன்தான் வாங்கிவர வேண்டும்" என்றாள்.

“இது சாமி காரியம் இல்லையா மங்கை! அப்படிச் சொன்னால் எப்படி? நீ வேலை பார்க்கும் வீட்டு அம்மாக்கள் யாரிடமாவது கேட்டு வாங்கி வா” என்று ஒத்து ஊதினாள் மாமியார் கிழவி.

‘சரி ஆகட்டும். செய்வதற்கு என்ன இருக்கிறது’ என்று திரும்பவும் எல்லோரிடமும் தலா ஒரு நூறு ரூபாய் அட்வான்ஸ் வாங்கி வந்தாள். குழந்தைகளுக்கு ஜுரமாக இருக்கிறது என்றாலும், வீட்டில் மளிகை வாங்க வேண்டும் என்றாலும், உறவினர்கள் வந்திருக்கிறார்கள் என்றாலும் பத்து ரூபாய் கொடுப்பதற்கு நூறு முறை சொல்லிக்காட்டும் அம்மாமார்கள் ரமேசு மாலை போட்டுக்கொண்டான் என்றதுமே பணத்தைக் கொடுத்து விட்டார்கள். புண்ணியம் என்றால் யாருக்குத்தான் ஆசை இருக்காது?

அவர்கள் கொடுத்துவிட்டார்கள். அடுத்த மாத சம்பளத்தில் துண்டு விழும் இல்லையா!

“நாற்பது நாட்கள் விட்டு விட்டவன் இனி தொட மாட்டான். அடுத்த மாதத்திலிருந்து சம்பளம் முழுவதும் கொண்டுவந்து உன்னிடம்தான் கொடுப்பான்” என்றாள் மாமியார் தன் கண்களைத் துடைப்பதற்கு. அவளுக்கும் தெரியும் ரமேசு விஷயம். வரும் இரண்டாயிரத்து ஐநூற்றில் வீட்டுக்கு வருவது ஆயிரத்தைநூறுதான். முழுவதுமாக தன்னிடம் கொடுத்தால் தான் இவ்வளவு கஷ்டப்படுவானேன்? தனக்கு மட்டும் இதுபோல் எச்சில் தட்டுகளைக் கழுவுவது, அழுக்கு உடைகளைத் தோய்ப்பது விருப்பமா? கொஞ்சம் வசதி இருந்தால் தையல் கற்றுக்கொண்டு ஏதாவது ரெடிமேட் கடையில் தைப்பதற்கு சேர்ந்துகொண்டால் நன்றாக இருக்கும் என்று எப்போதும் நினைத்துக்கொண்டே இருப்பாள். நாட்கள் அதன்பாட்டுக்குக் கழிந்துகொண்டிருந்தன.

எஜமானியம்மா வீட்டில் பஜனை ஏற்பாடு செய்தார்கள். அந்த வைபவம் சாதாரணமானது இல்லை. தெரு முழுவதும் ஷாமியானா போட்டார்கள். அணைந்துஅணைந்து எரியும் வண்ணவண்ண விளக்குகள், சுவாமிக்குப் பெரிய பந்தல், வீடு முழுவதும் பூக்களால் ஜோடனை. அதற்கே ஆயிரக்கணக்கில் செலவாகியிருக்கிறதாம். அதற்காகவென்று தனிப்பட்ட நபர்கள் இருக்கிறார்களாம். எத்தனை அய்யப்பமார்களோ! ஊரில் இருந்த அய்யப்பமார்கள் எல்லோரும் அங்கேதான் இருந்தார்கள். பஜனை செய்பவர்களுக்கு நிறைய பணம் கொடுக்க வேண்டுமாம். குருசாமிக்கு அதிக அளவில் தட்சணையாம். இனி பிரசாதங்களைப் பற்றிச் சொல்ல வேண்டியதே இல்லை.

அய்யாவின் நண்பர்கள் வீட்டில் ஒன்பது வகைகள் செய்ய வைத்தார்கள் என்று எஜமானியம்மா பதினோரு வகைகள் செய்யவைத்தாள்.

வீட்டுக்கு வந்து அந்தக் கொண்டாட்டத்தை எல்லாம் ரமேசிடம் சொன்னாள் மங்கை.

"ஆமாம். அவரவர் தகுதிக்கு ஏற்றாற்போல் பஜனை வைத்துக்கொண்டால் நல்லது" என்றாள் அடுத்த வீட்டுக்காரி.

"கட்டாயம் ஏற்பாடு செய் ரமேசு! உனக்கு நல்லது நடக்கும். இந்த முறை மகன் பிறப்பான்" என்றான் பக்கத்து வீட்டுக்காரன்.

"அப்படிப்பட்ட பஜனைகள் நமக்குச் சாத்தியம் இல்லை" என்றாள் மங்கை.

"மாவுக்கு ஏற்ற பணியாரம். உன்னை அந்த லெவலில் யார் செய்யச் சொன்னார்கள்? நமக்குத் தகுந்தாற்போல் நாம் வைத்துக்கொள்வோம். என்ன சொல்கிறாய் ரமேசு?" என்றார் இன்னொருத்தர்.

அந்தச் சமயத்தில் ரமேசு எதுவும் பேசவில்லை. 'இதையெல்லாம் ஏன்தான் சொன்னேனோ?' என்று நினைத்தாள் மங்கை.

ஏறக்குறைய அடுத்த மாதம் சம்பளம் முழுவதும் அட்வான்ஸாக வாங்கிவிட்டிருந்தாள்.

அது போதாமல் அங்கும் இங்குமாகக் கடன் வாங்கினாள்.

"இனி எனக்கு யாரும் கடன் கொடுக்க மாட்டார்கள் பவானி" என்றாள் மங்கை.

நாற்பது நாள் முடிவதற்கு இன்னும் பத்து நாட்கள் இருந்தன.

காலை நேரத்தில் பச்சைத் தண்ணீரில் குளித்ததில் ஜலதோஷமும், சுரமும் வந்ததால் டாக்டரிடம் காட்டாமல் தவிர்க்க முடியவில்லை. ஒரு பக்கம் வீட்டில் பவானி பீடம் இருக்கும்போது தான் முனகிக்கொண்டு படுத்திருந்தால் எப்படி நடக்கும்? பாவம்! பவானிக்கு யார் செய்து போடுவார்கள்? இந்தச் சின்ன ஜுரத்திற்கு நூறு ரூபாய் செலவாகிவிட்டது. கைக்குழந்தைக்கு எப்போதும் மூக்கு ஒழுகிக்கொண்டே இருந்தது. அதற்கும் மருந்துகள்.

"நாம்கூட பஜனை ஏற்பாடு செய்துவிட்டோம்" என்றான் ரமேசு பவானி, இரண்டு நாட்கள் கழித்து.

“இனி எனக்கு யாரும் கடன் தரமாட்டார்கள் பவானி” என்றாள் மங்கை.

“நான் பார்த்துக்கொள்கிறேன். நான் வேலை பார்க்கும் இடத்திலிருந்து கேட்டு வாங்குகிறேன்” என்றான் உற்சாகத்துடன்.

‘பின்னே இதுநாள் வரையில் ஏன் கேட்டு வாங்கவில்லை?’ என்று கேட்பதற்கு துணிச்சல் இருக்கவில்லை மங்கைக்கு.

“நான் ஒரு வார்த்தை சொல்கிறேன். கேட்டுக்கொள் பவானி! நீங்க நான்கு பேர் சிநேகிதர்கள் இருக்கீங்க இல்லையா. நான்கு பேரும் சேர்ந்து வைத்துக்கொள்ளுங்கள். செலவு கட்டுப்படியாகும்” என்றாள் எப்படியோ துணிச்சலைக் கூட்டிக்கொண்டு.

“அப்படி இல்லை பவானி. அவரவர்களின் புண்ணியம் அவரவர்களுக்கு. இந்தமுறை இதுபோல் நடக்கட்டும். முதல் முறை மாலை போட்டிருக்கிறேன். அடுத்த முறை நீ சொன்னது போல் செய்துகொள்ளலாம். உனக்கு எதற்கு? நான் பார்த்துக் கொள்கிறேன். நீ எதற்கும் கஷ்டப்பட வேண்டியது இல்லை. எல்லாவற்றுக்கும் ஆட்கள் இருக்கிறார்கள். பஜனை செய்பவர்கள் இருப்பதுபோலவே நைவேத்தியம் தயாரித்துத் தருபவர்களும் இருக்கிறார்கள். அதையெல்லாம் என்னிடம் விட்டுவிடு” என்றான்.

‘போகட்டும். வாய்க்கு வந்தபடி திட்டுவதில்லை. அடிக்கடி கையை ஓங்குவதில்லை. கொஞ்சம் மதிப்புடன் பேசுகிறான். அதுபோதும்’ என்று நினைத்தாள் மங்கை.

நண்பன் சாயிபாபா, பஜனை ஏற்பாடு செய்தான். அதற்கு அடுத்த நாள் ரமேசும் ஏற்பாடு செய்தான். ஷாமியானா போட வைத்தான். மைக் செட், விளக்குத் தோரணம் ஏற்பாடு செய்தான். தனக்குப் பிடித்தாற்போலவும் கடவுள் மெச்சுவது போலவும் ஏற்பாடுகளைச் செய்தான். பதினோரு வகை இனிப்புகள் வைக்க முடியாவிட்டாலும் மூன்று வகைகளைச் செய்ய வைத்தான். வேலை பார்க்கும் இடத்தில் எத்தனை கடன் வாங்கினான் என்று தெரியாது, கேட்ட போது பொய் சொல்லக் கூடாது என்பதால், “அந்த விஷயம் இப்பொழுது எதற்கு பவானி. பிற்பாடு பார்த்துக் கொள்ளலாம்” என்று பேச்சை மாற்றிவிட்டான். எல்லோரையும் பஜனைக்கு அழைத்தான். கடவுள் கருணையினால் தீட்சை நல்லபடியாக நடந்துவிட்டது. ஆயிரக்கணக்கான பக்தர்களில் ஒருவனாக ரமேசு அம்மன் மலைக்குப்போய்விட்டு வந்தான். கிருஷ்ணா நதியில் குளித்துவிட்டு மாலையை எடுத்துவிட்டான். பீடத்தை எடுத்துவைத்தான். இப்பொழுது ரமேசு கொஞ்சம் நிறம் கூடி இருந்தான். கன்னம் கதுப்புமாக இருந்தான். முகம் பளபளவென்று இருந்தது.

அவனுடைய தீட்சை மங்கையைப் பொறுத்தவரையில் ஒரு யாகமாக இருந்தது.

தான் வேலை செய்த இடத்தில் ஐயாயிரம் கடன் வாங்கியதாக நிதானமாகச் சொன்னான். "போகட்டும் தம்பி! சாமிக்காக செய்தாய். உனக்காக இல்லையே. நிதானமாகத் திருப்பிக் கொடுத்து விடலாம்" என்றாள் தாய்.

மங்கைக்கு ரொம்ப களைப்பாக இருந்தது.

"என்னவோம்மா. என் புருஷனின் தீட்சை முடிந்துவிட்டது. இன்றுடன் கரை சேர்ந்துவிட்டேன்" என்றாள் மங்கை தான் வேலை பார்க்கும் எஜமானி அம்மாளிடம்.

"நீ உன் புருஷனைக் கேட்காமல் தீட்சை வாங்கிக் கொண்டாய் என்று வைத்துக்கொள். அவன் உன்னைப்போல் செய்து தருவானா?" என்றாள் அந்தம்மாள்.

"பெண்களுக்கு எப்படி சாத்தியம் அம்மா?" என்றாள் மங்கை உடனே.

"அதனால்தான் அய்யப்பன் பெண்களை வரக்கூடாது என்றான் முன் யோசனையுடன்" என்றாள். திரும்பவும் அந்தம்மாளே, "உனக்கு உன் புருஷன் பக்தியுடன் இருந்தால் நன்றாக இருக்குமா? எப்போதும்போல் இருந்தால் நன்றாக இருக்குமா?" என்று கேட்டாள்..

என்னவோ... உண்மையிலேயே தனக்குத் தெரியவில்லை. அதனதன் கஷ்டங்கள் அதனதற்கு. மாலையில் வீட்டுக்குப் போனபோது கிழவி என்றும் இல்லாத விதமாகத் தனக்காக லில்லிப் பூக்கள் கொண்டுவந்து கொடுத்தாள்.

"ரமேசு சீக்கிரம் வருவதாகச் சொல்லி இருக்கிறான். சீக்கிரம் சமைத்துவிடு. நீகூட குளித்து விடு" என்றாள் பற்களைக் காட்டி இளித்தபடி.

மங்கைக்குத் தலையைச் சுற்றிக்கொண்டு வந்தது. உடல் முழுவதும் வலியாக இருந்தது. சீக்கிரமாக சாப்பிட்டுவிட்டுத் தூங்க வேண்டும்போல் இருந்தது. நான்கு நாட்களுக்கு ஓய்வு வேண்டும். ரமேசு வந்துவிட்டான். நல்ல பசியுடன் இருந்தான்.

அவன் இப்பொழுது சாட்சாத் கடவுள் இல்லை.

சாட்சாத் பழைய ரமேசுதான்.

காலையில் சோர்ந்துபோய், சுயநினைவு இல்லாததுபோல் வீடு பெருக்கிக்கொண்டிருந்த மங்கையைப் பார்த்து, "என்னவோ

போல் இருக்கிறாயே? உன் புருஷனின் தீட்சைதான் முடிந்து விட்டதே" என்றாள் எஜமானி அம்மாள்.

மங்கை பதில் எதுவும் சொல்லவில்லை.

தீட்சை எடுத்துக்கொள்வதற்கு தன்னிடம் எப்படி கேட்க வில்லையோ, இரவு கூட, "உனக்கு உடல் நலம் சரியாக இல்லையா?" என்று கேட்கவில்லை.

"பக்தியாக இருந்தாலும் ரக்தியாக இருந்தாலும் அனுபவம் அவர்களுக்கு. அலுப்பு நமக்கு" என்றாள் அந்தம்மாள் ஒரு சிரிப்பு சிரித்துவிட்டு.

அந்த வார்த்தைகளைப் புரிந்துக்கொள்வதற்கு முயற்சி செய்துகொண்டிருந்தாள் மங்கை.

பங்கு

வீட்டு வேலைகள் எல்லாம் எப்போதும்போல் இயந்திரகதியில், நேரத்திற்கு ஏற்ப, கணினியில் புரோக்ராம்செய்து வைத்ததுபோல் நடந்தேறிக் கொண்டிருந்தன, ரொம்ப நாளாகவே. அதனால் யோசிப்பதற்கோ, புதிதாக எதையாவது செய்வதற்கோ சாரதாவுக்கு எதுவும் எஞ்சி இருக்காது. காலை எழுந்தது முதல் ஹார்மோனியம் வாசிப்பதுபோல் வரிசையாய் அந்தந்த கட்டையை அழுத்திக் கொண்டு போக வேண்டியதுதான்.

இன்று காலை அழுத்த வேண்டிய கடைசி கட்டை கணவனை, மகளை அவரவர்களின் பணி களுக்கு அனுப்பிவைத்து கதவைத் தாழிட்டுக் கொள்வது. திரும்பவும் கணவன் சாப்பிடுவதற்கு வருவது மதியம் இரண்டுமணிக்கு. அதுவரையில் வேலை எதுவும் இருக்காது. ஜன்னலுக்குப் பக்கத்தில் ஆடும் நாற்காலிதான் சரணம்.

எப்போதும்போல் ஆடும் நாற்காலியில் அமர்ந்துகொண்டு ஜன்னல் வழியாய் வெளியே பார்த்த சாரதாவை வியப்பில் ஆழ்த்தும் விதமாக கேட்டைத் திறந்துகொண்டு உள்ளே வந்துகொண் டிருந்தான் அண்ணன். சாரதா கண்ணாடியை எடுத்துத் துடைத்துவிட்டு திரும்பவும் போட்டுப் பார்த்தாள். சந்தேகமே இல்லை. அண்ணாவேதான். அன்று அப்படி நடந்து முடிந்த பிறகு அண்ணா வருகை தந்தது ஆச்சரியம்தான். ஆனால், சந்தோஷமும் நிறைந்த விஷயம் இல்லையா. ஈரமான விழிகளைப் புடவைத் தலைப்பால் ஒற்றிக்கொண்டு கதவைத்

திறந்து எதிர்கொண்டு அழைத்தவள், அண்ணன் கையில் இருந்த பையை வாங்கிக்கொண்டாள். குடிக்கத் தண்ணீர் கொடுத்து குசலம் விசாரித்தாள்.

புதிதாக டிகாஷன் போட்டு பாலைக் காய்ச்சி, அந்த சூட்டிலேயே காபி கலந்து எடுத்துவந்தாள். முன்னதாகவே காய்ச்சிய பாலில் காபியைக் கலந்து சுட வைக்காமல், பால் காய்ச்சிய சூட்டுடன், புதிதாக இறக்கிய டிகாஷனில் காபி கலந்து அப்படியே குடிப்பது அவளுடைய தந்தையின் வழக்கம். அவளுடைய அண்ணாவுக்கும் அதே பழக்கம். அவளுக்கும் அதே பழக்கம் வந்துவிட்டது. பக்கத்து வீட்டு வேலைக்காரியைக் கெஞ்சிக் கேட்டுக்கொண்டு இரண்டு தெரு தள்ளி இருந்த ஸ்டார் ஹோட்டலிலிருந்து இடியாப்பம், குருமா வரவழைத்தாள். இன்ஸ்டண்ட் குலாப்ஜாமூன் தயாரித்தாள். விவரங்களைக் கேட்டுக்கொண்டாள். அண்ணாவும் அதேபோல் கேட்டுக் கொண்டான்.

ஆனால் 'நீ வந்த காரியம் என்ன அண்ணா? உண்மை யிலேயே நீ என்னைப் பார்க்கத்தான் வந்தாயா?' என்று எவ்வளவு முயற்சி செய்தாலும் அவளால் கேட்க முடியவில்லை.

"நீ ரொம்ப இளைத்து விட்டாயம்மா" என்றான் அண்ணா. வெள்ளை எள் நிறைய போட்டு அண்ணி தன் கைப்பட தயாரித்த நெய் அதிரசத்தை எடுத்துக்கொடுத்தான். பையிலிருந்து எடுக்கும் போதே அதன் மணம் கும்மென்று வீசியது. அதிரசம் செய்வது அண்ணிக்குக் கைவந்த கலை.

மதியம் இரண்டு மணிக்குச் சாரதாவின் கணவர் கோபாலன் வந்தார். அவர்கள் இருவரும் பரஸ்பரம் குசலம் விசாரித்துக் கொண்டார்கள். ஒருவரை ஒருவர் கிண்டல் செய்தபடி சாப்பிட்டு முடித்தார்கள். பிறகு வந்து சோபாவில் உட்கார்ந்து கொண்டார்கள். அண்ணாவின் கையில் ரசிக்லால் பாக்கு கொடுத்துவிட்டு சாரதாவும் பக்கத்தில் உட்கார்ந்துகொண்டாள்.

சாப்பிட்டு முடித்துவிட்டு திரும்பவும் அலுவலகம் செல்வதற்கு புறப்பட்டுக்கொண்டிருந்தார் கோபாலன். அப்போது அண்ணன் சொன்னான். "இந்த ஊரில் உங்களுக்கு இவ்வளவு பெரிய வீடு இருக்கிறது. நாளையோ அடுத்த ஆண்டோ சின்ன மகள்கூட திருமணம் முடிந்து போய் விட்டால், எப்போ யாரிடம் வேண்டுமோ அவர்களிடம் போய்விட்டு வருவீங்க. இந்தப் பாக்கியத்திற்கு உங்களுக்கு நம் ஊரில் வீடு எதற்கு அத்தான்? அந்தப் பகுதியை எனக்குக் கொடுங்கள். விலை போட்டுத் தந்து விடுகிறேன். ஒரு லட்சம் என்றாலும் பரவாயில்லை."

மாலை நேரத்து விடியல்

கோபாலன் வியப்படைந்தவராய், “உங்கள் ஊர்கூட இப்போ நன்றாக டெவலப்பாகிவிட்டது இல்லையா? ஒரு லட்சம்தானா? இன்னும் அதிகம் இருக்குமோ என்னவோ?” என்றார்.

“நீங்களும் நானும் முடிவு செய்வானேன்? அங்கே இருக்கும் விலையைப் பற்றி நீங்களே விசாரித்து தெரிந்து கொள்ளுங்கள். எவ்வளவு சொன்னாலும் சரி! அந்தப் பணத்தைச் சாரதாவின் பெயரில் பிக்ஸட் டிபாசிட் செய்துவிட்டால், அப்பா அவளுக்கு என்று ஒரு வருமானத்தை ஏற்படுத்திக் கொடுத்தாற்போல் ஆகிவிடும் இல்லையா? மேலும் அந்த இரண்டு அறைகள்மீது கிடைக்கும் வாடகையைவிட வங்கி வட்டி அதிகம் வரும்.”

“ஆகட்டும். அவசரப்படுவானேன்? நீங்க கொஞ்ச நேரம் ஒய்வு எடுத்துக்கொள்ளுங்கள். நான் ஆபீஸ் போய் வருகிறேன். வந்த பிறகு பேசிக்கொள்ளலாம்” என்று அவசரமாகக் கிளம்பி விட்டார்.

சாரதாவுக்குத் தெரியும். கோபாலன் காரியவாதி. எதற்கும் அவசரப்படமாட்டார். யோசித்துக்கொள்வதற்கு எவ்வளவு சமயம் எடுத்துக்கொள்ள வேண்டும் என்று நன்றாகத் தெரியும். அவர்கள் இருவரும் பேசிக்கொள்வார்கள், தந்தை தனக்குக் கொடுத்திருக்கும் இரண்டு அறைகள்கொண்ட போர்ஷனைப் பற்றி. தான் அங்கேயே உட்கார்ந்திருந்தாலும். தனக்குச் சம்பந்தமே இல்லை என்பதுபோல் அவர்களே பேசிக்கொள்வார்கள். அவர்களே முடிவும் செய்துகொள்வார்கள் கோபாலன் கிளம்பிப் போன பிறகு அண்ணா தன்னிடம் ஏதாவது சொல்லுவான் என்று நினைத்தாள் சாரதா. ஆனால் அண்ணன் சோபாவில் படுத்துக்கொண்டு அப்படியே உறங்கிவிட்டான்.

சாரதா இருப்பது பட்டணத்தில். அவள் பிறந்து வளர்ந்தது டவுன்போல் தோற்றமளிக்கும் பெரிய ஊர். அப்பா அங்கேதான் வேலை பார்த்து வந்தார். வேலையை விட்டுவிட்டு வியாபாரத்தைத் தொடங்கினார். அதிர்ஷ்டம் சேர்ந்து வந்ததில் வீடு கட்டினார். கட்டும்போதே இரண்டு பாகங்களாகக் கட்டினார். அப்பாவின் வியாபாரத்தில் அண்ணா உறுதுணையாக இருந்து வந்தான்.

தம்பி நன்றாகப் படித்து வேலை கிடைத்ததும் தன்னுடைய பங்கு வீட்டை வாடகைக்குக் கொடுத்துவிட்டுப் போய்விட்டான். சாரதா வசிக்கும் நகரத்திற்கும், அண்ணா இருக்கும் டவுனுக்கும் பஸ்ஸில் சென்றால் மூன்று மணி நேரப் பயணம். பஸ் வசதி எப்போதும் இருக்கும்.

சாரதா திரும்பவும் ஆடும் நாற்காலியில் உட்கார்ந்து கண்களை மூடிக்கொண்டாள்.

❍

"நேற்றுவரையில் நன்றாகத்தான் இருந்தார். காலையிலிருந்து திடீரென்று குறட்டை சத்தம் வரத் தொடங்கியது. வாய் வார்த்தை இல்லை. எல்லாம் ஜாடைதான் உடனே கிளம்பி வா."

கடந்த இரண்டு மாதங்களாக எப்போது போன் மணி ஒலித்தாலும் இதுபோன்ற வார்த்தைகளைக் கேட்டுக் கொள்வதற்கு சாரதா மனதளவில் தயாராகவே இருந்தாள்.

அப்பாவுக்கு காலம் முடியும் வயதுதான். இன்னும் சொல்லப் போனால் அந்த வயதுகூட தாண்டிவிட்டது. இரண்டு மாதங்களாக எழுந்து நடமாடவில்லை. வாரத்திற்கு ஒருமுறை போய் பார்த்துவிட்டு வந்துகொண்டுதான் இருந்தாள். நன்றாகப் பழுத்துவிட்ட பழம், அழுகிப்போகாமல் உதிர்ந்துபோவது அவருக்கும் மற்ற எல்லோருக்கும் விமுக்திதான் என்று பக்குவமாக யோசிக்கக் கூடிய வயது, சாராதாவுக்கு வந்து ரொம்ப வருடங்கள் ஆகிவிட்டன.

அதனால்தான் தடுமாறாமல் போனை வைத்துவிட்டு, அடுப்பில் பாதி முடிந்திருந்த சமையலைப் பதற்றப்படாமல் முடித்துவிட்டு, தன்னுடைய உடைகளை, மருந்துகளை மறக்காமல் ஒரு பையில் எடுத்து வைத்துக்கொண்டாள். கணவருக்கும் மகளுக்கும் போனில் தகவல் சொன்னாள். பக்கத்து வீட்டு மாமியிடம் வீட்டுச்சாவியைக் கொடுத்துக்கொண்டே "அப்பாவுக்கு ரொம்ப முடியாமல் இருக்கிறதாம். என்ன நடக்குமோ என்னவோ. நான் கிளம்பிப் போகிறேன். எங்க வீட்டார் வந்தால் சாவியைக் கொடுங்கள்" என்றாள்.

அந்தம்மாள் சாவிக்கொத்தை வாங்கிக்கொண்டே "அப்படியா! பாவம்... அவர் இருக்கும் வரையில் வாராவாரம் போய் வந்துகொண்டு இருந்தீங்க. அவர் போய்விட்டார் என்றால் இனி உங்களுக்கு அந்த ஊருடன் தொடர்பு முடிந்துவிட்டாற்போல்தான்" என்றாள்.

அந்த வார்த்தைகள் இதயத்தில் முள் தைப்பதுபோல் இருந்தன சாரதாவுக்கு. அப்பா போய்விட்டால் இனி அந்த ஊருக்குத் தான் போகவே மாட்டாளா? வா என்று அண்ணன் கூப்பிட மாட்டானா? என்றாவது போனால் சந்தோஷப்பட மாட்டானா? அப்பா இறந்து போகும் முன்பே துக்கம் பொங்கிக் கொண்டு வந்தது. அவர் போய் விடுவார் என்றால் வராத துக்கம் அந்த ஊருடன் தொடர்பு முடிந்துவிடும் என்றால் வருவானேன்?

சாரதா போய்ச் சேரும் வரையில் அவர் போகவில்லை. சாரதாவைக் கண்ணாரக் கண்டார். அருகில் சென்றபோது கையைப் பற்றிக்கொண்டார். ஏதோ ஜாடை செய்தார். கண்களில் நீர் நிறைந்தது அவருக்கு. புடவைத் தலைப்பால் கண்ணீரை ஒற்றிவிட்டாள்.

மாலையில் எல்லாம் முடிந்துவிட்டது. அது திடீரென்று ஏற்பட்ட மரணமோ, சின்ன வயதோ இல்லை என்பதால் எல்லோரும் அவரவர்களின் கடமைகளில், வேலையில் ஈடுப்பட்டார்கள். தகன காரியம் முடியும்வரையில் கம்பீரமாக இருந்த சூழ்நிலை அதற்குப் பிறகு கொஞ்சம் லேசாக மாறியது. கலகலவென்று பேச்சுகள் தொடங்கிவிட்டன.

அம்மா இறந்துபோய் இருபது வருடங்கள் ஆகிவிட்டன. அவள் திடீரென்று இறந்துவிட்டாள். அந்தச் சமயத்தில் மரணத்தை இந்த அளவுக்குத் தைரியமாக சாரதாவால் எடுத்துக்கொள்ள முடியவில்லை. எதிர்பாராத அந்த சம்பவம் சாரதாவை ரொம்பவும் கலங்கடித்துவிட்டது. துக்கம் வெள்ளமாய்ப் பெருகியது. அது மட்டுமே இல்லை. அம்மாவின் கையால்தான் எத்தனையோ செய்ய வைத்துக்கொண்டாளே தவிர அவளுக்குத் தான் எதுவும் செய்யவே இல்லை என்ற குற்ற உணர்வு இதயத்தில் ஆழமாய்ப் பதிந்துவிட்டது. இன்றும் அந்த வலி இருந்துகொண்டுதான் இருக்கிறது. தன்னுடைய வேதனையை, அனுபவங்களை எல்லாம் அம்மாவுடன் பகிர்ந்துகொள்வாள் சாரதா. அம்மா எல்லாவற்றையும் பொறுமையாய் கேட்டுக்கொண்டு, "எல்லாம் காலப்போக்கில் தானாகவே சரியாகிவிடும் சாரதா. எதையும் பொருட்படுத்தாதே. உன் வேலையை நீ பார்த்துக்கொண்டுபோ" என்று சொல்லுவாள். அந்த வார்த்தைகள் ரொம்பவும் ஆறுதலாய் இருக்கும் அவளுக்கு.

அம்மாபோன பிறகு சாரதா ஏறக்குறைய ஊமையாகவே ஆகிவிட்டாள். தப்பித்தவறி மனதில் ஏதாவது உணர்வுகள் தோன்றினாலும் உடனுக்குடன் அப்படியே ஆவியாகிவிடும். தன்னைத்தானே ஒரு இயந்திரமாக மாற்றிக்கொண்டாள். அப்பாவுடன் நெருக்கமோ, உரிமையோ இருந்தது இல்லை. ஆனால் சமீபத்தில் பத்தாண்டு காலமாக அவர் அவளுக்கு நெருங்கியவராகிவிட்டார். படுக்கையில் விழுந்த பிறகு, ஒரு வாரம் தான் போகவில்லை என்றால் உடனுக்குடன் தொலைபேசி மூலமாக அழைக்கச் செய்தார்.

தன்னுடைய கட்டில் மீதே உட்காரச் சொல்லுவார். அவர்தான் அதிகம் பேசிவந்தார். சின்ன வயதில் சாரதா அதிகமாகப் பேசுவது வழக்கம். போகப்போக பேச்சு குறைந்து விட்டது. மௌனம்தான் அவளுடைய மொழியாகிவிட்டது.

தேவை இருந்தால் தவிர வாயைத் திறக்காமல் இருந்தாள். அப்பா பேசும்போது கேட்பது அவளுக்குப் பிடித்தமான விஷயமாக இருந்து வந்தது. தன்னுடைய மகள்கள் பேசினாலும் கேட்பது அவளுக்குப் பிடித்தமாக இருந்தது. ஆனால் இப்போது தன்னிடம் பேசுவதற்கு அவர்களுக்கு விஷயம் கிடைப்பதில்லை என்று சொல்லி வருகிறார்கள். கோபாலன் எப்போதும் பரபரப்பாக இயங்கும் ஆசாமி. எப்போதாவது பேசுவார். கேட்பது நன்றாகப் பழகிவிட்டது.

அம்மா இருக்கும் வரையில் எல்லோரும் ஒன்றாகத்தான் இருந்தார்கள். பிறகு அவரவர்கள் பங்கு பிரித்துக்கொண்டு விட்டார்கள். தம்பி தன்னுடைய போர்ஷனை வாடகைக்குக் கொடுத்துவிட்டுப் போய்விட்டான். திடீரென்று அப்பா வடக்குப் பக்கம் காலியாக இருந்த இடத்தில் இரண்டு அறைகளைக் கட்டிக்கொண்டார். "அங்கே எதற்கு அப்பா?" என்று அண்ணா எவ்வளவு சொன்னாலும் காதில் வாங்கவில்லை. அண்ணாவின் போர்ஷனுக்குப் பக்கத்தில் இருந்த காலி இடத்தில் ஒரு போர்ஷனாகக் கட்டினார். ஒரு அறைக்கு அட்டாச்ட் பாத்ரூமும் கட்டினார். அந்த இரண்டு அறைகளைச் சுற்றிலும் வேலி போடச்செய்து உள்ளே செடிகளை நடச்செய்தார். அது ஒரு தனி போர்ஷனாக மாறிவிட்டது. தன்னுடைய இருப்பை அந்த இடத்திற்கு மாற்றிக்கொண்டார். தன்னுடைய பீரோ, கட்டில், சாமான்களை எல்லாம் அந்தப் போர்ஷனுக்கு மாற்றினார்.

"உங்களை நாங்க சரியாகக் கவனிக்கவில்லை என்று இப்படி செய்கிறீங்களா?" என்று அண்ணன் நொந்துகொண்டான்.

"நீங்க என்னை கவனிப்பதாவது? நான் நன்றாகத்தான் இருக்கிறேன். இன்னும் நம்முடைய கடைக்கு வந்துகொண்டுதான் இருக்கிறேன். கொஞ்சமோ நஞ்சமோ சம்பாதித்துக்கொண்டுதான் இருக்கிறேன். ஏனோ எனக்கு இப்படித் தனியாக இருக்க வேண்டும் என்று தோன்றியது. உங்க அம்மா இல்லாமல் அங்கே இருக்க முடியவில்லை" என்றார். காபி, டிபன் சாப்பாடு எல்லாம் அந்த போர்ஷனுக்கு அனுப்பி வைத்தாள் அண்ணி. பேரன், பேத்தி தாத்தாவின் போர்ஷனிலேயே படுத்துக்கொண்டார்கள்.

இதோ! மூன்று மாதங்களுக்கு முன்புதான் அண்ணா அப்பாவைத் தன் போர்ஷனுக்கு இடம் மாற்றினான். அந்தப் பகுதிக்குப் பூட்டுப் போட்டார்கள்.

அந்தச் சிறிய வீடு சாரதாவுக்கு ரொம்பப் பிரியமாக இருந்தது. அங்கே போன போதெல்லாம் பெருக்கி, சுத்தம் செய்து ஒழுங்குபடுத்திவிட்டு வருவாள். வேலிக்குப் பக்கத்தில் மல்லிகை, செம்பருத்திச் செடிகளை நட்டாள்.

பத்து நாள் காரியங்களுக்கு மகன்கள் பட்ஜெட் போட்டார்கள். ஆளுக்குச் சரிபாதி என்றார்கள். எல்லாம் நல்லபடியாக நடந்து முடிந்தது. ஊர் முழுவதும் சாப்பாடு போட்டார்கள். அன்று சாப்பாட்டில் அப்பாவுக்கு ரொம்பவும் பிடிக்கும் என்று வெள்ளை எள் அதிகமாகப் போட்டு நெய் அதிரசம் பண்ணுவதற்கு ஏற்பாடு செய்தாள் அண்ணி. தனக்கும், தம்பிக்கும் கொடுக்க வேண்டும் என்று கொஞ்சம் அதிகமாகவே மாவு போடச் சொன்னாள். ஸ்டீல் டப்பாவில் தனியாக எடுத்துவைத்து "சாரதா! இது உனக்கு. அப்புறம் மிச்சம் இருக்குமோ இருக்காதோ என்று முன்னாடியே உனக்காக எடுத்துவைத்துவிட்டேன்" என்று சொன்னாள்.

சுபசுவீகாரம்கூட முடிந்துவிட்டது. அப்பாவின் போட்டோவை லாமிநேட் செய்யவைத்து சந்தன மாலை வாங்கிப் போட்டான் அண்ணா. போட்டோவை முன் அறையில் மாட்டினார்கள். உறவுக்காரர்கள் எல்லோரும் போய் விட்டார்கள். அண்ணியின் பெற்றோரும், தம்பியின் மாமனார், மாமியார் மட்டும் எஞ்சியிருந்தார்கள்.

மாலை நான்கு மணி ஆகும்போது கொல்லையில் காயப்போட்ட டவலை மறக்காமல்கொண்டு வந்து மடித்து பையில் வைத்துக் கொண்டே, "இனி நான் கிளம்புகிறேன் அண்ணி" என்றாள் சாரதா.

"நீ நாளைக்குப் போய்க் கொள்ளலாம். இன்று தங்கிவிடு. நம் மாமாவையும் ராமதுரையையும் வரச்சொல்லி இருக்கிறேன். அவர்கள் முன்னிலையில் அப்பாவின் பீரோவைத் திறப்போம்" என்றான் அண்ணா.

"பீரோவுடன் எனக்கு என்ன ஜோலி அண்ணா?" என்றாள் சாரதா.

"இல்லை சாரதா. நீ இருந்துவிட்டுத்தான் போயேன். நானும்தான் சொல்கிறேன்" என்றாள் அண்ணி.

ராமதுரை அப்பாவிடம் வந்து எப்போதும் பேசிக்கொண்டு இருப்பார். அப்பா சொன்ன வேலைகளைச் செய்து முடிப்பார். சாரதாவுக்கு அடிக்கடி போன் செய்து பேசுவார்.

"கிழவர் ஏற்கனவே கொடுக்க வேண்டியதை அவரவர்களுக்குக் கொடுத்துவிட்டார். இனியும் கொடுப்பதற்கு அதில் என்ன இருக்கப் போகிறது?" அண்ணியின் தாயார் சொன்னாள்.

"யாருக்குத் தெரியும் என்ன இருக்கிறது என்று? திறந்து பார்த்தால் தெரிந்துவிடப் போகிறது" என்றார் தம்பியின் மாமனார்.

ராமதுரை வந்தார். ராமதுரையின் கையில் ஏதோ பேப்பர்கள் இருந்தன. அவர் மட்டுமே வரவில்லை. கூடவே வக்கீலையும் அழைத்து வந்தார். அந்த வக்கீல் மாமாவும் எல்லோருக்கும் தெரிந்தவர்தான். இப்போது எதற்காக வந்திருக்கிறார் என்று மட்டும் தெரியவில்லை. பீரோவில் அப்பாவின் துணிமணிகள் இருந்தன. அம்மாவின் இரண்டு புடவைகள் இருந்தன, இருபது வருடங்களாக அவர் பொக்கிஷமாகப் போற்றி வந்தவை. அத்துடன் ஒரு சிறிய பையும் இருந்தது.

அந்தப் பையில்தான் அசல் விஷயம் இருந்தது.

"இது என்ன பை?" என்றான் அண்ணா.

"ஆமாம். அதன் சம்பந்தப்பட்ட ஒரிஜினல் தஸ்தாவேஜுகள் இதோ. உங்க அப்பா இரண்டு அறைகள்கொண்ட அந்த போர்ஷனை சாரதாவின் பெயருக்கு எழுதி வைத்துவிட்டுப் போன வருடமே ரிஜிஸ்டர் செய்துவிட்டார். தான் இறந்த பிறகு இந்தப் பேப்பர்களைச் சாரதாவிடம் தரச் சொல்லி என்னிடம் சொன்னார். அதற்குச் சாட்சியம் இந்த வக்கீல்தான்" என்றார் ராமதுரை.

அண்ணா அந்தக் காகிதங்களைத் திரும்பத் திரும்ப படித்தான். தம்பியும் படித்தான். வக்கீல் எல்லோருக்கும் கேட்கும் விதமாக வாய்விட்டு படித்தார்.

"அந்தக் காலத்திலேயே கல்யாணத்தின்போது ஐம்பதாயிரம் வரதட்சணை கொடுத்தார். முப்பது பவுன் போட்டார். திரும்பவும் தாயின் நகைகளிலும் பங்குகொடுத்தார். இப்போது வீட்டில் போர்ஷனை எழுதிக்கொடுத்திருக்கிறார். அதிர்ஷ்டம்தான்" என்றாள் அண்ணியின் தாய். தந்தை தனக்கு எவ்வளவு கொடுத்திருக்கிறார் என்று தன்னைவிட அந்தம்மாளுக்கு நன்றாக நினைவு இருந்தது சாரதாவுக்கு வேடிக்கையாக இருந்தது.

அண்ணி, தம்பி, தம்பியின் மனைவி எதுவும் பேசாமல் நகர்ந்து விட்டார்கள். சூழ்நிலை திரும்பவும் கம்பீரமாக மாறிவிட்டது. அம்மாவின் புடவைகள் இரண்டையும் கொண்டு வந்து "வேண்டுமென்றால் இவற்றை எடுத்துக்கொண்டுபோ" என்று மடியில் போட்டான் அண்ணா. அண்ணாவின் குரல் சற்று முன்னால் இருந்ததுபோல் இல்லை.

பீரோவைத் திறக்கும் நிகழ்ச்சி முடிந்ததும் சாரதாவைப் பொருட்படுத்தாமல் அவரவர்கள் இரண்டு இரண்டு பேராகப் பிரிந்து வியாக்கியானம் செய்தபடி குசுகுசுவென்று பேசத் தொடங்கினார்கள். ஏற்கனவே இருட்டிவிட்டது. ராமதுரை

மாலை நேரத்து விடியல்

தன்னிடம் தஸ்தாவேஜுகளை ஒப்படைத்துவிட்டுப் போய் விட்டார்.

அந்தத் தஸ்தாவேஜுகள் சாரதாவுக்குச் சந்தோஷத்தையோ, பிரமிப்பையோ ஏற்படுத்தவில்லை. மேலும் பக்கத்து வீட்டு மாமி சொன்ன வார்த்தைகள் அடிக்கடி நினைவுக்கு வந்தன. “இனி உனக்கு அந்த ஊருடன் தொடர்பு துண்டித்துவிட்டாற் போல்தான்.” அப்பா ஏன் இப்படிச் செய்தார்?

சில நாட்களாகவே அப்பா வருத்தப்பட்டுக்கொண்டு இருக்கிறார் என்று சாரதாவுக்குத் தெரியும். மேற்கொண்டு தான் படிக்கப் போவதாகச் சொன்னபோது படிக்க வைக்காமல் கோபாலனுக்குக் கொடுத்து மணம் முடித்து வைத்ததற்காகவோ, கோபாலனின் தாய் ஆரம்ப நாட்களில் தன்னைப் படுத்தி வைத்ததற்காகவோ, அவற்றுக்கெல்லாம் காரணம் தான்தான் என்றோ? என்ன காரணமோ தெரியவில்லை. எதையோ சரி செய்ய வேண்டும் என்று நினைப்பது புரிந்தது. ஆனால் அந்த சரி செய்தல் யாருக்கும் சந்தோஷத்தைக் கொடுக்காததோடு, தன் வீட்டாரை தன்னிடமிருந்து மேலும் விலக்கி வைத்துவிட்டது.

நேற்றுவரையிலும் கலகலவென்று பேச்சும் சிரிப்புமாய்க் கல்யாணவீடுபோல் இருந்த அந்த வீடு, அன்று இரவு உண்மையிலேயே ஒருநபர் இறந்துவிட்ட வேதனையைத் தழுவிக்கொண்டது. அதுவரையில் பத்துப் பேருக்கு நடுவில் இருந்த சாரதா, அன்று இரவு திரும்பவும் தன்னுடைய தனிமையைப் புரிந்துகொண்டாள். அந்த வீட்டில் தன்னுடைய பிள்ளைப் பருவம், இளமை மலர்ந்த நாட்கள். தன்னுடைய படிப்பும், ஓட்டமும் நடையும்...

நாளுக்கொரு மேனியாய் வளர்ந்து கிளைகள் படர்ந்து, மொட்டுக்கள் வைத்து பூக்களாய் மலரும் தருவாயில் இருந்த செடியை வேர்களுடன் பெயர்த்து வேறு ஒரு வீட்டில் நட்டு, திரும்பவும் அதன் வேர்கள் நிலத்தில் பதிந்து, அந்த நிலத்தின் சாரத்தைக் கிரகித்துக்கொண்டு அந்த வெயிலுக்கும் நிழலுக்கும் பழக்கப்பட்டு, ஒருவாறு தேறிக்கொண்டு வாழ்வதற்கு எவ்வளவு காலம் பிடித்தது? ஆனால் இன்று இந்த வீடு, என்னுடையது இல்லை. இங்கே எனக்கு யாருமே இல்லை.

‘உனக்கு மூளை இருக்கிறதா சாரதா? உனக்கு இப்போ வயது ஐம்பது. உனக்கு ஒரு பேத்திகூட பிறந்துவிட்டாள். இன்னும் பிறந்த வீடு, பிள்ளைப் பருவம் என்கிறாயே?’

ஐம்பது வயது என்றால் மட்டும் பிறந்த வீடு என்னுடையது இல்லாமல் போய் விடுமா? ஊர் எனக்கு சொந்தமில்லாமல்

போய் விடுமா? இந்த மண் எனக்குச் சொந்தம் இல்லாமல் போய் விடுமா?

அப்பா போன பிறகு இப்போது சாரதாவுக்குத் துக்கம் பொங்கி வந்தது.

தான் கொண்டுவந்த ஐம்பதாயிரம் வரதட்சணைப் பணத்தில் நாத்தனாரின் கல்யாணத்தை முடித்துவிட்டு "நீ என்ன கொண்டு வந்தாய்? உங்க அப்பா என்ன கொடுத்தார்?" என்று அடிக்கடி சொல்லிக் காட்டும் மாமியார் நினைவுக்கு வந்தாள். சாய்ந்துகொள்வதற்கு ஒரு தோளுக்காகத் தான் பட்ட தவிப்பு நினைவுக்கு வந்தது. அம்மா நினைவுக்கு வந்தாள். இறந்துபோன அப்பாவின் கண்களில் துளிர்த்த கண்ணீர் நினைவுக்குவந்தது. ஆறிவிட்ட காயத்தைக் களிம்பு தடவி திரும்பவும் அதைக் கிளறிவிட்டாற்போல் இருந்தது அப்பா செய்த காரியம்.

'எனக்கு வேண்டாம் அண்ணா. இந்தக் காகிதங்களை நீங்களே எடுத்துக்கொள்ளுங்கள். கிழித்துப் போட்டு விடுங்கள். என்னுடன் பேசுங்கள். நான் இந்த வீட்டுக்கு வருவதற்கு அனுமதி கொடுங்கள். இந்த வீட்டுடன் என் உறவைத் துண்டித்து விடாதீங்க' என்று சொல்ல வேண்டும்போல் இருந்தது.

நீளமான அந்த இரவு விடிந்தது. அண்ணி கொடுத்த காபியைக் குடித்துவிட்டு "இனி நான் கிளம்புகிறேன் அண்ணி" என்றாள் சாரதா.

அண்ணி மௌனமாகத் தலையை அசைத்தாள். அண்ணா மகனை அழைத்து, "அத்தையை பஸ்ஸில் ஏற்றிவிட்டு வா" என்றான் சுருக்கமாக.

தனக்காகத் தனியாக எடுத்து வைத்த அதிரசம் வைத்த ஸ்டீல் டப்பாவை கொடுப்பதற்கு அண்ணி மறந்துவிட்டாள். 'தானும் கேட்க மறந்து விட்டால் எப்படி?' என்று நினைத்தாள்.

மூன்று மாதங்கள் மௌனத்திற்குப் பிறகு அண்ணாவின் வருகை இந்த விதமாக. சியாமளா ஆபீசிலிருந்து வந்து விட்டாள் போலும். சமையலறையில் காபி கலக்கும் நறுமணம் வீசியது. காபி தம்ளருடன் வந்து தாயின் கையில் கொடுத்த சியாமளா "மாமா வந்திருக்கிறார்போல் இருக்கே?" என்றாள்

"ஊம்."

"ஏன் எப்படியோ இருக்கிறாய்? மாமா சரியாகப் பேச வில்லையா?"

சாரதா எழுந்துகொண்டு அதிரசம் இருந்த பாக்கெட்டைக் காண்பித்தாள். கோபாலன் வந்துவிட்டார். சாரதா திரும்பவும்

எல்லோருக்கும் காபி கலந்து கொடுத்தாள். மேற்கில் வானம் சிவந்தது. சாரதாவின் முகத்தில் கவலை மேகம் கவிழ்ந்திருந்தது

ஒருமுறை கோபாலனின் அம்மாவுக்கும் சாரதாவுக்கும் நடுவில் ஏதோ சண்டை வந்தது, ரொம்ப அல்பமான விஷயத்தில். கோபாலன் எப்போதும் தாயின் பக்கம்தான். குறைந்தபட்சம் 'என்ன விஷயம்? காரணம் என்ன?' என்றுகூட தெரிந்து கொள்ளாமல் தாயின் பக்கம் பேசினார். சாரதாவுக்கு ரோஷம் பொத்துக்கொண்டு வந்தது. வசந்தாவை, சியாமளாவை அழைத்துக் கொண்டு பஸ் ஏறிப் பிறந்த வீட்டுக்குப் போனாள். தான் எப்போது வந்தாலும் "என்னம்மா? நன்றாக இருக்கிறாயா?" என்று குசலம் விசாரிப்பாரே தவிர அப்பா வேறு எதையும் கேட்க மாட்டார். கேட்கவில்லை என்றாலும் அம்மாவிடம் எல்லாவற்றையும் பகிர்ந்துகொள்வது சாரதாவின் பழக்கம். அம்மா எப்போதும் போலவே "எல்லாம் தானே சரியாகி விடும். தலையைக் குனிந்து கொண்டு நீ உன் வேலையைப் பார்த்துக்கொண்டு போ" என்றாள்.

தான் வந்த அன்று இரவே கோபாலன் மாமனாருக்குப் போன் செய்து சாரதாவை அர்ஜென்டாய் அனுப்பிவைக்கும் படியும், இப்போது அனுப்பி வைக்கவில்லை என்றால் இனி எப்போதும் அனுப்பி வைக்கத் தேவை இல்லை என்றும் சொன்னார்.

"மாப்பிள்ளை ஏன் இப்படி சொல்கிறார்?" என்று தன்னிடம் கூட கேட்காமல் உடனுக்குடன் ஒரு டாக்ஸியை வரவழைத்து, தம்பியைத் துணைக்கு அனுப்பி, அண்ணியைக்கொண்டு தன்னுடைய சூட்கேசை பேக் செய்ய வைத்து அனுப்பிவிட்டார். அப்பாமீது கோபம்கொண்டு ஒருவருடம் வரையில் தான் மறுபடியும் அங்கே போகவே இல்லை.

அம்மா சொன்னதுபோல் எல்லாம் தானே சரியாகி விட்டது. மாமியாருக்கு மகன் தன் பக்கம்தான் என்று நம்பிக்கை வந்ததுடன், சாரதா ஆபத்தானவள் இல்லை என்றும், அவள் பெற்றோர்கள் ஒவ்வொரு விஷயத்திலேயும் மூக்கை நுழைக்கும் நபர்கள் இல்லை என்றும் புரிந்தது. அதோடு அந்தம்மாளுக்கும் வயதாகி விட்டதால் சாரதாவுடன் நல்லவிதமாக இருந்தாக வேண்டிய அவசியத்தை உணர்ந்துகொண்டாள். இதெல்லாம் நடந்து முடியும் தருணத்தில் சாரதா ரோஷம், சுயஅபிமானம் போன்ற வார்த்தைகளை மறந்துவிட்டிருந்தாள். அம்மா சொன்னது போலவே தலை குனிந்துகொண்டு தன்னுடைய வேலையைச் செய்வதைக் கற்றுக்கொண்டாள்.

அன்று, அந்த நாள் அப்பா டாக்ஸியை வரவழைத்துப் போகச் சொன்னபோது தனக்கு இந்தப் பூமியில் ஒரு சாண் இடம்கூட இல்லை என்றும், தனக்குத் தானாக இரண்டு நாட்கள் எங்கேயும் இருக்க முடியாது என்பதும் புரிந்துவிட்டது.

எத்தனையோ முறை, எத்தனையோ அவமானங்களைச் சகித்துக்கொண்டு, எங்கேயும் போய் நிம்மதியாக மூச்சுக்கூட எடுத்துக்கொள்ள முடியாமல், கோபாலன் எப்போதும் சொல்லிக் காட்டும் 'என் வீடு'க்குள்ளேயே இருந்துவிட்டாள். இப்போது தந்தை தனக்கு, தன் பெயர்மீது எல்லா உரிமைகளும்கொண்ட ஒரு வீடு கொடுத்திருக்கிறார், என்றாவது போய் இரண்டு நாட்கள் நிம்மதியாக காற்றை சுவாசிப்பதற்கு. அன்று ஆவேசத்தில் காகிதங்களைத் திருப்பிக்கொடுத்து விடுவோம், அண்ணா, அண்ணி முகம் கொடுத்துப் பேசினால் போதும் என்று தோன்றியது. ஆனால் இப்போது அப்படி நினைக்கத் தோன்றவில்லை.

ஒரு லட்சம் கொடுத்து அண்ணா அந்த ஊருடன், அந்த வீட்டுடன் தனக்கு பந்தம் இல்லாமல் செய்துவிடுவதாய் சொல்கிறான். இத்தனை நாட்களும் தான் தந்தையின் வீட்டுக்குப் போனாள். அப்பாவுக்காகப் போனாள். அப்பா இருந்த வீடு தனக்குப் பிறந்த வீடு. ஆனால் அண்ணாவின் வீடு வேறு.

அண்ணா முகம் அலம்பிக்கொண்டு வந்தான்.

"அப்போ நான் கிளம்பட்டுமா அத்தான். சீக்கிரமாய் சாரதாவையும், சியாமளாவையும் அழைத்துக்கொண்டு ஒரு தடவை வாங்க. எல்லா விஷயங்களையும் விசாரித்து ரிஜிஸ்ட்ரேஷனை வைத்துக்கொள்வோம்" என்றான்.

தாம் மூன்று பேரும் சேர்ந்து வளர்ந்த அந்த வீட்டில், தங்களுடன் உடன் பிறந்தவளும் இருப்பதில் சந்தோஷம் இல்லையா அந்த அண்ணா தம்பிக்கு? தங்களுடைய சுகதுக்கங்களில் சகோதரியும் பங்கு பெறுவதில் அவர்களுக்கு விருப்பம் இல்லையா?

தான் வளர்ந்த வீட்டின் முன்னால் கிளிகள் வந்து உட்காரும் கொய்யா மரம், அப்பாவின் வீட்டில் தான் நட்டுவைத்த மல்லிகைக்கொடியில் இலை தெரியாமல் பூத்த மலர்கள், பிள்ளைப் பிராயத்தில் வேப்பமரத்தில் கட்டி ஆடிய ஊஞ்சல், கொல்லையில் மருதாணி அரைக்க உபயோகித்த கல்லுரல், மொட்டை மாடியில் கோடையில் அம்மா கையால் பரிமாறிய நிலாச்சோறு எல்லாம் வரிசையாய் காட்சிகளாய் தென்பட்டுக்கொண்டிருந்தன சாரதாவின் கண்களுக்கு முன்னால்.

அந்தக் கண்களில் ஒரு முடிவு!

மாலை நேரத்து விடியல்

கோமாதா எங்கள்...

சோர்வாக கண்களைத் திறந்து சுற்றிலும் பார்த்த கோமதிக்குத் தான் ஆஸ்பத்திரியில் இருப்பது புரிந்தது. தான் அங்கே எப்படி, எதற்காக வந்தோம் என்று மட்டும் புரியவில்லை.

இந்த ஆஸ்பத்திரி தங்களுக்கு நெருங்கிய உறவினரான டாக்டர் இந்திராவுடையது. சரியாக இரண்டு நாட்களுக்கு முன்னால் செக்கப் செய்துகொள்ள தான் வந்தது, டாக்டர் சொன்ன செய்தியைக்கேட்டு மகிழ்ச்சி அடைந்தது, எழுதிக் கொடுத்த மருந்துகளை வாங்கிக்கொண்டு போனது வரையில் கோமதிக்குத் தெரியும். இது போல் கட்டில்மீது படுத்திருக்க வேண்டிய அவசியம் எதற்காக வந்தது என்று மட்டும் தெரியவில்லை.

கட்டில்மீது உட்கார்ந்து சுற்றிலும் பார்த்தாள் கோமதி. எதிரே இருந்த கட்டில்மீது ஈர்க்குச்சி போன்று ஒரு பெண் படுத்திருந்தாள். அவள் வயிற்றின் மீது காட்டன் வைத்து தைத்திருப்பது போல் கட்டு இருந்தது. அவள் வயிற்றைக் கையால் அழுத்தியபடி முனகிக்கொண்டே அழுதுகொண் டிருந்தாள். அவள் அருகில் கூட யாருமே இல்லை. ஆமாம், தன் அருகில் கூட யாருமே இல்லை. கிழட்டு ராணி, வக்கீல் சுந்தரம்...யாருமே இல்லை. தன்னைத் தனியாக இங்கே எதற்காக விட்டு வைத்திருக்கிறார்கள் என்று தெரியவில்லை.

ஈர்க்குச்சியைப் பார்த்தால் இரக்கமாக இருந்தது கோமதிக்கு.

பி. சத்யவதி

"பிரசவ வலியா?" என்று கேட்டாள்.

ஈர்க்குச்சி தலையை ஆட்டினாள்.

"அருகில் யாருமே இல்லையே ஏன்?" கேட்டாள் கோமதி.

"அம்மாவை சற்றுமுன்தான் வீட்டிற்கு அனுப்பினேன். வீட்டில் மூன்று குழந்தைகள். அவர்களுக்குச் சாப்பாடு மற்ற தேவைகளைப் பார்க்கணும் இல்லையா. மாலை வரையில் பிரசவம் ஆகாது என்று டாக்டர் சொல்லிவிட்டார்."

"உனக்கு மூன்று குழந்தைகளா. மறுபடியும் இன்னொன்றா? எப்படித்தான் பெறப்போகிறாயோ!" இரக்கப்பட்டாள் கோமதி.

ஈர்க்குச்சிக்குத் துக்கம் பொங்கி வந்தது. எழுந்து உட்கார்ந்துகொண்டு, "என்ன செய்யட்டும்? மூன்றுமே பெண்குழந்தைகள்தான். என் வீட்டுக்காரருக்கு ஆண்பிள்ளை வேண்டுமாம். போன பிரசவத்தில் உடல்நிலை ரொம்ப மோசமாகி விட்டது. செத்துப் பிழைத்தேன். இருபதாயிரம் வரையில் செலவாகி விட்டது. கைவளையல்களை விற்றுவிட்டேன்."

இந்த விவரங்களை எல்லாம் தன்னிடம் சொல்கிறாள் என்றால் எவ்வளவு துக்கத்தைச் சுமந்துகொண்டு இருக்கிறாளோ பாவம்!

"மறுபடியும் என்ன ஆகுமோ? உயிருடன் இருப்பேனோ செத்துப்போய்விடுவேனோ? மூன்று குழந்தைகளை என்ன செய்யப்போகிறேனோ?"

அதற்குள் ஒருத்தன் அருகில் வந்தான். பார்ப்பதற்கு நன்றாகத்தான் இருந்தான். ஒரு கையில் பிளாஸ்டிக் கூடையில் துணிமணிகள், இரண்டாவது கையில் ப்ளாஸ்க் கொண்டு வந்தான்.

"உங்க அம்மா வருவாள். எப்படி இருக்கிறாய்? வலி அதிகமாக இருக்கிறதா?" என்று கேட்டான். ஈர்க்குச்சியை ... அவளைக் கொண்டு ஆண்பிள்ளையைப் பெற வைக்கும் உரிமை இருப்பவன்.

ஈர்க்குச்சி அழுதுகொண்டே, "என்னங்க! இந்தமுறை நான் பிழைக்கமாட்டேன். செத்துப் போய் விடுவேன்" என்றாள்.

"சீ! அஸ்து கொட்டுவது போல் பேசாதே. இந்தமுறை உனக்கு சுகப்பிரசவம் ஆகும். அழகான ஆண்குழந்தையைப் பெற்றெடுப்பாய். அதற்காக நான் பூஜை, அபிஷேகம் செய்ய வைத்திருக்கிறேன். உனக்குத்தான் தெரியுமே."

"இந்த முறைகூட பெண்குழந்தை பிறந்தால் மறுபடியும்..."

"அதுதான் வேண்டாம் என்று சொல்கிறேன். இதுபோல் அழுதுஅழுது மூன்று பொட்டைப் பிள்ளைகளைப் பெற்றாய். எல்லாம் நல்லபடியாக நடக்கும். இந்த முறை பொறுத்துக்கொள்."

அவன் சற்று எரிச்சலடைந்து வெளியே சென்றான். பொறுத்துக்கொள்வதற்கு ஈர்க்குச்சி உடம்பில் கடுகளவுகூட தெம்பு இருக்கவில்லை. கண்ணீர் வழிந்துகொண்டுதான் இருந்தது.

கோமதி இரக்கத்துடன் பார்த்தபடி உட்கார்ந்திருந்தாள்.

அப்பொழுது அந்தம்மாள் வந்தாள், கிழட்டு மகாராணி.

"எழுந்து உட்கார்ந்து விட்டாயே. இனி என்ன? இந்திராவிடம் கேட்டு வீட்டிற்குப் போகலாம். முதலில் காபியைக் குடி" என்றாள்.

"நான் எதற்காக இங்கே வந்திருக்கிறேன்? எனக்கு என்ன ஆயிற்று?" என்றாள் கோமதி.

"அடி பைத்தியமே! உனக்கு அபார்ஷனாகி விட்டதும்மா. காலையில் தலை சுற்றிக் கீழே விழுந்துவிட்டாய். உடனே இங்கே அழைத்து வந்தோம். அதற்குள்ளே எல்லாம் முடிந்து விட்டது." முகத்தில் இரக்கம் காட்டியபடி அந்தம்மாள் சொன்னாள்.

'நான் விழுந்துவிட்டேனா? எப்போ? எனக்குத் தெரிய வில்லையே? எனக்கு அபார்ஷன் ஆவதாவது? அசம்பவம்!'

கோமதி வெளியில் இதையெல்லாம் சொல்லவில்லை. வயிற்றைத் தடவிப் பார்த்துக்கொண்டபோது துக்கம் பொங்கி வந்தது.

"என்ன செய்வதும்மா? உனக்கு இந்தக் குழந்தை நிலைக்கும் பாக்கியம் இல்லை. வா போகலாம்" என்றாள் கிழட்டு மகாராணி.

அந்தம்மாளின் பேச்சை நம்பத் தோன்றவில்லை கோமதிக்கு. நேற்றுத்தான் அவள் வக்கீலிடம் வேண்டிக்கொண்டாள். அவர் எவ்வளவுதான் மறுத்தாலும், இந்தக் குழந்தை தனக்கு வேண்டுமென்று வேண்டுகோள் விடுத்தாள். இன்று இப்படி நடந்திருக்கிறது. தலைச் சுற்றி தான் விழுந்து விட்டாள் என்பது உண்மை இல்லை. இந்தம்மாளின் பேச்சை நம்பி... இவள் கிழட்டு மகாராணி இல்லை... கிழட்டுக் குள்ளநரி... இந்திரா கூட உண்மையைச் சொல்ல மாட்டாள். யாருமே உண்மையைச் சொல்லப் போவதில்லை.

"கார் வந்து விட்டது. போகலாம் வா" என்றாள் அந்தம்மாள். அந்த நிமிடத்தில் அவள் ஒரு அரக்கிபோல் தென்பட்டாள். தன்னை விழுங்குவதற்காகத் தூக்கிக்கொண்டு போகும் பிரம்ம ராட்சசி. ஈர்க்குச்சிக்கு வலி அதிகமாகிவிட்டதுபோல் இருக்கிறது.

பி. சத்யவதி

நெளிந்துகொண்டிருந்தாள். அவள் தாயார் வந்துவிட்டாள். மகளுக்குக் குடிக்கத் தண்ணீர் கொடுத்து கண்களைத் துடைத்துக் கொண்டாள்.

"இந்தக் கண்டம் எப்படிக் கழியுமோ தெரியவில்லை. ஏழுமலையானே! என் மகள்மீது கருணை காட்டு அப்பனே!" என்று கும்பிட்டுக்கொண்டு இருந்தாள்.

கோமதி வீட்டுக்கு வந்தாள்.

"படுத்து ஒய்வு எடுத்துக்கொள். பத்து நாட்கள் சமையல்காரியை ஏற்பாடு செய்துவிட்டேன். உன் உடல் நலனை விடவா?" என்றாள் கிழட்டு மகாராணி.

அந்தப் பேச்சில் ஆழமில்லை. அந்தம்மாள் தன்னிடம் பேசும் பேச்சில் என்றுமே ஆழம் இருந்தது இல்லை. உதட்டளவில் தான் பேசுவாள்.

கட்டில்மீது படுத்துக்கொண்ட கோமதிக்குத் தாங்க முடியாத துக்கம் வந்தது.

அம்மா சொல்லுவாள். கடவுள் மனிதர்களை உருவாக்கி பூமியின்மீது நழுவச் செய்யும்போது அவர்கள் நெற்றியில் அதிர்ஷ்டசாலிகள் என்று சிலருக்கும், துரதிர்ஷ்டசாலிகள் என்று சிலருக்கும் எழுதுவாராம். அந்தத் தலையெழுத்து மாறாதாம். சிலர் பிறக்கும்போதே அதிர்ஷ்டசாலிகளாகப் பிறந்து வாழ்நாள் முழுவதும் அப்படியே இருப்பார்களாம். சிலர் அதற்கு நேர்விரோதமாம். தன் வாழ்க்கையில் அது உண்மை என்று தீர்மானமாகி விட்டது. அம்மா அனுபவத்திலிருந்து சொன்ன வார்த்தைகள்! இதுதான் பிராப்தம் என்று சமாதானப்படுத்திக்கொண்டு வாழ்ந்து வருவதைப் பழக்கப்படுத்திக்கொண்ட கோமதி, இன்று அப்படி சமாதானப் படுத்திக்கொள்ள முடியாமல் துக்கப்பட்டுக்கொண்டிருந்தாள்.

அதுவரையில் தனக்கு எதுவும் கிடைத்தது இல்லை. தான் எதையும் இழக்கவில்லை. தன்னிடம் எதுவுமே இருக்க வில்லை. ஆனால் இன்று துரதிர்ஷ்டம் நிறைந்த தன் வாழ்க்கையில் ஒரு வெளிச்சக் கிரணம் வந்துவிட்டது என்று மகிழ்ந்து போவதற்குள், அந்த வெளிச்சம் மாயமாகிவிட்டது. அதனால்தான் கோமதியின் துக்கம் சமாதானமாகவில்லை. அந்தத் துக்க வெள்ளத்திற்கு மட்டும் சக்தி இருந்திருந்தால், இந்தக் கபட உலகத்தை அப்படியே தன்னுள் மூழ்கடித்திருக்கும். ஆனால், அந்தத் துக்கத்திற்குச் சக்தி இருக்கவில்லை. அது தனக்குள் தானாகவே அமிழ்ந்துபோக வேண்டிய துக்கம். உலகத்தை மூழ்கடிக்கும் சக்தி அதற்கு இல்லை.

அதுவரையில் எப்படிப்பட்ட வேதனையாக இருந்தாலும் எத்தனைத் துக்கமாக இருந்தாலும் அனாயசமாக விழுங்கி பற்றற்று வாழ்வதற்குப் பழகிவிட்ட கோமதிக்கு, எவ்வளவுதான் துடைத்துக் கொண்டாலும் கண்களில் ஈரம் காயவில்லை. அந்தக் கண்ணீரின் ஈரத்திற்கு அவள் நெஞ்சில் இருந்த அக்னியைக் குளிர்விக்கும் சக்தி இல்லை.

"நம் கோமு ரொம்ப நன்றாகப் படிக்கிறாள், அவளை டாக்டருக்குப் படிக்க வைக்க வேண்டும்" என்று சொல்லி வருவாள் அம்மா. சிறுவயதில் அம்மா தன்னை கோமு என்று அழைத்துக்கொண்டு, கோமாதாவைப்போல் எப்படி இருக்க வேண்டுமோ கற்றுக் கொடுத்தபடி வளர்த்து வந்தாள். குறைந்தபட்சம் மெட்ரிக்வரையில்கூடப் படிக்கும் முன்பே அப்பா இறந்து போனதும் குடும்ப சூழ்நிலை தலைகீழாக மாறிவிட்டது. அண்ணன்மீது அண்ணி மட்டுமே அல்லாமல் அம்மாவும் தானும் கூட சார்ந்து இருக்க வேண்டிய நிலை. அண்ணி வேலையில் சேர்ந்தது... அம்மா அந்த வீட்டில் வேலைக்காரியைவிட ஹீனமாக மாறிவிட்டது... எல்லாம் மிக வேகமாக நடந்து முடிந்து விட்டன. அப்பொழுதுதான் அம்மா தன்னிடம் சொன்னாள், சிலர் துரதிர்ஷ்டசாலிகளாகப் பிறப்பார்கள் என்றும், தான் அந்தப் பிரிவைச் சேர்ந்தவள் என்றும்.

அம்மாவுக்கு வாழ்க்கை அனுபவங்கள் மூலம் பல உண்மைகள் புரிந்தன என்றும், அவள் சொல்லுவது எல்லாம் சத்தியம் என்றும் கோமதி நம்பினாள். அதற்குத் தகுந்த சான்றுகள்கூட கிடைத்தன. அம்மாவுக்கு உடல்நலக் குறைவு ஏற்பட்டது. தகுந்த மருந்துகள், நல்ல உணவு கொடுக்க முடியாமல் போனதால் காலியாகிவிட்ட வேலைக்காரியின் இடத்தைத் தான் நிரப்பியதும்கூட அடுத்தடுத்து நடந்துவிட்டன.

தாய் தந்தையர் கொடுத்த சொத்து எதுவும் இல்லாமல் சின்னச் சின்ன வேலைகள் செய்துகொண்டு வாழ்ந்து வரும் அண்ணன், அண்ணி, கோமதியின் திருமணத்தைப்பற்றி யோசிக்கத்தான் செய்தார்கள். ஆனால் அது அவர்களுக்கு அப்பாற்பட்ட விஷயம் என்று புரிந்ததும் மௌனம் வகித்தார்கள். கோமதி குனிந்த தலை நிமிராமல் வீட்டு வேலைகள் செய்து கொண்டு இருந்ததால், அவர்களுக்கு அவள் நெஞ்சில் எரியும் தணல்போல் அல்லாமல், வேலைக்குப்போய் வீடு திரும்பும்போது எல்லாம் ஒழுங்காக செய்து தரும் மனுஷியாகத் தென்பட்டாள்.

அவளை இழப்பதில் விருப்பம் இல்லாமல் மேலும் மௌனத்தை மேற்கொண்டார்கள். அந்த விதமாகக் கோமதிக்கு வயது கூடிக்கொண்டே வந்தது. ஊசியில் நூல் கோர்க்க

முடியாமல் போவது, அரிசியில் புழுக்கள் தென்படாமல் போவது, எழுத்துகள் தென்படாமல் போவது என்று தொடங்கிவிட்டது.

"எழுத்துகள் தென்படாவிட்டால் ஒழிந்து போகிறது! அரிசியில் புழு இருப்பது தெரியவில்லை என்றால் எப்படி? போய் கண்ணாடி போட்டுக் கொள். சாளேஸ்வரம் வந்துவிட்டது போலும். நாற்பது வயது ஆகவில்லையா? என்னைவிட மூன்று வயது பெரியவள்தானே நீ? உங்கள் அம்மா சொல்லிக்கொண்டு இருப்பாள்" என்று பணத்தையும் கொடுத்து மூக்குக்கண்ணாடி போட்டுக்கொள்ளச் சொல்லி அனுப்பிவைத்தாள் அண்ணி.

சரியாக அப்பொழுதுதான் கோமதியின் வாழ்க்கையில் திருப்பம் ஏற்பட்டது.

கிரிமினல் லாயராகப் பெயரும் புகழும் பெற்றிருந்த சுந்தரம் திருமணம் செய்துகொள்ள முடிவு செய்திருக்கிறார் என்ற தகவல் கல்யாணத் தரகர் பரமேஸ்வரன் காதில் விழுந்தது. முதலில் அவர் கொஞ்சம் வியப்படைந்தாலும் உடனே மஞ்சள் பையும் கையுமாக பஸ் ஏறி சுந்தரத்தின் வீட்டிற்குச் சென்று அவருடைய சகோதரி ராஜலக்ஷ்மியைச் சந்தித்து திருமண விஷயத்தைப் பிரஸ்தாபித்தார். சாட்சாத் ஈஸ்வரனே நேரில் வந்து தரிசனம் கொடுத்ததுபோல் பரமேஸ்வரனை வரவேற்றாள் அந்தம்மாள்.

"ஆமாம் பரமேஸ்வரன்! சுந்தரம் திருமணம்செய்து கொள்வதற்கு சம்மதம் சொல்லி இருக்கிறான். நானே உனக்குத் தகவல் சொல்லி அனுப்ப வேண்டும் என்று இருந்தேன். எங்கேயாவது நல்ல வரன் இருந்தால் சொல்லு" என்றாள்.

"பின்னே மனைவி இறந்துபோய் பன்னிரண்டு வருடங்களாகி விட்டதே! இத்தனை நாள் எதற்காக சும்மா இருந்தார்? அட... அவருக்கு வயது மீறிவிட்டது என்று சொல்லவில்லை. ஆண்களுக்கு வயது ஒரு கணக்கா?" என்றார் பரமேஸ்வரன்.

"அப்பொழுது குழந்தைகளுக்குச் சின்ன வயது. மாற்றான் தாய் அவர்களை எப்படிப் பார்த்துக்கொள்வாளோ என்று அவன் திருமணம் செய்துகொள்ளவில்லை. மேலும் எனக்கு உடலில் கொஞ்சம் தெம்பு இருந்த காலம். இப்பொழுது எனக்கும் வயதாகிவிட்டது. குழந்தைகளும் வளர்ந்துவிட்டார்கள். மகள் கல்யாணம் செய்துகொண்டு போய் விடுவாள். மகன் மேற்படிப்பு என்று வெளியில் போய் விடுவான். இந்த வயதில் என்னையும், அவனையும் பார்த்துக்கொள்வதற்கு ஒரு பெண் துணை வேண்டும்."

“நம் நாட்டில் பெண்களுக்குப் பற்றாக்குறை இல்லையே? வரதட்சணை எவ்வளவு எதிர்பார்க்கிறீங்க?”

“வரதட்சணை எதுவும் வேண்டாம் பரமேஸ்வரன். அடக்க ஒடுக்கமாக இருக்கும் பெண்ணைப் பார்.”

“எங்கள் ஊரில் லாயர் சுசீலா இருக்கிறாள். அவளுக்கு வயது நாற்பத்தி இரண்டு. சமீபத்தில்தான் அவளுக்குத் திருமணத்தைப் பற்றி யோசனை வந்திருக்கிறது. லாயர் சுசீலா என்றால் சுந்தரம் சாருடன் கோர்ட்டு வேலைகளை எல்லாம் பார்த்துக்கொள்வாள். மேலும் பிராக்டீஸிலும் உதவியாக இருக்கும். என்ன சொல்றீங்க?’

“நமக்கு லாயர்கள், டாக்டர்கள் வேண்டாம் பரமேஸ்வரன். அவர்களுக்கும் சேர்த்து செய்வதற்கு இங்கே யார் இருக்கிறார்கள்? வீட்டு வேலைகள் நன்றாகத் தெரிந்த பெண்ணை . . . வயது நாற்பது என்றாலும் பரவாயில்லை. கொஞ்சம் கட்டுடல் கொண்ட பெண்ணாகப் பாரு. வேண்டுமானால் திருமணச் செலவுக்கும், ஜவுளிக்கும் நாமே கொஞ்சம் பணம் கொடுத்து விடலாம்” என்றாள் ராஜலக்ஷ்மி.

“சுந்தரம் சாரிடம்கூட ஒருவார்த்தை கேட்டுவிட்டால் நல்லது இல்லையா. அவர் என்ன சொல்லுவாரோ?”

“எப்பொழுது பார்த்தாலும் கேசு கோர்ட்டு என்று இருப்பவன். தனக்கு என்ன வேண்டுமென்று அவனுக்கு என்ன தெரியும்? பரமேஸ்வரன்! நான் சொன்னதுபோல் எல்லா விதத்திலேயும் பொருத்தமாக இருக்கும் வரனைக்கொண்டுவா” என்றாள் சுந்தரத்தின் சகோதரி ராஜலக்ஷ்மி.

ராஜலக்ஷ்மி தன்னுடைய இருபதாவது வயதிலேயே விதவையாகி புகுந்த வீட்டு மானியமாகக் கொஞ்சம் சொத்துடன் தம்பியின் வீட்டுக்கு வந்து விட்டாள். தற்போது சுந்தரம் வசித்து வரும் பங்களா அவளுக்குச் சொந்தமானதுதான். தம்பியைத் தான் பார்த்துக்கொள்வதாகவும், வயோதிகத்தில் தம்பி தன்னைப் பார்த்துக்கொள்ள வேண்டும் என்பதும் அவ்விருவருக்கும் இடையே ஒப்பந்தம். இதுநாள் வரையில் அதன்படிதான் நடைபெற்று வருகிறது. சுந்தரத்தின் முதல் மனைவி வரலக்ஷ்மிகூட ராஜலக்ஷ்மியின் கண்ணசைவுகளுக்கு ஏற்ப செயல்பட்டு வந்தாள். அவள் இறந்துபோன பிறகு குழந்தைகளை மாற்றாந்தாய் சரியாக பார்த்துக்கொள்ளமாட்டாள் என்ற பயத்தில் அந்தம்மாளும், சுந்தரமும்கூட திருமணப் பேச்சை எடுக்க வில்லை.

ஆனால் எப்பேர்ப்பட்ட துக்கத்திற்கும் கால அளவு இருக்கும் என்றும், இயற்கையான கோரிக்கைகளுக்கு அணைக்கட்டுப் போட முடியாது என்றும், இயற்கையான அந்த வேட்கைக்காக மனிதர்கள் வேறுவழிகளைத் தேடிக்கொள்ள வேண்டி இருக்கும் என்றும் அந்தம்மாளுக்குச் சீக்கிரத்திலேயே புரிந்துவிட்டது. போகட்டும் . . . அவரவர்களின் துன்பம் அவரவர்களுடையது என்று சமாதானப் படுத்திக்கொள்ள முடியாத நிலைமை ஏற்பட்டது.

அந்த வீட்டில் வேலை செய்யும் வேலைக்காரிகள் சிலர், சமையல்காரிகள் சிலர் அவரைத் தங்கள் வசம் ஈர்க்க முயற்சி செய்வதும், அதன் மூலமாக அந்த வீட்டில் ஒரு தனி இடத்தைப் பெறுவதற்கு முயற்சி செய்வதைக் கவனித்து அவர்களை வேலையிலிருந்து நீக்கிவிட்டு, அந்த வேலைகளைத் தானே செய்யத் தொடங்கிய ராஜலக்ஷ்மி சீக்கிரமாகவே களைத்துப் போய்விட்டாள். சுந்தரத்தைப் பார்த்துக்கொள்வதற்கும், இயற்கையான உடல் தேவைகளை தீர்த்து வைப்பதற்கும் சட்டத்திற்குச் சம்மதமான ஒரு பெண் துணை தேவை என்ற முடிவுக்கு வந்துவிட்டாள் ராஜலக்ஷ்மி.

அந்த முயற்சியில் லாயர் சுசீலா கூட தகவல் சொல்லி அனுப்பி இருந்தாள். ஆனால் லாயர் சுசீலா இந்த வீட்டுக்கு வருவதில் அந்தம்மாளுக்கு விருப்பம் இல்லை. தம்பிக்கு மனைவிதான் தேவையே தவிர வீட்டிற்கு லாயர் தேவையில்லை என்று தெளிவாக உணர்ந்துவிட்டாள் அந்தம்மாள்.

அந்த விதமாக உத்தரவு பெற்றுக்கொண்டு வீட்டுக்கு வந்த பரமேஸ்வரன் தன் மனைவி மங்கையிடம் லாயர் சுந்தரத்திற்கு எப்படிப்பட்ட பெண் வேண்டுமென்று விவரமாக எடுத்துச் சொன்னார். அந்தம்மாள் விஷயத்தைக் கேள்விப்பட்டதுமே, “யாரோ எதற்கு? நம் வெங்கட்ராமனின் தங்கை கோமு இருக்கிறாள் இல்லையா! அவளை ஒரு இல்லத்தரசியாக்கிப் புண்ணியத்தை மூட்டைக் கட்டிக்கொள்ளுங்கள். அவள் அண்ணி வரதட்சணை கொடுத்து அவளுக்கு இந்த ஜன்மத்தில் திருமணம் செய்து வைக்கப் போவதில்லை. அவளுக்குக்கூட சமீபத்தில் நாற்பது வயதாகி விட்டது. தாய் இல்லாத பெண். பத்து வயது வித்தியாசம்! பரவாயில்லை. உங்கள் தயவில் அவள் சுகப்படுவாள்” என்று எடுத்துச் சொன்னாள். பரமேஸ்வரனுக்கு இந்த அறிவுரை நன்றாக இருப்பதாகத் தோன்றியது.

இரண்டாம் தாரமா என்று வெங்கட்ராமனின் மனைவி பரமேஸ்வரனை வசைபாடி, கூடுமானவரையில் இந்த வரனைத் தடுக்கப் பார்த்தாள். ஆனால் பாவம் வெங்கட்ராமன்,

இந்த விஷயத்தில் தன் தங்கையின் பக்கம் நின்று திருமணத்தை நடத்தி வைத்தான்.

அந்த விதமாகக் கோமு அந்த வீட்டில் காலடி எடுத்து வைத்தாள்.

"அம்மா பெண்ணே கோமதி! இப்படி வாம்மா!" என்று அன்புடன் அழைக்கும் ராஜலக்ஷ்மி அம்மாள், "சித்தி!" என்று மதிக்கும் குழந்தைகள்... பெரிய வீடு, நகைகள், புடவைகள்... நல்ல உணவு, பற்றுப் பாத்திரம் தேய்க்க வேலைக்காரி, துணி தோய்க்க வண்ணான்... கோமதிக்கு எல்லாம் நன்றாகத்தான் இருந்தது.

துரதிர்ஷ்டம் நிறைந்த தன் ஜாதகத்தில் மாற்றம் வந்து அதிர்ஷ்டம் நுழைந்து விட்டதோ என்று நினைக்க முற்பட்டாள். ஆனால்...

ராஜலக்ஷ்மி தன்னை 'அம்மா பெண்ணே!' என்று விளிப்பது வேலை வாங்குவதற்காகத்தான் என்றும், குழந்தைகள் சித்தி என்று மதிப்புத் தருவது மேலோட்டமாகத்தான் என்றும், தன்னிடம் அவர்களுக்கு எந்தவிதமான நட்புணர்வும் இல்லை என்றும், சுந்தரத்திற்குத் தான் கேவலம் உணவு பரிமாறி, மற்ற தேவைகளைத் தீர்த்து வைக்கும் நபர்தான் என்றும் உணர்ந்து கொள்வதற்கு கோமதிக்கு அதிக நாள் தேவைப்படவில்லை. திரும்பவும் தான் கட்டிய பசுபோல் இருக்க வேண்டும் என்று உணர்ந்துகொண்டு அதுபோலவே இருந்துவந்தாள்.

அவர்கள் தன்னுடைய ஏழ்மையை அவ்வப்பொழுது சுட்டிக்காட்டி, தனக்கு எவ்விதமான வசதியான வாழ்க்கையை அளித்து நன்மை செய்து வருகிறார்கள் என்று நினைவுபடுத்தி, மேலும் தன்னிடமிருந்து நன்றியை, பணிவிடைகளைப் பெற நினைக்கிறார்கள் என்றும், தன்னை அந்த வீட்டில் ஒரு உறுப்பினராக, அவர்களைச் சேர்ந்தவளாகக் கருதவில்லை என்றும் கோமதி புரிந்துகொண்டாள்.

தன்னை யார்தான் ஒரு மனுஷியாகப் பார்த்து இருக்கிறார்கள்? அம்மா போனபிறகு அண்ணி, அண்ணன் யாருமே அப்படி நினைத்தது இல்லை. தானே தன்னைச் சேர்ந்தவள், தானே தன்னுடைய சிநேகிதி, தன் துரதிர்ஷ்டம்தான் தன் தோழி என்று நினைத்தாள் கோமதி.

சரியாக அந்த நேரத்தில்தான் கோமதியின் உடலில் மற்றொரு உயிர் உருவாயிற்று. அந்த விஷயத்தை மகிழ்ச்சியுடன் சுந்தரத்திடம் சொன்னாள்.

அப்பொழுதுதான் தொடங்கியது இன்னொரு கதை.

"இது நடக்கக் கூடாது கோமதி. நடப்பதற்கு வழியே இல்லை. என் மகளுக்குத் திருமணமாகி அவளுக்கு ஒரு குழந்தை பிறந்தால் நான் தாத்தாவாகி இருப்பேன். இப்பொழுது நீ என்னைத் திரும்பவும் தந்தையாக்குவது கூட வேகூடாது. என் மான மரியாதை என்ன ஆவது? இந்த வயதில் எனக்குக் குழந்தையாவது? உனக்கு நாற்பது வயது முடிந்துவிட்டது. என் மகளும், மகனும்தான் நமக்கு குழந்தைகள். அவர்கள் உன்னை, பெற்ற தாயைவிட அதிகமாக நேசிப்பார்கள்" என்றார் அவர்.

"இந்த ஒரு குழந்தையை எனக்குத் தங்க விடுங்கள். உங்களிடம் வேறு எதையும் கேட்க மாட்டேன்" என்று வேண்டிக் கொண்டாள் கோமதி.

"கோமதி! உனக்கு எதுவேண்டுமென்றாலும் கேள். நாங்கள் உன்னைச் சரியாகப் பார்த்துக்கொள்ள மாட்டோம் என்று நீ நினைத்தால் உன் பெயரில் வங்கியில் கொஞ்சம் பணம் போடுகிறேன். வரலக்ஷ்மியின் நகைகளில் பாதி இப்பொழுதே உன்னிடம் தந்து விடுகிறேன். மாதாமாதம் உன் பெயரில் ரிகரிங் டிபாசிட் போடுகிறேன். நான் போன பிறகு உன் கைக்கு வருவதுபோல் இன்னொரு இன்ஷ்யூரென்ஸ் பாலிசி எடுத்துக் கொள்கிறேன்."

"அதெல்லாம் எனக்குத் தேவை இல்லைங்க. நான் பணத்தில் பிறந்து வளர்ந்தவள் இல்லை. இருப்பதுடன் திருப்தி அடைவதுதான் என் சுபாவம். ஆனால் எனக்குக் குழந்தை என்பது இது ஒன்றுதான்."

"என் பேச்சைக் கேள் கோமதி. இந்தக் குழந்தை பிறப்பதால் எத்தனையோ பிரச்சனைகள் வரும். இந்திராவிடம் போய் அபார்ஷன் செய்துகொள். இந்த வயதில் குழந்தையைப் பெற்றுக்கொள்வது நன்றாக இருக்காது."

'இந்த வயதில் திருமணம் செய்துகொள்வது மட்டும் நன்றாக இருக்குமா? இந்த வயதில் வயதுக்கு வந்த மகளின் படுக்கை அறைக்குப் பக்கத்தில் மனைவியுடன் படுத்துக் கொள்வது மட்டும் நன்றாக இருக்குமா? இந்த வயதில் தலைமுடிக்கு சாயம் பூசிக் கொள்வது நன்றாக இருக்குமா? பர்ப்யூம் போட்டுக்கொள்வது மட்டும் நன்றாக இருக்குமா?' என்று கோமதி அவரிடம் கேட்கவில்லை.

"ஆமாம் பெண்ணே! அவன் சொன்னதுதான் சரி. நீகூட யோசித்துப் பார். பேரன் பேத்தி வயதில் மகனாவது? நீ மட்டும்

வயதில் சின்னவளா? உன் வயதுக்கு உண்மையிலேயே கிரண்மயி வயதில் மகள் இருக்க வேண்டியது” என்று வாழைப்பழத்தில் ஊசி ஏற்றுவதுபோல் பழித்தாள் கிழட்டு மகாராணி... குள்ளநரி.

இரண்டு நாட்கள் கழித்து தனக்குத் தெரியாமலேயே இந்த ஆஸ்பத்திரியில் தன்னுடைய சகலத்தையும் இழந்து வெறும் கையுடன் சுந்தரத்தின் வீட்டில் திரும்பவும் காலடி எடுத்து வைத்தாள் கோமதி. அடுத்த அறையில் எல்லோரும் டி.வி. பார்த்துக்கொண்டு இருந்தார்கள்.

“வாம்மா கோமதி! நீயும் இங்கே வந்து உட்கார்ந்துகொள். தனியாகப் படுத்துக் கிடப்பானேன். போனதை நினைத்து வருத்தப் படக்கூடாது. நீ இப்படி இருந்தால் எங்கள் மனம் ஒப்பாது” என்று கையைப் பற்றி எழுப்பினாள், கிழட்டு மகாராணி.

கோமதி எழுந்து ஹாலில் அமர்ந்துகொண்டாள். டி.வி. யில் மூன்று பெண்மணிகள்... பெண்கள் நிறைய முன்னேறி விட்டார்கள் என்றும், இந்திராகாந்தி அதற்கு உதாரணம் என்றும், பெண்கள் விமானத்தை ஓட்டுகிறார்கள், வியாபாரம் செய்கிறார்கள் என்றும், பெண்கள் ஆளுநர்களாகி விட்டார்கள் என்றும் பத்து பெயர்களைத் திரும்பத் திரும்பச் சொல்லி, இந்த பத்துப் பெண்களின் முன்னேற்றம்தான் இந்திய நாட்டுப் பெண்களின் முன்னேற்றம் என்று ஆணித்தரமாக மொழிந்தாள் ஒருத்தி.

இரண்டாவது பெண்மணி அந்தக் கூற்றுடன் முழுமையாகத் தானும் உடன்படுவதாகவும், பெண்களின் எதிர்காலத்தில் நம்பிக்கை வைத்திருப்பதாகவும் தெரிவித்தாள். ஆக மொத்தம் மூவரும் சேர்ந்து உலகம் முழுவதும் நன்றாக இருப்பதாகவும், முன்னேற்றம் தவிர குறை எதுவும் இல்லை என்றும் சொல்லிவிட்டு புன்முறுவலுடன் வணக்கம் சொல்லி முடித்துக்கொண்டார்கள்.

கோமதிக்கு வயிற்றைக் குமட்டிக்கொண்டு வந்தது. துக்கமும் வந்தது. நாற்பது கோடி பெண்கள் இருக்கும் உலகத்தில் இருபது பேர் மிக உயர்ந்த நிலையில் இருக்கிறார்கள் என்று பெருமைப் பட்டுக்கொள்ளும் பெண்களைப் பார்த்து.

உடனே அவளுக்கு இந்திராவின் ஆஸ்பத்திரியில் நான்காவது பிரசவத்தில் வாழ்வோ சாவோ முடிவு செய்து கொள்வதற்காக தயாராகிக்கொண்டிருந்த ஈர்க்குச்சி நினைவுக்கு வந்தாள். ஏமாற்றி மயக்க மருந்து கொடுத்து தனக்கு அபார்ஷன் செய்ய வைத்தது நினைவுக்கு வந்தது. மகன் வீட்டிலேயே வேலைக்காரியை விட இழிவாக வாழ்ந்த தாயின் நினைவு வந்தது. கிணற்றில் விழுந்து இறந்துபோன சிநேகிதி

காத்யாயினி நினைவுக்கு வந்தாள். ஈர்க்குச்சி பிழைத்தாளா? அவளுக்கு இந்த முறை ஆண்குழந்தை பிறந்ததா? ஐயோ! என்று நினைத்துக்கொண்டாள்.

மறுநாள் ஊசி போட்டுக்கொள்வதற்காக ஆஸ்பத்திரிக்குப் போன கோமதிக்கு ஈர்க்குச்சியின் தாய் பிளாஸ்க்குடன் எதிர்ப்பட்டாள்.

"உங்கள் மகளுக்குப் பிரசவம் ஆகிவிட்டதா? எப்படி இருக்கிறாள்?" என்று கேட்டாள் கோமதி.

"பிரசவம் ஆகிவிட்டதும்மா. இந்த முறையும் பெண்குழந்தை தான். மருமகன் நேற்று முதல் ஆஸ்பத்திரி வாசற்படி மிதிக்க வில்லை" என்றாள் கண்களைத் துடைத்துக்கொண்டே.

ஊசி போட்டுக்கொண்டு வீட்டுக்கு வந்த கோமதிக்கு வாசலில் எதிர்ப்பட்ட ராஜலக்ஷ்மி, மனித உருவில் இருக்கும் ஓநாய்போல் தென்பட்டாள். தான் வீட்டிற்கு வந்து இரண்டு நாட்கள் ஆனாலும் இதுவரையில் கண்ணில் படாத வக்கீல், பெரிய மனிதன் என்ற முகமூடியை அணிந்துகொண்ட திருடன்போல் தோன்றினார்.

அதுசரி என்னவாகிவிட்டார் அவர்?

அவசர கேஸ் விஷயமாக வெளியூருக்குச் சென்று இருப்பதாகச் சொன்னார்கள். ஆனால் உண்மை அது இல்லை என்றும், வாசெக்டமி செய்துகொள்வதற்காக வெளியூரில் இருக்கும் டாக்டர் நண்பனிடம் சென்று இருக்கிறார் என்றும் உள்ளூரில் அந்தக் காரியத்தைச் செய்வதற்கு விருப்பம் இல்லாமல் போய்விட்டது என்றும் பின்னால் தெரிய வந்தது கோமதிக்கு.

அப்பொழுது...

நாற்பது வருடங்களாகத் தன் கண்களில் குடிகொண்டிருந்த மிரட்சி, தயக்கம், வேதனை, இயலாமை எரிந்து சாம்பலாகி விடுவதுபோல் ஒரு பார்வை பார்த்தாள் கோமதி.

தன்னிடமிருந்து பாலைக் கறந்து கறந்து இரத்தத்தைக்கூட கறந்துகொள்வதற்குப் பின்வாங்காத மனிதர்களையும், அவர்களின் வன்முறையையும் புரிந்துகொண்ட கோமாதா போல திசைகள் அதிரும் விதமாகக் கூச்சலிட்டு, தன்னுடைய கொம்புகளால் கண்ணில் பட்டவர்களை எல்லாம் குத்திக் குதறித் தள்ளுவதுபோல் கோமதி விஸ்வரூபத்தை எடுத்தாள்.

அப்பொழுது அவளுக்கு ஓநாய் முகத்தை மாட்டிக்கொண்ட, ராஜலக்ஷ்மியின் உண்மையான கிழட்டு உருவம் தென்பட்டது.

பொய்முகத்தை மாட்டிக்கொண்ட, வக்கீலின் கோழை முகம் தென்பட்டது. அவர்களின் மாடிவீடு, அவர்களின் சொத்து, நகைகள் பயனற்ற சீட்டுக்கட்டுகள்போல் தோன்றின. ஓநாய் முகத்தைப் பிடுங்கி குப்பையில் வீசினாள். பொய் முகத்தைப் தோய்த்துக் கொல்லையில் காயப்போட்டு, "உண்மையான முகத்துடன் வளையம் வாடா பைத்தியக்காரா!" என்று கர்ஜனை புரிந்தாள். சாமி வந்தவள்போல் ஆடினாள். அவளுடைய உத்தரவு இல்லாமல் அந்த வீட்டில் யாரும் எதுவும் செய்வதற்கு இல்லை என்று ஆணையிட்டாள்.

அப்படியும் அவள் வேதனை அடங்கவில்லை. அவள் பகை குளிரவில்லை. அவள் சோகம் கோபாக்னியாக மாறி அந்த வீட்டாரின் அகங்காரத்தை முழுவதுமாகத் தகித்தது. அவள் சமையல் அறையிலிருந்து தெருவுக்கு வந்தாள். ஈர்க்குச்சிகளை, கோமாதாக்களை கூட்டுச் சேர்த்து, 'இதுதான் உங்கள் வாழ்க்கை' என்று சொன்னாள்.

தம்பிக்குத் திருமணம் செய்துவைத்து இலவசமாக வேலைக்காரியைக் கொண்டு வந்து விட்டோம் என்ற சந்தோஷம் நசிந்து போனதோடு, அந்தச் சண்டை மாட்டைப் பார்த்து மிரண்டுபோய் கட்டிலே கதியாகக் கிடந்தாள் ராஜலக்ஷ்மி.

கோமதி தன்னுடய படுக்கை அறைக்குள் நுழைவதை தடை செய்தபிறகு, அந்தக் கதவுகள் தனக்காக இனி திறக்கப் படமாட்டாது என்று தெரிந்த பிறகு, இந்தியன் பீனல் கோட்... எந்த செக்ஷன் கீழ்த் தனக்கு இதுபோன்ற தண்டனை கிடைத்தது என்று புரியவில்லை ஸ்ரீமான் சுந்தரம் அவர்களுக்கு.

ஒரு வசுந்தரா

காலையில் விழித்துக்கொண்டதுமே வாசலில் தொங்கவிட்டிருந்த பிளாஸ்டிக் கவரில் பால் பாக்கெட்டுகளுக்காகப் பார்த்துவிட்டு, அவை இல்லாமல் போனதால் முன் ஜாக்கிரதையாக முதல் நாள் பிரிஜ்ஜில் வைத்திருந்த பாக்கெட்டை எடுத்துக் காய்ச்சுவதற்கு அடுப்பின்மீது வைத்து விட்டு பாத்ரூம் நோக்கிப்போனாள் லலிதா.

காலிங்பெல் ஒலித்தது. சலித்துக்கொண்டே கதவைத் திறந்தான் ரமேஷ். வாசலில் ஒரு சிறுமியின் குரல்.

"தாத்தா ராத்திரி இறந்துவிட்டாருங்க. இனி பத்து நாள் வரையிலும் பால் போட முடியாதுன்னு அம்மா சொல்லச் சொன்னாங்க."

"சரி ஆகட்டும்."

'அதென்னது இரவு நன்றாகத்தானே இருந்தான். அதற்குள் எப்படி போய்விட்டான்? இருந்தாலும் இழவு செய்தியைக்கூட அவ்வளவு எளிதாக எடுத்துக் கொள்கிறானே ரமேஷ்?'

"ஐயோ பாவமே!" என்று கூட சொல்லாமல்.

சமீபகாலமாக ரமேஷுக்குச் சலிப்பு அதிகமாகி விட்டது.

"ரங்கய்யா இறந்துவிட்டானாம். பத்து நாட்கள் வரையில் பால் வராதாம். இன்னும்

யாராவது இதயநோய் இருக்கும் கிழவனாகப் பார்த்து பால் வரவழைத்துக்கொள். அதுசரி, உன் வேலைக்காரி கிழவி கூட இன்னும் வரவில்லை போலும். அவள் கூட போய் விட்டாளோ என்னவோ. விசாரித்துக்கொள்" என்று எரிச்சலுடன் சொல்லிவிட்டு பாத்ரூம் நோக்கிப் போனான் ரமேஷ்.

மூச்சிரைக்க, ஊன்றுகோலின் உதவியுடன் பேத்தியைத் துணைக்கு அழைத்துக்கொண்டு நேற்று மாலையில் பால் பணம் வாங்க வந்தான். அவனுக்கு இதயநோய் முன்பே இருந்திருக்கும். சம்பாதிக்கவில்லை என்றால் சாப்பாட்டுக்கு வழி இல்லை. யாரும் அவனுக்கு வேலை தரவில்லை என்றால் வாழ்வாதாரத்திற்கு வழி அடைத்துவிட்டாற்போல்தான்.

பக்கத்து அபார்ட்மெண்டில் பதினைந்து குடும்பங்களுக்கும் சுற்று வட்டாரத்தில் நான்கைந்து வீடுகளுக்கும் பால் போடுவான். இவர்கள் எல்லோரும் கிழவனிடம் வேலை வாங்குவதாவது என்று நினைத்தால் அவனுக்குக் கிடைக்கும் ஆயிரம் ரூபாயும் வராது. வயதானவன் என்று கூட பார்க்காமல் படியேறிப் போகச் சொல்லுவான் அபார்ட்மெண்ட் வாட்ச்மேன். ஆன்ஜியோகிராம், பைபாஸ் போன்றவற்றுக்கு மட்டுமே இல்லை, குறைந்த பட்சம் இ.ஸி.ஜி. எடுத்துக்கொள்வதற்குக்கூட முடியாது. தற்கொலை மகாபாவம் என்று நம்பியவன். உயிருடன் இருக்கும்வரையிலும் எப்படியாவது சம்பாதிக்க வேண்டும் என்றும் யார் மீதும் சார்ந்து இருக்கக்கூடாது என்றும் நினைத்தவன். சம்பாதிக்கும் அந்த பணத்தையும் மகள் கையில் வைத்துவிட்டு, அவள் போட்ட சாப்பாட்டைச் சாப்பிடுவான். மாப்பிள்ளை நல்லவந்தான் பாவம்! 'உன் அண்ணன் விட்டுவிட்டுப் போனால் பார்த்துக்கொள்ள வேண்டிய தலையெழுத்து உனக்கு என்ன?' என்று சட்டம் பேச மாட்டான். ரங்கய்யா இறந்து போனது ரங்கய்யாவுக்கும் நல்லதுதான். மகளுக்கும் நல்லதுதானோ என்னவோ.

இந்தக் கொஞ்சம் வலுவும் குறைந்துபோய், கட்டிலில் கிடந்து, அந்தச் சொற்ப வருமானமும் இல்லாமல் போய்விட்டால் அந்த மகளால் அவனுக்குச் சாப்பாடு போட முடியுமா?

தாயம்மா இன்னும் வரவில்லை. அவள் கதையும் இதேபோல்தான். தான் வேலையைவிட்டு நீக்கிவிட்டால் யாரும் அவளை வேலைக்கு வைத்துக்கொள்ள மாட்டார்கள். வயதானவளாக இருக்கிறாளே என்று கூடுதல் வேலை எதுவும் சொல்ல முடியாது. தன் வீட்டில் வேலை செய்தால் கொஞ்சம் காபி, டிபன், ஒருவேளைக்குத் தேவையான உணவு கிடைத்து விடும். மாலையில் மருமகள் வசவுகளுடன் ஒரு கவளம் போட்டு

விடுவாள். மருமகளையும் குறை சொல்ல முடியாது, மகன் தான் சம்பாதித்ததை எல்லாம் வீட்டில் கொடுக்க மாட்டான். அவளும் வீட்டு வேலைகளுக்குப்போவாள். அவள் வேதனை அவளுடையது.

'உலகத்தில் இருக்கும் வேதனைகள் எல்லாம் உனக்குத்தான்' என்று ரமேஷ் சலித்துக்கொள்வான். அந்தச் சலிப்பில் தன்பால் கொஞ்சம் மதிப்பும் இருக்கிறது என்று நினைப்பாள் லலிதா.

"யாரையாவது ஏற்பாடு செய்யும்வரையில் பால் வாங்கி வருகிறேன் லலிதா. இப்பொழுது வாங்கி வரட்டுமா?" என்றார் ராகவன் சமையலறைக்குள் வந்து.

"காபி குடித்துவிட்டு பிறகு வாங்கிவந்தால் போதும். அவசரமில்லை" என்றாள் லலிதா.

சமையல்அறை வாசலில் கால்வைப்பதை நரகத்தில் அடியெடுத்து வைப்பதுபோல் உணரும் மாமனார், இன்று தானாகவே இதுபோல் பால் வாங்கி வரட்டுமா என்று முன் வருவது அதிசயம்தான். இருப்பிடத்தின் வலிமைபோல் மனைவி இருக்கும்போது வலிமை இருக்கும் போலும் இந்த ஆண்களுக்கு. 'நமக்கு என்ன குறைச்சல், மனைவி இங்கே இருக்கும் வரையில்' என்று மீசையை முறுக்குவார்கள். அவள் மட்டும் இல்லாமல் போனால் கால் கொஞ்சம் தரையில் நிற்கும். நேற்று மாலைதான் வீட்டுக்கு வரும் நேரத்தில் வராண்டாவில் பாய் கூட போட்டுவைத்திருந்தார்.

இதற்குள் தாயம்மா வந்துவிட்டாள்.

மாமியார் வசுந்தரா காணாமல் போனது முதல் லலிதாவுக்கு கவலை சூழ்ந்துகொண்டது, எவ்வளவுதான் சமாளிக்க நினைத்தாலும் மறைக்க முடியவில்லை. அந்தக் கவலையை எரிச்சலாக, சலிப்பாக மாற்றிக்கொண்டுவிட்டான் ரமேஷ். ராகவன் கம்பீரமாக இருப்பதுபோல் காண்பித்துக்கொண்டார். தனக்குத்தான் என்ன நடக்கிறது என்று புரியவில்லை.

மாமியார் உயிருடன் இருக்கிறாளா? இறந்து விட்டாளா? இறந்துபோகும் அளவிற்கு என்ன கஷ்டம் வந்துவிட்டது? இங்கே இருந்த ஆறு மாதங்களும் தான் அந்தம்மாளுக்கு எந்த இடைஞ்சலும் ஏற்படுத்தியது இல்லை. தாயைப்போல் அந்தம்மாளும் கேட்காமலேயே தனக்கு எல்லாம் செய்து தருவாள். மாலையில் பள்ளியிலிருந்து வரும் நேரத்திற்கு இஞ்சி மணத்துடன் சுடச்சுட டீ கோப்பையுடன் குசலம் விசாரிப்பதில் அந்தம்மாளின் கண்களில் அன்புதான் வெளிப்படுமே தவிர வலுக்கட்டாயமாகச் செய்வது போல் இருக்காது.

‘மாமியார் இறந்துவிட்டிருப்பாளோ?’ என்ற சந்தேகம் தனக்கு இருந்ததே தவிர ரமேஷ் மட்டும் அப்படி நடக்க வாய்ப்பே இல்லை என்று மறுத்து விடுவான்.

ஆமாம். இறந்துபோக நினைக்கும் மனுஷிக்கு ஐம்பது வருடத்திற்கு முந்தைய எஸ்.எஸ்.எல்.ஸி. சர்டிபிகட், தினமும் தான் பூஜை செய்யும் அம்மன் படம், சுலோக புத்தகங்கள், இரண்டு மூன்று பட்டுப் புடவைகள் மட்டும் எதற்கு? உயிருடன் இருப்பதற்கு அவை மட்டும் போதுமானதாக இருக்குமா?

இந்த வயதில் என்ன வேலை கிடைத்து விடும்?

இந்தப் புதிரை விடுவிக்கக்கூடிய ஒரேஒரு நபர் ‘முத்து‘ ஒருத்திதான்.

வசுந்தரா காணாமல்போன அன்று போலீஸில் புகார் கொடுப்போம் என்றபோது வேண்டவே வேண்டாம் என்றாள் முத்து அம்மாள். வசுந்தரா அதுபோன்ற காரியத்தைச் செய்யமாட்டாள் என்று தன் மனசாட்சி சொல்கிறது என்றாள். அந்தம்மாள் ஏதோ மறைக்கிறாள் என்றும், வசுந்தரா எங்கே போயிருக்கிறாள் என்று அந்தம்மாளுக்கு நிச்சயமாகத் தெரியும் என்று தோன்றியது லலிதாவுக்கு.

இன்றுடன் பத்து நாட்கள் கழிந்துவிட்டன. மாலையில் போய் அசல் விஷயம் என்னவென்று தெரிந்துகொள்ள வேண்டும். முன்பு கூட ‘முத்து’ தனக்குத்துணைவேண்டும் என்று மாமானாரை சம்மதிக்கச் செய்து வசுந்தராவைப் பதினைந்து நாட்களுக்கு எங்கேயோ அழைத்துச் சென்றாள். வந்த பிறகு அவர் மனைவியை வைத வசவுகளுக்குத் தனக்கு மிகவும் கோபம் வந்தது.

மாமியார் இருப்பது தனக்கு மிகவும் உதவியாக இருந்தது.

காலையில் எட்டு மணிக்கெல்லாம் குழந்தைகளுக்கு லஞ்ச் பாக்ஸ்கள், ஒன்பது மணிக்குத் தானும், ரமேஷும் கிளம்புவது, மாலையில் திரும்பி வரும் நேரத்திற்கு வராண்டா முழுவதும் ட்யூஷன் குழந்தைகள்.

வசுந்தரா வீட்டை விட்டுப்போன மூன்றாவது நாள் ரமேஷ் சொன்னான். “நான் இதுபோல் ஆறு மாதம் விகிதம் பங்கு போட்டுக்கொண்டு தவறு செய்துவிட்டேன் லலிதா. அம்மா திரும்பி வந்த பிறகு இனி அவர்களை அனுப்ப மாட்டேன். கேரிங்க் அண்ட் ஷேரிங்க் என்றால் தாய் தந்தையரைப் பகிர்ந்து கொள்வது இல்லை. ஏதோ அப்பாவின்மீது கோபம்கொண்டு அதுபோல் செய்து விட்டேன். பாவம் அம்மா! என்ன செய்துவிட்டாள்?. நான் ரொம்பவும் தவறு செய்துவிட்டேன்.”

"ஆமாம் ரமேஷ்! அவர்களை இன்னும் இரண்டு மாதங்கள் கூடுதலாக வைத்துக்கொள்ளச் சொல்லி கல்பனாவுக்குக் கடிதம் எழுதி நானும்தான் தவறு செய்துவிட்டேன்" என்றாள் லலிதா.

இருவரின் கண்களும் கண்ணீரால் நிறைந்திருந்தன.

❍

ரமேஷ், லலிதா இப்போது இருக்கும் வீட்டில் பத்தாண்டுகளாக இருந்து வருகிறார்கள். மூன்று அறைகள், வராண்டா, கோலம் போடுவதற்கு வாசலிலிலும், துணி காயப்போடுவதற்கு கொல்லையிலும் சிறிது இடம். அவர்கள் இருவருக்கும் குழந்தைகளுக்கும் போதுமானதாகத்தான் இருந்தது. குழந்தைகள் இருவரும் இன்டருக்கு வந்துவிட்டார்கள். இன்டர் என்றால் மிகப் பெரிய படிப்பு இல்லையா! அதன் பிறகு எம்.செட். எதிர்காலத்தைத் தீர்மானிக்கும் தேர்வு. அதனால் ஒரு அறையை முழுவதுமாக குழந்தைகளுக்காக ஒதுக்கி விட்டாள் லலிதா.

ராகவன் இரண்டு வருடங்களுக்கு முன்னால் ஓய்வு பெறும் வரையில் அவர்கள் இருவரும் வைஜாக்கில் இருந்து வந்தார்கள். ராகவன் பார்த்த வேலைக்குப் பென்ஷன் என்று எதுவும் இல்லை. வேலை பார்த்த நாட்களில் எதையும் சேமித்து வைத்ததும் இல்லை. அவருக்குச் சொந்த செலவுகள் கொஞ்சம் கூடுதல்தான். குழந்தைகளின் படிப்பு, மகளின் திருமணம்... இவற்றுக்காக கொஞ்சம் கடன்கூட வாங்கி இருந்தார். ஓய்வு பெற்ற பிறகு கிடைத்த பணத்தில் கடன்களைத் தீர்த்தது போக கையில் மூன்று லட்சம் எஞ்சியிருந்தது.

அதே சமயத்தில் லலிதா, ரமேஷ் குடியிருந்த வீட்டுக்கு பக்கத்தில் இருக்கும் வீட்டை இடித்து பிளாட்டுகள் கட்டிக்கொண்டிருந்தார்கள். முதலில் இரண்டு லட்சம் கட்டினால் மீதி பணத்திற்குத் தானே வங்கியில் கடன் கிடைக்க ஏற்பாடு செய்வதாக பில்டர் சொன்னான். தனக்கு இரண்டு லட்சம் கொடுத்தால் பிளாட் புக் செய்துகொள்கிறேன் என்று ரமேஷ் தந்தையிடம் கேட்டான். அவர் மனைவியைத் தவிர மற்றவர்களிடம் அறிவுரை கேட்டார். கேட்டவர்களில் பாதிப் பேருக்கும் மேல் அப்படி கொடுத்து விடவேண்டாம் என்றும், கொடுத்து விட்டால் பின்னால் தொல்லைகள் வந்து சேரும் என்றும் சொன்னார்கள். அதிக வட்டி கொடுக்கும் வங்கிகளில் டிபாசிட் போட்டு வைத்தால், மாதத்திற்கு வட்டி உருவத்தில் கொஞ்சம் கிடைக்கும் என்றும், அது பென்ஷன்போல்

இருக்கும் என்றும் சொன்னார்கள். "ரமேஷுக்குக் கொடுங்கள்" என்று தன்னிடம் கேட்காத போதும் கணவனுக்கு அறிவுரை சொன்னாள் வசுந்தரா.

"உன் பீற்றல் அறிவுரையை உன்னிடமே வைத்துக்கொள்." எரிந்து விழுந்தார் ராகவன்.

ஒரு லட்சத்தை அரசு வங்கியிலும் மீதி இரண்டு லட்சத்தை தனியார் வங்கியிலும் போட்டார். சில சாமான்களை விற்று விட்டு, சிலவற்றை மகன்கள் இருவருக்கும் பகிர்ந்துகொடுத்து விட்டு, ரமேஷிடம் வந்து விட்டார் ராகவன். குழந்தைகளுக்குப் படிப்பு சொல்லிக் கொடுத்து வளர்த்து ஆளாக்குவது எப்படி தன்னுடைய பொறுப்போ... அதேபோல் ஓய்வு பெற்றபிறகு தன்னைப் பார்த்துக்கொள்வது அவர்களின் பொறுப்பு என்பது ராகவனின் அபிப்பிராயம்.

தான் கேட்ட பணத்தைத் தந்தை தரவில்லை என்று ரமேஷுக்கு கோபம் வந்துவிட்டது.

"குழந்தைகளின் படிப்பு முடியும் வரையில் நமக்குப் பிளாட் எதுவும் வேண்டாம். கார்ப்பரேட் கல்லூரிக் கட்டணம், ஓபன் சீட் கிடைக்கவில்லை என்றால் பேமென்ட் சீட்... ரொம்ப பணம் செலவாகும். கடன் வாங்கினால் தவணை செலுத்துவது கஷ்டம்" என்றாள் லலிதா.

"நோயாளியும் பால்தான் கேட்டான், வைத்தியரும் பால்தான் குடிக்கச் சொன்னார் என்ற கதையாக அப்பா தன்னுடைய பணத்தை வங்கியில் டிபாசிட் போட்டுவிட்டார்" என்றான் ரமேஷ்.

தாய் தந்தையரின் பொறுப்பை தான் ஒருத்தன் மட்டும் எதற்காக ஏற்றுக்கொள்ள வேண்டும்? தம்பிக்கு மட்டும் பொறுப்பு இல்லையா? சொல்லப் போனால் தன்னைவிட அவனுக்குப் பெரிய வேலை, சம்பளமும் அதிகம். உடனே தம்பியை வரவழைத்து பங்கீடு செய்துவிட்டான், தலா ஆறு மாதங்கள் வைத்துக்கொள்வதாக.

தொடக்கத்தில் தனியார் வங்கி மாதம் தவறாமல் கச்சிதமாக வட்டி கொடுத்துவந்தது. அந்தப் பணத்தையாவது கொஞ்சம் கையில் வைத்துக்கொள்ளச் சொல்லி வசுந்தரா சொன்னபோது ராகவன் காதில் போட்டுக்கொள்ளவில்லை. யார் வீட்டில் இருந்தாரோ அவர்களுக்காகச் செலவழித்துக் கொண்டிருந்தார். இரண்டு வருடங்கள் போவதற்குள் தனியார் வங்கி வட்டி கொடுப்பதை நிறுத்திவிட்டது. மேலும் இரண்டு மாதங்கள் போவதற்குள் மூடப்பட்டுவிட்டது. இரண்டு

லட்சம் காணாமல் போனதோடு ராகவனின் இரத்த அழுத்தம் கூடிவிட்டது.

மாமனாரின் பணம் போனதும் சுரேஷ் மனைவி கல்பனாவுக்கு மாமியாரின் சமையல் பிடிக்காமல் போய்விட்டது. அந்தம்மாளுக்குச் சுத்தம் போதாது என்று தோன்றியது. வேலை செய்யத் தெரியவில்லை என்றும், தன் தாயைப்போல் விதவிதமாக சமைக்கத் தெரியவில்லை என்றும் தோன்றியது. எப்போதடா ஆறு மாதங்கள் கழியும், எப்போது இவர்களிடமிருந்து விடுதலை கிடைக்கும் என்று தோன்றியது.

ராகவனுக்கு இப்போது கையில் கிடைப்பது மாதத்திற்கு ஆயிரம் ரூபாய். அதில் தனக்கும் மனைவிக்கும் மருந்து மாத்திரை வாங்க வேண்டும், கண்ணுக்குத் தெரியாத மற்ற செலவுகளும் இருக்கும். எல்லாவற்றுக்கும் மகன்களைக் கேட்பது அவருக்கு கௌரவக் குறைவாக இருந்தது. அவமானமாகவும் இருந்தது. அந்த எரிச்சலை மனைவியின்மீது தவிர வேறு யாரிடம் காட்ட முடியும்? அந்தப் பிளாட்டிங் பேப்பர் எல்லாவற்றையும் உறிஞ்சிக் கொள்ளும்.

இந்த முறை லலிதா கல்பனாவுக்குக் கடிதம் எழுதினாள். 'குழந்தைகளுக்குத் தேர்வுகள் முடியும்வரையில் மாமியார், மாமனாரை மேலும் இரண்டு மாதங்கள் அங்கேயே வைத்துக் கொள்ளச் சொல்லியும், அதற்குப்பிறகு தான் அவர்களை கூடுதலாக இரண்டு மாதங்கள் பார்த்துக்கொள்வதாகவும்.'

அந்தக் கடிதத்தைப் பார்த்ததுமே கல்பனா மாமியார் மாமனாருக்கு ரயிலில் டிக்கெட்டுகளைப் பதிவு செய்து உடனே அனுப்பி வைத்துவிட்டாள்.

ஆனாலும் லலிதா சலித்துக்கொள்ளவில்லை. குழந்தை களின் அறையை மாமியார் மாமனாருக்குக் கொடுத்துவிட்டு குழந்தைகளை நண்பர்களின் வீட்டில் படிப்பதற்கு ஏற்பாடு செய்தாள். தங்களுக்காக மகன் கொஞ்சம் பெரிய வீட்டை வாடகைக்கு எடுத்துக்கொள்ளவில்லை என்று ராகவனுக்கு கொஞ்சம் கடுப்பாக இருந்தது. வீட்டு வாடகை, மற்ற செலவுகள் எல்லாம் அதிகரித்து விட்ட இந்தக் காலத்தில் ஆறு மாதங்களுக்காகப் பெரிய வீட்டை வாடகைக்கு எடுத்துக் கொள்வது அனாவசியம் என்றாள் லலிதா. மாலை நேரத்தில் வராண்டாவில் உட்கார்ந்துகொள்ள முடியாமல் ட்யூஷன் குழந்தைகள் இருப்பது ராகவனுக்கு எரிச்சலை ஏற்படுத்தியது. அதனால் மாலைநேரத்தில் கடைத்தெருப் பக்கம் போய்விடுவார்.

கொல்லையில் புடவை காயப்போட்டுக்கொண்டிருந்த வசுந்தராவைப் பக்கத்து அப்பார்ட்மென்ட் பால்கனியிலிருந்து யாரோ பெயர் சொல்லி அழைத்தார்கள். நிமிர்ந்து பார்த்தபோது தன்னுடன் டவுன் மேல்நிலைப் பள்ளியில் எஸ்.எஸ். எல்.ஸி. வரையில் ஒன்றாகப் படித்த சுஜாதா. அவளைப் பார்த்துக் கால் நூற்றாண்டுக்கு மேல் ஆகிவிட்டது.

"மதியம் எங்கள் வீட்டுக்கு வா." கத்திச் சொன்னாள் சுஜாதா.

அந்த விஷயத்தை லலிதாவிடம் சொன்னாள் வசுந்தரா.

எப்போதும் மடிப்புக் கலையாத காட்டன் புடவை உடுத்தி, முகத்தைப் பளபளவென்று தேய்த்து பவுடர் போட்டு, கத்தரித்த தலைமுடி, புடவையின் வண்ணத்திற்கு ஏற்ப ஹேர் பேண்டுடன் மாலை நேரங்களில் கணவருடன் வெளியில் புறப்படும் அந்தம்மாளுக்கு 'முத்து' என்றும், சிவந்த நிறம், சற்றுப் பூசிய உடல் வாகு, வழுக்கைத் தலையுடன் இருக்கும் அவள் கணவருக்கு 'எலுமிச்சம் பழம்' என்றும் பெயர் வைத்திருப்பதாக லலிதா சொன்னாள். அன்றுமுதல் சுஜாதாவை 'முத்து' என்று அழைப்பது வழக்கமாகிவிட்டது. சுஜாதாவின் கணவர் நல்ல வேலையில் இருந்தவர். கை நிறைய பென்ஷன் வாங்குகிறார் என்றும், குழந்தைகள் வெளிநாட்டில் குடி பெற்று விட்டார்கள் என்றும், இவர்கள் மட்டும் அங்கே போவதில் விருப்பம் இல்லாமல் இங்கே ஒரு பிளாட் வாங்கிக்கொண்டு தங்கி இருக்கிறார்கள் என்றும் லலிதா சொன்னாள்.

"அப்படிப்பட்டவர்களுக்குத்தான் உயிரோடு இருக்கும் தகுதி இருக்கிறது ஓய்வு பெற்ற பிறகு" என்றார் ராகவன்.

"நம் நாட்டில் அப்படிப்பட்டவர்கள் எத்தனைபேர் இருப்பார்கள் மாமா? ரங்கய்யா போன்றவர்கள் வாழ்ந்துகொண்டு தானே இருக்கிறார்கள்? 'கௌண்ட் யுவர் பிலெஸ்ஸிங்ஸ்' என்ற பழமொழியை நாம் மறந்து போகக்கூடாது" என்றாள் லலிதா.

"ஆமாம் அம்மா. தலா ஆறு மாதங்கள் அப்படியும் இப்படியும் அலைக்கழித்து வீட்டில் வைத்துக்கொண்டு ஒரு கவளம் சோறு போடும் மகன்கள் இருப்பது மட்டும் பிலெஸ்ஸிங் இல்லாமல் வேறு என்ன?" என்று சொல்லிவிட்டு அங்கிருந்து போய் விட்டார் ராகவன்.

அவர் சொன்ன வார்த்தைகளுக்குப் பதில் சொல்வதற்கு லலிதாவிடம் நேரமும் பொறுமையும் இருக்கவில்லை. வசுந்தரா கூட கணவனிடம் வார்த்தைகளை நீட்டிக்க மாட்டாள். கேள்விகளுக்குப் பதில்கள் இருக்கும். விமர்சனங்களுக்கு

என்ன பதில் இருக்க முடியும்? பணத்தைத் தொலைத்துவிட்ட வேதனை, மற்றவர்களைச் சார்ந்து இருக்கிறோம் என்ற வருத்தம் மாமனாரை அவ்விதமாகப் பேசத் தூண்டும் போலும் என்று நினைத்தாள் லலிதா.

○

ஒரு ஞாயிறு அன்று மதியம் லலிதா வீட்டில் இருக்கும்போது ராகவனும் வசுந்தராவும் உரத்த குரலில் வாதம் புரிந்து கொண்டார்கள். அன்று மாலையில் நடைப்பயிற்சிக்குச் சென்ற ராகவன் திரும்பி வரவில்லை. இரவு முழுவதும் விழித்திருந்து கணவனுக்காக எதிர்பார்த்தாள் வசுந்தரா. காலையில் நாளேட்டில் லலிதா படித்துச் சொன்ன செய்தி திரும்பத் திரும்ப நினைவுக்கு வந்தது.

விஜயவாடாவில் வயதான தம்பதிகள் தற்கொலை செய்துகொள்வதற்காக அணைக்கட்டின்மீது போனார்களாம். மனைவியை நதியில் தள்ளிவிட்டு அவர் குதிக்கப் போகும்போது போலீஸ் கான்ஸ்டபிள் பார்த்து அவரைக் காப்பாற்றி காவல் நிலையத்திற்கு அழைத்துச் சென்றான். கொலைக் குற்றத்தின் கீழே ஜெயிலில் வைத்துவிட்டார்கள். அழுதுஅழுது புலம்பிக் கொண்டிருந்த கிழவரைப் பார்த்து யாரோ இரக்கப்பட்டு பெயில் வாங்கிக் கொடுத்தார்கள்.

"போலீசார் தவறு செய்துவிட்டார்கள். அவரை சாக விட்டிருந்தால் சரியாக இருந்திருக்கும். இப்பொழுது மனைவியைக் கொலை செய்துவிட்டோம் என்ற பச்சாதாபம், குழந்தைகளிடமிருந்து ஏச்சுப் பேச்சு கேட்க வேண்டிய நிலைமை" என்றாள் வசுந்தரா.

"பெயில் கிடைத்த பிறகு யாரும் பார்க்காத போது போய் குதித்துச் செத்துவிடுவான். கவலைப்படாதே" என்றார் ராகவன்.

அது நினைவுக்கு வந்ததும் திடுக்கிட்டாள் வசுந்தரா. சமீப காலமாக அதிகரித்து வரும் வயதானவர்களின் தற்கொலைச் செய்திகள் ஒவ்வொன்றாக நினைவுக்கு வந்து கவலை அதிகரித்தது.

அவளுடன் லலிதாவும் ரமேஷும் குழந்தைகள் உள்பட இரவு முழுவதும் விழித்தபடி உட்கார்ந்து இருந்தார்கள். வசுந்தரா உணவுகூட சாப்பிடாமல் வாசலிலேயே தவம் கிடந்தாள்.

ஊருக்கு வெளியில் ஒரு முதியோர் இல்லத்தில் இருக்கும் ஒரு நண்பனுடன் இரவு தங்கிவிட்டு மறுநாள் காலையில் வந்தார் ராகவன்.

"முதியோர் இல்லம் ரொம்ப நன்றாக இருக்கிறது. ஆனால் நபருக்கு மாதம் பத்தாயிரம் கட்டணம் செலுத்த வேண்டுமாம். டிபாசிட் ஆக கொஞ்சம் முன் பணமும் கட்ட வேண்டுமாம். ஒய்வு ஊதியம் கணிசமாக இருப்பவர்கள், என்.ஆர்.ஐ. களின் பெற்றோர்கள் ... அப்படிப் பட்டவர்களுக்குத்தான் அதுபோன்ற வசதிகள்." பெருமூச்சு விட்டார் ராகவன்.

"இதுபோல் சொல்லாமல் கொள்ளாமல் போனால் நாங்கள் எவ்வளவு கவலைப்பட்டோம் தெரியுமா? அம்மா சாப்பிடக் கூட இல்லை" என்றான் ரமேஷ்.

"ஏன்? செத்துவிட்டேன் என்று நினைத்தீர்களா?" என்றார் ராகவன்.

❍

"உங்களுக்காக உணவை மேஜைமீது வைத்திருக்கிறேன். நான் ஸ்கூலுக்குப் போகிறேன்" என்றாள் லலிதா.

"மாலையில் முத்து மாமியின் வீட்டிற்குப் போய் விஷயம் என்னவென்று கேட்டுவிட்டு வா. நாளை போலீசில் புகார் கொடுப்போம்" என்றார் ராகவன்.

"கட்டாயம் போகிறேன்" என்றாள் லலிதா.

மாமியாரைக் கண்டால் ஆகாத கல்பனாகூட இரண்டு நாட்களுக்கு ஒரு முறை பள்ளிக்குப் போன் செய்து ரொம்ப அக்கறையாக விசாரித்து வந்தாள், "மாமியாரைப் பற்றி ஏதாவது தெரிந்ததா?" என்று.

பாவம் ராகவன்! மனைவி இருக்கும்போது அவளை ஆட்டி வைத்திருக்கிறார். இப்போது தளர்ந்து போய் விட்டார். பணிவிடை செய்பவள் மட்டுமே இல்லை, துணையும் நிழலும்கூட அவள்தானே. எப்பொழுதும் தன்னுடைய நிழல்போல் எண்ணினாரே தவிர துணையாக அடையாளம் கண்டுகொண்டதில்லை. இப்பொழுது உணருகிறார் போலும்.

❍

"எனக்குத் தேநீர் குடிக்க வேண்டும்போல் இருந்தது. உனக்கும் சேர்த்துக் கலந்தேன். எப்படி இருக்கிறது என்று பார். நன்றாக இருந்தால் குடி. இல்லை என்றால் திரும்பவும் கலந்துகொள்."

பள்ளியிலிருந்து வந்ததுமே தேநீர் கோப்பையை நீட்டினார் ராகவன். உண்மையில் அந்தத் தேநீர் நன்றாகத்தான் இல்லை.

ஆனால் ஏனோ அவரைப் பார்த்தால் இரக்கமாக இருந்தது. கஷாயம் குடிப்பதுபோல் விழுங்கிவிட்டாள். வசுந்தரா வீட்டை விட்டுப் போனது முதல் மாலையில் தேநீர் குடிப்பதை நிறுத்திவிட்டாள் லலிதா. மனம் ஏனோ ஒப்பவில்லை.

"ட்யூஷன் குழந்தைகளிடம் நான் சிறிது நேரம் உட்கார்ந்து கொள்கிறேன். முத்து மாமி வீட்டிற்குப் போய் வருகிறாயா?" கேட்டார் ராகவன்.

லலிதா கிளம்பும்போது, "சொல்ல மறந்துவிட்டேன். உனக்கு எங்கிருந்தோ கடிதம் வந்திருக்கிறது. அமெரிக்காவி லிருந்து என்று நினைக்கிறேன்" என்று ஒரு கவரை கொடுத்தார். அமெரிக்காவிலிருந்துதான். தன்னுடைய முகவரிக்குத்தான். 'அமெரிக்காவில் எனக்கு யாருமே இல்லையே!' என்று நினைத்தபடியே கவரைப் பிரித்தாள்.

அன்புள்ள லலிதாவிற்கு,

உங்கள் யாரிடமும் ஒரு வார்த்தைகூட சொல்லாமல், உங்களைக் கவலைக்கு ஆளாக்கி விட்டுப் போய்விட்டதற்கு தவறாக நினைக்காதீங்க. நான் எதற்காகப் போனேன் என்றும், எங்கே போனேன் என்றும் சொன்னால், நீ புரிந்து கொள்வாய் என்று உனக்குக் கடிதம் எழுதுகிறேன்.

ஒருநாள் மதியம் என்னிடம் சண்டை போட்டு இரவு முழுவதும் எங்கேயோ தங்கிவிட்டு வந்தார் அவர். உனக்கு நினைவு இருக்கிறதா? அன்று மதியம் அவர் என்ன சொன்னார் தெரியுமா? அவருடைய எல்லா துன்பங்களுக்கும், குடி இருப்பதற்கு ஒரு வீடு இல்லாமல் போனதற்கும், கையில் பணம் இல்லாமல் போனதற்கும் காரணம் நான்தானாம். ஒற்றை ரூபாய் சம்பாதிக்காமல் போனதோடு, அவருடைய வருமானத்தை எல்லாம் செலவழித்து விட்டேனாம். எஸ்.எஸ்.எல்.ஸி. முடித்ததுமே மேற்கொண்டு படிக்கிறேன் என்று எத்தனை சொன்னாலும் எங்க அப்பா படிக்க வைக்கவில்லை. டீச்சர் ட்ரைனிங், நர்ஸ் ட்ரைனிங், கடைசியில் டைப், ஷார்ட் ஹேண்ட் ஏதாவது கற்றுக்கொள்கிறேன் என்று கெஞ்சினேன். காதில் வாங்காமல் கல்யாணம் பண்ணி வைத்தார்கள். கல்யாணம் ஆனதுமுதல் சம்சார சாகரத்தில் விழுந்து விட்டேன். குறைவான சம்பளமாக இருந்தாலும்கூட அவர் தன்னுடைய சொந்த செலவுகளை நன்றாகவே செய்து வந்தார். பணத்தை மிச்சப்படுத்துவதற்கு வழியில்லை. என்னால் முடிந்தவரையில் வீட்டு வேலைகளைச் செய்து

வந்தேன். எத்தனை உழைத்திருப்பேன்? குழந்தைகளின் படிப்பு, மகளின் திருமணம் எல்லாம் அவரால்தான் நிறைவேறியதாம். என்னுடைய பங்களிப்பு எதுவும் இல்லையாம். சரி, பணம் போன வருத்தத்தில் அவர் அப்படிப் பேசுகிறார் என்று சமாதானப்படுத்திக்கொண்டேன்.

மறுநாள் சுஜாதாவின் வீட்டிற்குப் போனபோது இந்த விஷயத்தை எல்லாம் சொன்னேன். அவள் இரக்கத்துடன் கேட்டுவிட்டு, குழந்தைகள் படிப்பதற்கு அவர்கள் வீட்டில் ஒரு அறையை ஒதுக்கிக்கொடுத்தாள். நீயும், அவரும்கூட சந்தோஷப்பட்டீர்கள். பிறகு எனக்குப் பொழுது போகாமல் மதிய நேரத்தில் தினமும் அவர்கள் வீட்டிற்குச் சென்று அவளுக்குச் சிறியசிறிய வேலைகளைச் செய்து தந்தேன். அவளுக்கு முழங்கால் வலி, சுகர், ரத்த அழுத்தம் எல்லாம் இருந்தன. சமையல்காரி, வேலைக்காரி எல்லோரும் இருந்தாலும் நான் செய்துகொடுத்த சின்னச்சின்ன வேலைகளுக்கு ரொம்ப சந்தோஷப்பட்டாள். இந்தக் காலத்தில் வேலைக்குப் போகும் பெண்களில் நிறையப் பேருக்கு என்னைப் போன்ற ஆள் கிடைத்தால் பூரித்துப் போவார்கள் என்றாள். தன்னுடைய முழங்கால் வலியினால் மகள் பிரசவித்தபோது அமெரிக்காவுக்குப் போக முடியாமல் போய்விட்டதாம். அப்போது அங்கேயே இருந்த ஒரு குஜராத்தி பெண்மணியை ஒரு வருடத்திற்கு வீட்டிலேயே வைத்துக்கொண்டு மாதத்திற்கு ஆயிரம் டாலர் வரையிலும் கொடுத்தார்களாம். அதுபோல் அந்தம்மாள் கை நிறைய டாலர்களுடன் விடைபெற்றுக்கொண்டாளாம்.

"அதுபோல் எனக்கு யாராவது கொடுத்தால் நானும் போகிறேன். இந்த ஜென்மத்தில் எனக்கு என்று ஒற்றை ரூபாய்கூட சம்பாதித்து அறிய மாட்டேன். நாற்பது வருட உழைப்பிற்குச் சல்லிக்காசு மதிப்பு இல்லை" என்றேன்.

"உண்மையாகவே போவதற்கு நீ தயார்தானா?" என்றாள் சுஜாதா.

போகிறேன் என்று சொன்னேன்.

அப்போது சொன்னாள் சுஜாதா. தன் மகளுக்கு இப்பொழுதும் ஆள் துணை தேவையாக இருக்கிறதாம். தன் மகளின் மைத்துனருக்கு அமெரிக்காவில் இருக்கும் இந்திய தூதரகத்திற்கு மாற்றல் ஆகி இருக்கிறதாம். அவர் நினைத்தால் பாஸ்போர்ட், வீசா எல்லாம் வாங்கித் தர முடியும். அவர் பத்து நாட்களில் ஹைதராபாத் வருகிறார். வந்தபோது நாம் போய் சந்திப்போம் என்றாள். அந்த

விதமாகத் தனக்கு என்னைத் துணையாக வருவதற்கு உன் மாமனாரை சம்மதிக்கச் செய்து அழைத்துப் போனாள். பத்து நாட்கள் ஹைதராபாதில் தங்கி விட்டுத் திரும்பி வந்தேன். அதற்கு பிறகு எனக்கு வரும் கடிதங்கள் எல்லாம் கேராஃப் சுஜாதாவின் முகவரிக்கே வந்தன. எனக்கு பாஸ்போர்ட் வந்து விட்டது. திரும்பவும் வீசாவுக்காக இரண்டு நாட்கள் சென்னைக்குப் போக வேண்டியிருந்தது. அதற்குக்கூட பொய் சொல்லி அவளுடன் போனேன். இறுதியில் டிக்கெட்கூட வந்துவிட்டது. எனக்குப் போக வர டிக்கெட் வாங்கித் தந்து, மாதத்திற்கு அறுநூறு டாலர்கள் கொடுப்பதுபோல் சுஜாதா பேசினாள். ஆறு மாதங்களுக்குள் மகளின் படிப்பு முடிந்து விடும். அவள் படித்துக்கொண்டு இருக்கும்போது குழந்தையை பார்த்துக்கொண்டு, சமையல் செய்து தரவேண்டும். நான் கூட திரும்பி வரும்போது சில ஆயிரம் டாலர்களுடன் வருவேன் என்றால் எவ்வளவு சந்தோஷமடைந்தேனோ உனக்குத் தெரியாது. பணத்தைச் சம்பாதிப்பதில் எவ்வளவு சக்தி இருக்கிறது என்று எனக்குப் புரிந்தது.

சுஜாதா என்னை சென்னைக்கு அழைத்துப்போய் விமானத்தில் ஏற்றிவிட்டாள். அங்கே எனக்குத் தேவைப் பட்ட புடவைகளை எல்லாம் வாங்கித் தந்தாள். பட்டிக்காட்டில் பிறந்து வளர்ந்து, ஒரு சின்ன பட்டணத்தில் குடித்தனம் செய்து, இந்தியாவிலேயே எந்த நகரத்தையும் பார்த்திராத நான் லாஸ் ஏஞ்ஜெல்ஸில் விமானத்தைவிட்டு இறங்கினேன். நம் மாநிலத்திலிருந்து நிறையப் பேர் கல்ஃப் நாடுகளுக்கு பணியாளர்கள்போல் போய் பணம் சம்பாதித்துக்கொண்டு வருவார்கள் என்று எனக்குத் தெரியும். 'குவைட் சாவித்ரம்மா' என்ற கதையை நீதான் எனக்குச் சொல்லி இருக்கிறாய். இது அவ்வளவு கஷ்டமான வேலைகூட இல்லை. வேலைக்காரியை விட ஒரு படி உயர்வாகப் பார்க்கும் கல்பனாவிடம் இருக்க முடிந்தபோது, சம்பளம் கொடுப்பவர்களிடம் பணிவுடன் இருப்பதில் தவறு ஒன்றும் இல்லையே! என்னால் எங்கேயும் இருக்க முடியும் என்று நினைத்தேன். திரும்பி வந்த பிறகும் ஏதோ ஒரு வேலையைச் செய்கிறேன். என்னைக்கொண்டு ஏதாவது வேலை செய்ய வைப்பதாக சுஜாதா சொன்னாள். நான் திரும்பி வரும் வரையில் என் சம்பளத்தில் மாதம் இரண்டாயிரம் உன் மாமனாரிடம் கொடுக்கச் சொல்லி சுஜாதாவிடம் சொன்னேன். அவர் வாங்கிக்கொள்ள மாட்டார். நீ பெற்றுக்கொள். என் பேச்சை நீ கட்டாயம்

கேட்பாய் என்ற எதிர்பார்ப்புடன் எழுதுகிறேன். நீ கட்டாயம் அந்தப் பணத்தைப் பெற்றுக்கொண்டு அவருக்கு என்ன வேண்டுமோ பார்த்துக்கொள். நான் திரும்பி வரும் வரையில் அவரைக் கல்பனாவிடம் அனுப்பிவிடாதே. குழந்தைகளுக்கு நல்ல மதிப்பெண்கள், ரேங்குகள் வருவதற்கு அம்மனுக்கு பூஜை செய்கிறேன். ரமேஷ்க்கு எடுத்துச் சொல்லு, ஒவ்வொரு ஞாயிறு அன்றும் சுஜாதாவுக்கு அவளுடைய மகள் போன் செய்வாள். என்னிடம் பேச வேண்டும் என்று நினைத்தால் சுஜாதா அழைப்பாள். எனக்குக் கட்டாயம் கடிதம் எழுதுவாய் என்ற நம்பிக்கையுடன்...

அன்புடன் வசுந்தரா

பி. சத்யவதி

பசுக்கள் வீடு திரும்பும் வேளை

ஒரு ஞாயிற்றுக்கிழமை மதியம் தூறலில் நனைந்து வீட்டில் அடி எடுத்து வைக்கும்போது அம்மா, அப்பா சமையலறையில் பரபரப்பாக ஏதோ சமைத்துக்கொண்டே வாதம் புரிந்து கொண்டு இருந்தார்கள். விவாதம் சமையலைப் பற்றி இல்லை. கல்வி முறையைப் பற்றி. அம்மா ஆசிரியை. அப்பா புரொபசர். அந்தம்மாள் அடுப்பின்மீது வாணலியை வைத்து எண்ணெயை விட்டாள். கிண்ணத்தில் கடலை மாவு போட்டு கலந்துகொண்டிருந்தாள். அவர் மூக்கை உறிஞ்சிக் கொண்டே, கண்களைத் துடைத்தபடி வெங்காயத்தை நறுக்கிக் கொண்டிருந்தார்.

அவர் தோளில் கையைப் பதித்து, "உதவி வேண்டுமா?" என்று கேட்டேன். உடனே என்னுடைய அம்மா கடலை மாவு கிண்ணத்தை என் முன்னால் தள்ளிவிட்டு, "பக்கோடா போட்டு விடு. நான் பேப்பர்களைத் திருத்த வேண்டும்" என்று போய்விட்டாள். வேறு இந்தியத் தாயாக இருந்தால் யுனிவர்சிட்டியில் நான்கு வருடங்களாகப் பரிசோதனை செய்து களைத்துப் போயிருக்கும் என்னை, இதுபோல் அடுப்பின் முன்னால் தள்ளி இருக்க மாட்டாள். அந்தம்மாள் வேறு மாதிரி! என்ன செய்ய முடியும்?

மாலை நேரத்து விடியல்

"எனக்காகக் கொஞ்சம் வெங்காயத்தை நறுக்கித் தரக் கூடாதா?" என்று நாக்கைக் கடித்துக்கொண்டார் அப்பா. உடனே கண்களையும் துடைத்துக் கொண்டார். தன் குடும்பத்தில் பெண்கள் யாரும் கண்ணால் ஜலம் விடக் கூடாது என்றும், அதுபோல் நடக்க விடமாட்டேன் என்றும், குறைந்த பட்சம் வெங்காயத்தை நறுக்கும் போதுகூட கண்ணீர் வடிக்கக் கூடாது என்றும் சின்ன வயதிலேயே அவர் சபதம் செய்து இருக்கிறாராம். அம்மாவையும், என்னையும் வெங்காயத்தை நறுக்க விட மாட்டார். ஏதாவது வெளியூருக்குப் போக வேண்டி வந்தால் அரைகிலோ வெங்காயத்தை நறுக்கி பிரிஜ்ஜில் வைத்து விடுவார், தங்கமான எங்கள் அப்பா. அதற்கு பெரிய கதை ஒன்று இருக்கிறது.

அப்பாவை அவர்கள் ஊரில் எல்லோரும் 'குளத்து துளசம்மாவின் பேரன்' என்றுதான் அழைப்பார்கள். புரொபசர் ஸோ அண்ட் ஸோ என்று சொல்ல மாட்டார்கள். குளத்து துளசம்மா என்றால் எங்கள் அப்பாவின் ஊருக்கு மகாலட்சுமி. அந்தம்மாளின் உண்மையான பெயரும் மகாலஷ்மிதான். ஆனால் குளத்து துளசம்மாவாகப் பெயர் நிலைத்துவிட்டது.

மகாலட்சுமிக்கு எட்டாவது வயதில் திருமணமாகிவிட்டது. அப்பொழுது மாப்பிள்ளைக்குப் பதினாறு வயதாம். இந்த எட்டு வயதுக் குட்டி எப்போது பெரியவள் ஆவாள், எப்போ குடித்தனத்திற்கு வருவாள் என்று அவள் கணவன் மட்டுமே அல்லாமல், கணவனின் பாட்டி, பிறந்த வீட்டுக்கு வந்து விட்ட இரண்டு அத்தைமார்கள், தாயார் எதிர்பார்த்துக் கொண்டிருந்தார்களாம். பதினைந்தாவது வயதில் தாவணி அணிந்துகொண்டு இந்தம்மாள் மாமியார் வீட்டில் வலது காலை அடிஎடுத்து வைத்தாள். அன்று முதல் கணவன், பாட்டி, அத்தைமார்கள், தாயார் எல்லோருமாகச் சேர்ந்து பகல் முழுவதும் இவளை கத்தரிக்காயைச் சுடுவதுபோல் சுட்டுப் பொசுக்கினார்கள். பகல் முழுவதும் வேலைகளுடன், குத்தல் பேச்சுடன் களைத்துப் போய், இரவு நேரத்தில் கொஞ்சம் வெந்நீர் மேனியில் ஊற்றிக்கொண்டு நிம்மதியாகத் தூங்குவோம் என்றால், சாத்தியமில்லாத வகையில் கணவரின் சிருங்காரப் படையெடுப்பு!

அது என்னவென்றோ, எதற்காகவென்றோ புரியவில்லை. பயம், வேதனை, அருவருப்பு... யாரிடம் சொல்லிக்கொள்வது? அம்மாவுக்குக் கடிதம் எழுதுவோம் என்றால் தனக்கு எழுதத் தெரியாது. அந்தம்மாளுக்குப் படிக்கத் தெரியாது. அந்த ஊரி லிருந்து யாராவது வந்தால்தான்!

எதிர்பார்த்து எதிர்பார்த்து பொங்கல் பண்டிகை வந்தது. அப்பா வந்து இரண்டு பேரையும் அழைத்துப் போனார். கூடவே இவர் எதற்கு கடவுளே என்று தொன்றியது, ஆனால் தப்பாது இல்லையா! போன அன்று மாலையிலேயே அம்மாவிடம் கஷ்ட சுகங்களைப் பகிர்ந்துகொண்டு கண்ணீர் விட்டபோது அந்தம்மாள் சிரித்துவிட்டு, "மாமியார் வீட்டுக் குடித்தனம் என்றால் பல்லாங்குழி விளையாடுவதுபோல் என்று நினைத்து விட்டாயா? பெண் பிறப்பு என்றால் அப்படித்தான். நாங்கள் எல்லோரும்கூட இப்படிக் கஷ்டப்பட்டவர்கள் தானே. போகப் போக அதுவே பழகி விடும்" என்று சொல்லி முறுக்கு, அதிரசம், பாம்பே காஜா எல்லாம் செய்துகொடுத்தாள்.

அவ்வளவுதான். அப்புறம் யாரிடமும் தன் துன்பங்களைச் சொல்லிக் கொள்ளவில்லை அந்தம்மாள். மாலை நேரத்தில் வேலைகளை எல்லாம் முடித்துக்கொண்டு கொல்லைப் புறத்தில் இருந்த துளசி மாடத்திற்கு அருகில் அமர்ந்து, மனம் விட்டு அழுவாள். தன் கஷ்டசுகங்களை எல்லாம் அந்தத் துளசி அம்மனிடம் வேண்டுகோள் விடுப்பாள். மாலை நேரத்தில் அந்த வீட்டு மருமகள் இதுபோல் துளசி மாடத்து அருகில் அமர்ந்து தியானத்தில் மூழ்கிவிடுவது வீட்டில் இருப்பவர்களுக்கு மட்டுமே அல்லாமல் வெளி ஆட்களுக்குக்கூட தெரியும். அவள் அங்கே அமர்ந்து துளசி அம்மனைத் தியானம் செய்து கொண்டு இருக்கிறாள் என்று நினைத்தார்கள். அந்தம்மாள் பத்து வருடங்களாகத் தினமும் மாலை நேரத்தில் உட்காரஉட்கார அந்தம்மாளின் கண்ணீர் துளசி மாடத்தின் சுற்றிலும் குளம்போல் தேங்கிவிட்டது. வீட்டில் இருப்பவர்களுக்கும், ஊர்க்காரர்களுக்கும் அது ஒரு அதிசயமாகிவிட்டது. மகாலக்ஷ்மியின் பிரார்த்தனைகளுக்குத் துளசி அம்மன் இளகிப்போய் குளத்தை உருவாக்கிவிட்டாள் என்று நினைத்தார்கள். பாட்டியின் புகழ் அதிகரித்தது.

இதற்கிடையில் அந்தம்மாளுக்கு ஐந்து குழந்தைகள் பிறந்தார்கள். வயதான அத்தைமார்கள் இரண்டு பேரும் போய்ச் சேர்ந்தார்கள். கணவரின் பாட்டிக்கு ஒரே கொண்டாட்டம், வரிசையாக மூன்று ஆண் குழந்தைகளைப் பெற்றது, கொல்லையில் குளம் உருவாவதற்குக் காரணமாக இருப்பது பாட்டிக்கு அதிர்ஷ்டத்தைக் கொண்டு வந்து சேர்த்தது. வீட்டிலும், வெளியிலும் மதிப்பு கூடியது. பத்தினிப் பெண் துளசம்மாவாக அந்தம்மாளின் பெயர் அக்கம் பக்கத்து கிராமங்களுக்கும் பரவிவிட்டது. முன்காலத்தில் கார்த்திகை மாதத்தில் விளக்கைத் தண்ணீரில் விடுவதற்கு ஊருக்கு வெளியே இருக்கும் குளத்திற்குப் போய்க் கொண்டிருந்த பெண்கள், இப்பொழுது இந்தக்

குளத்திற்கு வரத் தொடங்கினார்கள். பாட்டியின் முகத்தைப் பார்த்தாலே போதும் அதிர்ஷ்டம் என்று நினைத்தார்கள். அந்தக் குளத்தில் வீட்டுப் பெண்மணிகள் குளித்தார்கள். துணிகளைத் தோய்ப்பார்கள். குழந்தைகள் நீச்சல் அடிப்பார்கள். ஆனால் குடிப்பதற்கு மட்டும் உப்பு கரிக்கும். பட்டிக்காட்டில் ஆயிரம் சதுர அடி பரப்பளவு கொண்ட வீடும், விசாலமான கொல்லையும் இருந்ததால் குளம் உருவானாலும், வெள்ளம் வந்தாலும் தாக்குப் பிடிக்க முடிந்தது. பட்டணங்களில் அது போன்றவை நடந்தால் அறைகளுக்குள் படகை விட்டுக்கொண்டு நடமாட வேண்டியிருக்கும் இல்லையா என்று எங்க அப்பா சின்ன வயதிலேயே இந்த விதமாக சபதம் எடுத்துக்கொண்டுவிட்டார்.

எண்ணெய் காய்ந்துவிட்டது. கடலை மாவில் வெங்காயத்தைச் சேர்த்து சிறிது சமையல் சோடாவையும் போட்டுச் சின்னச்சின்ன உருண்டைகளாகச் செய்ய வேண்டும். அவற்றைக் காய்ந்த எண்ணெயில் பொன் நிறத்தில் வறுக்க வேண்டும். ஜாரிணியால் எண்ணெய் வடித்து எடுக்க வேண்டும் (அப்படி எடுக்கும்போது சூடான எண்ணெய் கைமீது தெறித்தால் துள்ளிக் குதிக்க வேண்டும்) அப்பொழுது வாசனை தூக்கும்... சாரி, கரகரவென்று இருக்கும் பக்கோடா தயார்.

"பாழாய்ப்போன சபதமும் நீயும். மூக்கும் முழியும் ஒன்றாகிவிட்டது. போய் முகத்தை, கைகளை அலம்பிக்கொண்டு வந்து பிறகு பக்கோடா சாப்பிடு" என்று அம்மா செல்லமாகக் கோபித்துக் கொண்டாள் அப்பாவை.

"அப்பா! அந்தப் பாட்டி உண்மையிலேயே ரொம்ப சிறந்தவள்" என்றேன் அம்மாவின் முன்னால் பக்கோடா தட்டை வைத்து விட்டு. அம்மா ஒருமுறை என் பக்கம் பார்த்துவிட்டுப் பேப்பரைத் திருத்திக்கொண்டே பக்கோடா சாப்பிடத் தொடங்கினாள்.

"பேப்பர்களை நான் திருத்தித் தருகிறேன். ஆனால் இந்த ஞாயிற்றுக்கிழமை இப்படி தூறிக்கொண்டு இருக்கும்போது, உங்கள் பாட்டியைப் பற்றிச் சொல்லேன்" என்றேன்.

அப்பாவாக இருந்தால் கேட்காவிட்டாலும் தன்னைப் பற்றி முழுவதுமாகச் சொல்லிவிடுவார். அம்மா அப்படி இல்லை. திரும்பத்திரும்ப கேட்டால் தவிர சொல்லமாட்டாள். சொல்பவர்களுக்குக் கேட்பவர்கள் எப்போதுமே தாழ்வுதான் இல்லையா.

"சொல்லும்மா! உங்கள் பாட்டி தன் பத்தினித் தன்மையின் மகிமையினால் எந்த அதிசயங்களை உருவாக்கினாள்? குளத்தையா? நதியையா? கடலையா?" என்றேன்.

"அவர்களுடைய வம்சத்தில் அதுபோன்ற அதிசய வரலாறுகள் இல்லை" என்றார் புரொபசர் உடனடியாக.

"எங்கள் பாட்டிக்குக் கண்ணீர் என்றாலே அமங்கலம். அந்தம்மாள் தாத்தா போனபோது தவிர ஒருநாளும் கண்ணால் ஜலம் விட்டது இல்லை. அப்பொழுதுகூட அந்தச் சமயத்தில் அழுவது நல்லதா இல்லையா என்று ஒரு நிமிடம் தயங்கி, அழாமல் இருப்பது நல்லது இல்லை என்று யாரோ சொன்னதால் அவசர அவசரமாக அழுதாள் என்று சொல்லுவார்கள்."

"அந்தம்மாளுக்குக் கஷ்டங்கள் இருந்ததே இல்லையோ. மாமியார், புகுந்த வீட்டு அத்தைமார்கள், நாத்தனார், கணவன் எல்லோரும் நன்றாகப் பார்த்துக்கொண்டார்களோ என்னவோ."

"அப்படி எல்லாம் இல்லை. அதெல்லாம் அவளுக்கும் இருந்தது. அவளைக் குடித்தனத்திற்கு அனுப்பி வைக்கும்போது அவள் அம்மா அழுத்தம் திருத்தமாகச் சொல்லி அனுப்பி வைத்தாள். "இல்லத்தரசி கண்ணீர் வடித்தால் வீட்டில் சம்பத்து நிலைத்திருக்காது. லக்ஷ்மிதேவிக்கு அழுபவர்களைக் கண்டால் ஆகாது" என்று. பெண்ணாகப் பட்டவள் எப்போதும் நன்றாக தலை வாரி பொட்டு வைத்து சிரித்த முகமாக இருக்க வேண்டும். கண்ணால் ஜலம் விடுவது நல்லது இல்லை என்று. அதனால் பாட்டி குடித்தனத்திற்கு வரும்போதே கண்ணீர் வடிக்கக் கூடாது என்று சபதம் செய்துவிட்டுத்தான் வந்தாள். மேலும் அந்தம்மாளுக்கு ஏகப்பட்ட நம்பிக்கைகள். காலையிலேயே லக்ஷ்மிதேவி கதவைத் தட்டும் நேரத்தில் வீடு முழுவதும் சுத்தமாக இருக்க வேண்டும். வீட்டில் இருப்பவர்கள் எல்லோரும் சிரித்த முகத்துடன் இருக்க வேண்டும். மதிய நேரத்தில், மாலையில் சந்தியா நேரத்தில் தீபத்தை வைக்கும் நேரம்... இதுபோல் அந்தம்மாளுக்கு ஒவ்வொன்றுக்கும் 'ஏதோ ஒரு வேளை' இருந்து வந்தது. அந்த நேரத்தில் அழக்கூடாது. யாரையும் கடிந்துகொள்ளக் கூடாது. அஸ்து கொட்டுவதுபோல் பேசக் கூடாது. மேலே 'ததாஸ்து தேவதைகள்' இருப்பார்கள், நாம் யாரையாவது கடிந்துகொண்டால் அவர்களும் 'ததாஸ்து' என்று சொல்லுவார்கள். அதனால் எப்போதும் நல்ல வார்த்தை களையே பேச வேண்டும். வேலை எதுவும் இல்லை என்றால் முறத்தில் அரிசியை வைத்துக்கொண்டு, 'ராம ராம' என்று ஒவ்வொரு அரிசியாகப் பொறுக்கிப் பக்கத்தில் வைக்க வேண்டும். அதுபோல் ராமநாமம் சொல்லிக்கொண்டு பொறுக்கிய அரிசியைத் தானம் செய்ய வேண்டும். எங்கள் அத்தை எங்கள் சிறுபிராயத்திலேயே கணவனை இழந்து எங்கள் வீட்டுக்கு வந்துவிட்டாள். அந்தம்மாளுக்கு குழந்தைகள் இல்லை."

இனி போதுமா என்பதுபோல் அம்மா நாற்காலியிலிருந்து எழுந்துகொள்ளப் போனபோது வலுக்கட்டாயமாக உட்கார வைத்து, "போறாது. மேலும் சொல்லு" என்றேன்.

"எங்கள் பாட்டி எப்போதும் பிரஸ்தாபிக்கும் வேளை களில் கோதூளி வேளை ஒன்று. அதை மட்டும் நான் என்றுமே மறந்தது இல்லை. உன்னாலும் மறக்க முடியாது" என்றாள்.

சொல்லுவாளோ என்று எதிர்பார்ப்புடன் அம்மாவின் முகத்தைப் பார்த்தேன். எழுந்து போய் தட்டில் மேலும் கொஞ்சம் பக்கோடா எடுத்து வந்து, "நீங்கள் இருவரும் சாப்பிடுங்கள்" என்றாள் எங்களுக்குத் தண்டனை அளிப்பதுபோல்.

"நீ ஏன் சாப்பிட மாட்டாய்?" என்று கூண்டில் நிற்க வைப்பதுபோல் கேட்டார் அப்பா.

"சாப்பிட மாட்டேன் என்று உங்களிடம் சொன்னேனா? சொன்னேனா என்றாவது?" என்று பழைய சினிமா பாடலை ராகம் போட்டு பாடினாள்.

"பாட்டிக்கு எழுத்துகள் தெரியாது. எண்களும் தெரியாது. அவற்றுடன் அந்தம்மாளுக்கு வேலையில்லை. வீட்டிற்கு ஏதாவது வேண்டும் என்றால் குழந்தைகளிடம் சொன்னால், அவர்கள் தாத்தாவிடம் சொல்லுவார்கள். உடனே அவர் அவற்றை எல்லாம் வாங்கி வந்து வீட்டு வாசலில் வைத்துவிடுவார். பணம் சம்பந்தப்பட்ட விவகாரங்களுடன் அந்தம்மாளுக்கு என்ன வேலை? அசல் அவற்றை அடையாளம் கண்டுகொள்வது கூட தெரியாது. ஒருமுறை நிலத்தில் வேலை பார்க்கும் உழவன் ஒருவன் வந்து பத்து ரூபாய் நோட்டுக் கட்டை கொடுத்ததை, அந்தம்மாளிடம் கொடுத்துப் பத்திரப்படுத்தி வைக்கச் சொன்னாராம் தாத்தா. இந்தம்மாள் அதனை எடுத்து எரவாணத்தில் வைத்திருக்கிறாள். மூன்றாவது நாள் அவர் பணத்தைக் கேட்டபோது அதை எலி கடித்து விட்டிருக்கிறது. நூற்றைம்பது ரூபாய் என்றால் அந்த காலத்தில் பத்து பவுன் தங்கம் வந்திருக்கும். தாத்தா ருத்ரதாண்டவம் ஆடிவிட்டார். பாட்டி ஏதோ சொல்ல வந்தபோது கன்னத்தில் பளாரென்று அறைவிட்டார். 'நடுப்பகல் வேளை' பாட்டி வீட்டிற்குள் சென்று ராமகோடி அரிசி முறத்தின் முன்னால் அமர்ந்து கொண்டாள். எங்கள் அத்தை அம்மாவிடம் சென்று, "அப்பா ரொம்பவும்தான்..." என்று ஏதோ சொல்ல முயன்றாளாம். பாட்டி உடனே, "அந்த மகராஜனை எதுவும் சொல்லாதே. தவறு செய்தால் கடவுள் மட்டும் தண்டனை கொடுக்காமல் விடுவாரா என்ன?" என்றாளாம். தாயின் கன்னத்தில் சிவப்பாகத் தெரிந்த

பி. சத்யவதி

விரல் அடையாளத்தைப் பார்த்து அத்தைக்குக் கோபமும், அழுகையும் பொங்கி வந்தன. அழுதால் தாயார் திட்டுவாள் என்று அங்கிருந்து எழுந்துபோய் விட்டாளாம்."

"அப்படியா!"

"ஒருநாள் மாலையில் எங்கள் அத்தை பத்து லாந்தர் விளக்குகள், பதினைந்து முட்டை விளக்குகள் சுற்றிலும் வைத்துக்கொண்டு, ஒரு கைப்பிடித் துணி, ஒரு பிடி கோலமாவும் கொண்டுவந்து நட்டநடு ஹாலில் செட்டிலாகி விட்டாள். ஒவ்வொரு நாளும் மாலை நேரத்தில் ஒரு மணி நேரமாவது அத்தை அந்த நிகழ்ச்சி நிரலைப் பின்பற்றுவாள். அந்தச் சமயத்தில் தாயார் மாலை சமையலுக்கு வேண்டிய காய்கறி நறுக்கிக்கொண்டோ, நிலத்திலிருந்து வந்த வேலைக்காரனுக்கு உணவு பரிமாறிக்கொண்டோ, அவனைக் கொண்டு கல்லுரலில் கொள்ளை அரைக்க வைத்துக்கொண்டோ கொல்லைப் புறத்தில் இருப்பாள். பாட்டி அத்தையின் பக்கத்திலேயே தூணில் சாய்ந்து அமர்ந்திருப்பாள். இருவரும் எதையாவது பேசிக்கொண்டு இருப்பார்கள். ஒவ்வொரு சமயம் அம்மாவின் மீது குற்றச்சாட்டுகளாகவோ, சிலசமயம் அவ்விருவருக்கும் நடுவில் சாடல்களாகவோ, குத்தல் மொழிகளாகவோ இருக்கும். இன்னொரு முறை ஊர்க்காரர்களைப் பற்றிய விமரிசனங்கள், பாராட்டுகளாகவோகூட இருக்கும். அது கலகலப்பாக இருக்கும் வேளை. நாங்கள் பள்ளியிலிருந்து வரும் வேளையும்கூட.

"லாந்தர்களை நான் துடைக்கட்டுமா அத்தை?" என்றேன், பள்ளியிலிருந்து வந்து அம்மா கொடுத்த 'இரண்டு'டன் காரா பூந்தியையும் சாப்பிட்டுவிட்டு.

"வாழ்ந்தாற்போல் தான். போய் குளித்து விட்டு வா" என்றாள் அத்தை.

"பெண்பிள்ளையை அதுபோல் கண்ட கண்ட வேளைகளில் 'வாழ்ந்தாற்போல்தான்' என்று சொல்லக்கூடாது" என்றாள் பாட்டி.

"எது சொன்னாலும் இந்தம்மாளுக்குத் தவறுதான்" என்று முணுமுணுத்தாள் அத்தை.

"மாடுகள் வீட்டுக்கு வந்தாயிற்றா?" என்றாள் பாட்டி திடீரென்று.

மாடுகள் வீட்டுக்கு வந்ததும் அந்தம்மாள் தினமும் தான் பூஜை செய்யும் பசுமாட்டிடம் தானே உட்கார்ந்து பால் கறப்பாள்... இரவு நேரத்தில் தாத்தாவுக்காக. ஆயுர்வேத

மருந்துடன் பசும்பால் குடிப்பார் அவர். கன்றுக்குட்டிக்கு எவ்வளவு விட்டு வைக்க வேண்டுமோ, எவ்வளவு கறக்க வேண்டுமோ வேலைக்காரனுக்குத் தெரியாது என்பது பாட்டியின் எண்ணம். தாத்தாவுக்கு தேவையான ஒரு டம்ளர், சுவாமி நைவேத்தியத்திற்கு மேலும் ஒரு டம்ளர். அவ்வளவு மட்டும்தான் கறந்து மீதியைக் கன்றுக்குட்டிக்காக விட்டுவிட வேண்டும். இந்த இரண்டு தம்ளர்கள் கறக்கும் சொம்பில் பாட்டிக்கு ஒரு அளவுகோல் இருக்கிறது. ஒரு ஸ்பூன் கூடுதலோ குறைவோ ஆகிவிட்டால் சகித்துக்கொள்ள மாட்டாள். கன்றுக்குட்டியின் உயிரை எடுத்து விட்டாய் என்பாள்.

"மாடுகள் வீடு திரும்பும் வேளையை எந்த வேளை என்று சொல்லுவார்கள் பாட்டீ?" என்றேன் ஆர்வத்துடன்.

"கோதூளி வேளை என்பார்கள். இதுகூட தெரியாதா? பெரியவள் ஆன பிறகுகூட படிக்க வைத்துக்கிட்டு இருக்கிறார்களே?" என்று நீட்டி முழக்கினாள். அந்தம்மாளுக்குப் பிடிக்காத விஷயங்களில் வயதுக்கு வந்த பிறகும் நான் பள்ளிக்குப் போவதும் ஒன்று.

"அப்படி என்றால் என்ன பாட்டி?"

"பசு மாடுகள் எல்லாம் பரபரப்பாக ஓடி வந்துகொண்டு இருக்கும்போது, அவற்றின் குளம்புகளின் அடியில் தூசி கிளம்பி வானம் முழுவதும் சிவப்பாக மாறிவிடுமாம். அதனால்தான் கோதூளி வேளை என்றார்கள்."

"பசு மாடுகள் மட்டும் தானா? எருமைகளும் வரும், எருதுகளும் வரும். எருது தூளி வேளை என்று ஏன் சொல்ல மாட்டார்கள்?" என்றேன்.

"பசுமாடுகள் வீட்டுக்குத் திரும்பி வருவது முக்கியம். கன்றுக்குட்டிகள் பாலுக்காக எதிர்பார்த்துக்கொண்டு இருக்கும். நாம் பொழுதுடன் பால் கறக்க வேண்டும். இருட்டி விட்டால் மாட்டுக் கொட்டகையில் பூச்சிப் பொட்டு இருக்கும். பசு மாடுகளுக்கு வீட்டில் நிறைய வேலைகள் இருக்கும். அவை நேரத்துடன் வீட்டுக்கு வருவது நமக்கு அவசியம். அதனால்தான் அவை மாலை வேளையில் ஓடி வந்து விடும்" என்று வியாக்கியானம் செய்தாள் அத்தை.

"அதாவது எருதுகளைவிட பசுமாடுகள்தான் அதிகம் பயன்படும், அதனால்தான் நாம் அவற்றுக்குப் பூஜை செய்வோம். இல்லையா பாட்டி?" என்றேன்.

பாட்டி ஏற்றுக்கொள்ளவில்லை. "எருதுகளும் நிலத்தை உழும். வண்டியை இழுக்கும். எருதுகள் இல்லை என்றால் உனக்கு உணவு எங்கிருந்து வரும்? அதனால் எருதுகள்கூட உயர்வுதான். பசுமாடு பொறுமைக்குப் பெயர் பெற்றவை. கோமாதா என்று சொல்லுவோம். தாய் போன்றது. பொறுமை மிக்க தேவதை. அதனால்தான் பூஜை செய்வோம்" என்றாள் பாட்டி. சொன்ன பிறகு மாடுகள் இன்னும் வீட்டுக்கு வந்ததோ இல்லையோ என்று பார்ப்பதற்குக் கொல்லைப் புறத்திற்குச் சென்றாள். 'கோதூளி வேளை' என்ற வார்த்தை மட்டும் என் மனதில் நிலைத்துவிட்டது. என்னால் எப்பொழுதும் மறக்க முடியாது. ஐந்து பேப்பர்களில் மதிப்பெண்களைக் கூட்டிப் போட்டுவிடு. ஐந்து மணிக்கு எனக்கு வெளியில் செல்லும் வேலை இருக்கிறது" என்று எழுந்து கொண்டாள் அம்மா. அந்தம்மாளை ஒரு நிமிடம்கூடத் தடுத்து நிறுத்துவது நம்மால் முடிகிற காரியம் இல்லை.

❍

கடைசி வகுப்பு நடைபெற்றுக்கொண்டு இருந்தது. வருப்பு இல்லாதவர்கள் ஸ்டாப் ரூமில் அமர்ந்து இருந்தோம். சிலர் ஷேர்களைப் பற்றி, சிலர் பிரின்சிபால் பற்றி பேசிக் கொண்டிருந்தார்கள் பாலிடிக்ஸ் சந்தியாராணி அடிக்கடி கேட் பக்கத்தில் இருந்த மணியையே பார்த்துக்கொண்டிருந்தாள். அவள் இரண்டு பஸ்கள் மாறி வீட்டுக்குப் போக வேண்டும். ரஷ் நேரம் என்பதால் பஸ் கிடைக்காது. வீட்டில் அவளுக்கு அவசர வேலைகள் எப்போதும் இருந்துகொண்டே இருக்கும். பாடனி புஷ்பலதா தன் மகனுக்கு ஜூரம் குறையவில்லை என்று சொல்லிக் கொண்டு இருந்தாள். இன்று ஸ்பெஷலிஸ்ட் மருத்துவருடன் அப்பாயின்ட்மென்ட் இருக்கிறதாம். தெலுங்கு சிவராவை லிப்ட் கேட்டபோது அவர் நேராக வீட்டுக்குப் போகப் போவதில்லை என்று சொன்னார். வழியில் யாருக்கோ சமஸ்கிருதம் ட்யூஷன் சொல்லித் தர வேண்டுமாம். எட்டு மணிக்குக் குறைந்து வீட்டுக்குப் போக முடியாதாம். கடைத்தெரு வேலைகளை பார்த்துக்கொண்டு, நண்பர்களின் கூட்டத்தை தரிசனம் செய்து விட்டு அப்புறமாகத்தான் போவேன் என்று திட்டவட்டமாக சொல்லிக்கொண்டிருந்தார்.

"ஆமாம் பிரதர்! வீட்டுக்குப்போய் திரும்பவும் வர வேண்டும் என்றால் பெட்ரோல் வீண் செலவு. வேலைகளை முடித்துக்கொண்டு போவதுதான் நிம்மதியானது. வீட்டுக்குப் போய் சாப்பிட்டுவிட்டு, டி.வி. பார்க்க வேண்டியதுதானே" என்றார் இன்னொருவர்.

சந்தியாராணி இன்னும் மணியைப் பார்த்துக்கொண்டே இருந்தாள். புஷ்பலதா கவலையுடன் நாற்காலியில் சரிந்து உட்கார்ந்தாள். வீட்டுக்குப் போய் மகனை அழைத்துக்கொண்டு ஆஸ்பத்திரிக்குப் போவதற்குள் நேரமாகி விடுமோ என்னவோ, அப்பாயின்ட்மென்ட் நேரத்தை விட்டுவிட்டால் கடைசி நோயாளியைப் பார்க்கும் வரையில் காத்திருக்க வேண்டியிருக்கும். அப்பொழுதுதான் டாக்டர் பார்ப்பார். இரவு பத்து மணி ஆகி விடும். சமையல் கிமையல் எப்படி?

இறுதியில் மணி அடிக்கப்பட்டது. சந்தியாராணி ஏற்கனவே பேக்கை மாட்டிக்கொண்டு இருந்ததால் ஒரே ஓட்டமாக கேட்டைத் தாண்டிவிட்டாள். புஷ்பலதா அப்பொழுதுதான் வகுப்பிலிருந்து வந்த ஆங்கிலப் பேராசிரியர் சுப்பாராவை லிப்ட் கேட்டு வெற்றியை சாதித்துவிட்டாற்போல் அவருடைய ஸ்கூட்டரில் ஏறிக்கொண்டாள். ஷேர் மார்க்கெட் பற்றி பேசிக்கொண்டிருந்த சுந்தரமும், சூரியமுகியும் புஷ்பலதா ‘லிப்ட்’ கேட்டதைப்பற்றி எள்ளி நகையாடிக்கொண்டிருந்தார்கள். நானும், சுனந்தாவும் நிதானமாக நடந்து பஸ் ஸ்டாப் அருகில் வந்தோம். பஸ் நிறுத்தம் முழுவதும் பெண்கள்தான். அவர்கள் முகங்களில் எல்லையில்லாத அவசரம். சாலையில் வேகமாகப் போய்க்கொண்டிருந்த வாகனங்கள்கூட பெண்களுடையவைதான். வீட்டுக்குப் போய்ச் சேர வேண்டும். வீட்டில் காத்திருக்கும் வேலைகள், குழந்தைகள் . . . பள்ளி, அலுவலகம், கல்லூரி, பல்கலைக் கழகம் . . . விட்டு இவ்வளவு நேரமாகிவிட்டது. தாமதம் ஏன்? என்ன செய்துகிட்டு இருந்தாய் இத்தனை நேரம்? சீக்கிரமாக வரவேண்டும் என்று தெரியாதா? இத்தனை பேருக்கு கிடைக்கும் பஸ் உனக்கு கிடைக்காதா? சந்தியாராணி முண்டியடித்துக்கொண்டு, மிதித்துக்கொண்டு பஸ்ஸில் ஏறிவிட்டாள். அப்பாடா! இன்றைக்கு கண்டம் தப்பிவிட்டது.

“இந்த நெரிசலில் ஏற முடியாது. இரண்டு பேருந்துகள் போகட்டும். அப்புறமாக ஏறுவோம். அதற்குள் தள்ளு வண்டியில் மக்காச் சோளத்தை வாங்குவோம்” என்றாள் சுனந்தா ஸ்டூடெண்ட்ஸ் யாரும் அக்கம் பக்கத்தில் இல்லை என்று உணர்ந்து. அதற்குள் அந்த அளவுக்கு நெரிசல் இல்லாத பஸ் ஒன்று வந்தது. இருவரும் ஏறிவிட்டோம்.

“இந்த நேரத்தில் எங்கே பார்த்தாலும் பெண்கள்! பெண்கள்! இன்று வேலையை திருப்தியாகச் செய்து முடித்தோம். நெஞ்சு படபடப்பு இல்லாமல் நிதானமாக வீட்டுக்குப் போவோம். வழியில் ஒரு பிரண்டை குசலம் விசாரிப்போம் என்ற பொறுமை யாருடைய முகத்திலும் தென்படாது. சீக்கிரம்! சீக்கிரம்! வழியில் காய்கறி,

குழந்தைகளுக்குத் தின்பண்டங்கள், கிழவர்களுக்கு மருந்துகள் வாங்குவதற்கு ஒரு அரைமணி நேரம் கூடுதல் ஆகிவிட்டால் அதற்கு விளக்கம் இருக்கும். பேருந்து கிடைக்காமல்போய் விட்டாலோ, சினேகிதியைக் குசலம் விசாரித்தாலோ மன்னிப்பு இருக்காது. போங்க முன்னால் போங்க, முண்டியடித்துக்கொண்டு பேருந்தில் ஏறுங்கள். சீக்கிரம்... இன்னும் சீக்கிரம்.

"என்ன அவசரமோ என்னவோ இந்தப் பெண்களுக்கு வீட்டுக்குப் போவதற்கு" என்றேன் எனக்குள் சொல்லிக் கொள்வது போல்.

"கோதூளி வேளை ஆகிவிட்டது இல்லையா!" என்றாள் தெலுங்கு ஆசிரியர் சுனந்தா ரொம்ப இயல்பாக.

மாலை நேரத்து விடியல்